ĐỐI THOẠI SOI SÁNG LỊCH SỬ

ĐỐI THOẠI SOI SÁNG LỊCH SỬ
Tập hai

Sách biên khảo, nghiên cứu - Tác giả Hà Văn Thùy
Dàn trang: Hoàng Thao
Bìa: Uyên Nguyên Trần Triết
Nhân Ảnh Xuất Bản 2020
ISBN: 978-1989993507

HÀ VĂN THÙY

ĐỐI THOẠI SOI SÁNG LỊCH SỬ

Tập hai

NHÀ XUẤT BẢN
NHÂN ẢNH
2020

LỜI NÓI ĐẦU

Cho đến cuối thế kỷ trước, lịch sử Việt Nam giống như cánh đồng được sử gia kinh viện canh tác bằng cày chìa vôi, bừa chữ nhi đã trở nên bạc màu cạn kiệt sức sống. Nhưng sang kỷ nguyên mới, công nghệ di truyền xuất hiện, đã xới tung mảnh đất khô cằn, làm phát lộ bên dưới cái vẻ ngoài tưởng như nghèo nàn là một lớp trầm tích tích lịch sử màu mỡ...

Căn cứ trên cổ thư Trung Hoa và khảo cứu của Viện Viễn Đông Bác cổ, thế giới tin rằng, người Hán từ phía Tây xâm nhập Nam Hoàng Hà, xây dựng văn minh Hoa Hạ. Rồi từ đó văn minh cùng máu huyết Hoa Ha lan tỏa xuống, khai hóa các sắc dân man rợ phương Nam... Nhưng vào một ngày lành thuộc năm cuối cùng của thế kỷ, giới khoa học Thủ đô Washinton nước Mỹ choáng váng với thông tin: *"Tổ tiên loài chúng ta xuất hiện đầu tiên tại châu Phi 160 - 180.000 năm trước. 60.000 năm cách nay đặt chân tới Việt Nam. Nghỉ lại ở đây 10.000 năm, 50.000 năm trước, người từ Việt Nam di cư ra các đảo Đông Nam Á và đất Ấn Độ. 40.000 chiếm lĩnh Hoa lục. 30.000 năm trước qua eo Bering chinh phục châu Mỹ..."*

Mặc nhiên, lịch sử đảo chiều. Từ dân tộc bị coi là man di, là một giống lai của Trung Hoa, học người Hoa từ tiếng nói tới chữ viết, sau một đêm thức dậy, chúng tôi nhận ra: Việt Nam là nơi phát tích của con người cùng văn minh châu Á!

Lần đầu tiên chúng tôi khám phá ra rằng 40.000 năm trước, tổ tiên ta đi lên chiếm lĩnh Hoa lục và xây dựng ở đó nền văn hóa nông nghiệp rực rỡ. Những thành tựu vĩ đại của văn hóa

Trung Hoa đều là sản phẩm của người Việt. Tiếng Việt là chủ thể của tiếng nói Trung Hoa. Chữ việt là chủ thể làm nên chữ viết Trung Hoa! Hoa Hạ không phải là con trời mà là con lai của người Lạc Việt với người Mông Cổ... Sau 80 năm khảo cứu văn hóa Lương Chử, học giả Trung Quốc buộc lòng thừa nhận: *"Các triều đại Hạ, Thương vẫn được coi là sớm nhất trong lịch sử Trung Quốc nay phải trả lại vai trò ấy cho Lương Chử!" "Văn hóa Lương Chử là cội nguồn của văn minh Trung Quốc."* Họ không biết Lương Chử chính là kinh đô của nước Xích Quỷ truyền thuyết…

Thật cay đắng, khi chúng tôi hồ hởi mang *tin mừng* tới đồng bào thì liền bị ném đá! Một vị tiến sỹ học nhiều biết rộng đập lại: "Không hề có chuyện người từ Việt Nam lên khai phá Trung Hoa 40.000 năm trước." Bằng vẻ đầy tự tin, ông muốn dìm Hà Văn Thùy "*vĩnh viễn lui vào trong bóng tối!*" Một lần khác, đúng vào ngày Tết cổ truyền, chúng tôi bị sốc vì những lời miệt thị thiếu văn hóa trên một tạp chí văn hóa! Không chỉ người ta mà cả một giáo sư Tây rủa xả: "*BBC điên rồi sao?*" Rồi: "*Hà Văn Thùy thiếu vắng sự chuyên nghiệp!*" Với những chuyện như thế, buộc lòng chúng tôi phải lên tiếng!

Mới đây có thư của nhà văn lão thành Chu Tấn: "Thân gửi Bác HÀ VĂN THÙY. Ngoài những tác phẩm mà bác đã xuất bản, Chu Tấn thấy bác còn viết khá nhiều bài trên các diễn đàn văn hóa khác, như *Lời ai điếu cho một thời Tứ Trụ; Sự khốn cùng của trí tuệ...* Chu Tấn đề nghị bác nên tập trung các bài đăng rải rác này in thành một tác phẩm mới, bác thấy có nên chăng?"

Cảm mối chân tình, tôi tập hợp những bài viết thành sách này, xin trao gửi Bác Chu cùng bè bạn.

Sài Gòn, Thu 2020

Hà Văn Thùy

NHẬN THỨC LẠI VỀ BÁCH VIỆT

Cho đến hôm nay, Bách Việt là một trong những vấn đề then chốt của sử Việt chưa được sáng tỏ. Hiện có ba luồng ý kiến khác nhau về Bách Việt:

1. Bách Việt là trăm nước Việt

2. Bách Việt là trăm dòng giống, trăm chủng tộc Việt.

3. Có người còn liên hệ với một bọc trăm trứng để cho rằng, Bách Việt là cội nguồn của dân tộc Việt.

Những quan niệm trên hầu như được xây dựng nhờ bấu víu vào những chứng cứ mơ hồ từ truyền thuyết và cổ thư Trung Hoa nên thiếu thuyết phục. Do nhận thức khác nhau nên đưa tới những ý kiến khác nhau, ông nói gà bà nói vịt kiểu những ông thầy mù sờ voi, cản trở rất nhiều đến việc khảo cứu sử Việt. Do vậy, tìm một nhận thức đúng về Bách Việt là cần thiết. Trong bài này, người viết xin được trình bày nhận thức mới nhất của mình.

1. Bách Việt là trăm nước Việt

Trong quan niệm phổ cập hiện nay, Bách Việt là danh xưng để chỉ những sắc dân hay nước Việt từng tồn tại từ thời Tần Hán trở về trước ở phia nam sông Dương Tử. Tuy nhiên, trong hai cuốn sách khảo cứu kỹ nhất về Bách Việt là *Bách Việt nguyên lưu dữ văn hóa* và *Bách Việt tiên hiền chí* cho thấy, danh xưng Bách Việt chỉ những nước Việt được ghi nhận từ cuối thời Chiến Quốc tới Tần Hán.

Theo La Hương Lâm trong Bách Việt nguyên lưu dữ văn hóa, thuật ngữ Bách Việt xuất hiện lần đầu tiên trong sách Lã Thị Xuân Thu, thiên Thị Quân: "Phía nam Dương Hán, trong khoảng Bách Việt, những đất Tệ Kha, Chư Phu, Dư My, các nước Phộc Lâu, Dương Xuất, Hoan Đâu, phần nhiều không có vua." [1] Như vậy, cuốn sách này nói tới *đất* và *nước* mà không đề cập sắc tộc.

Âu Đại Nhậm trong Bách Việt tiên hiền chí viết: "Cháu sáu đời của Câu Tiễn là Vô Cương cất quân đánh Sở, bị vua Sở Hùng Thích đánh bại. Vô Cương bỏ Lang Gia, đi đến ở Đông Vũ. Nước Việt tan. Các con của Vô Cương định cư ở duyên hải Giang Nam, chia nhau kẻ làm quân trưởng, người làm vương, tất cả đều thần phục Sở, gọi là Bách Việt. Châu Dương từ đấy bị phân chia. Cối Kê lấy các sao phương Nam là sao Thuần, sao Vỹ để định cương giới, đất Cối Kê thuộc vào Nam Hải. Khi Tần diệt Sở, vương Tiễn cai trị Dương Việt, chia cắt thành ba quận Nam Hải, Quế Lâm và Tượng. Con cháu Úy Đà thần phục nhà Hán. Họ Triệu cai trị cả ba quận ấy, lại kiêm thêm các quận Hợp Phố, Thương Ngô, Uất Lâm, Giao Chỉ, Cửu Chân, Châu Nhai, tổng cộng là chín quận. Nay vùng Nam Việt, bắc giáp Cô Tư đến tận Cối Kê là đất của Việt vậy. Phía đông, Vô Chư đóng đô ở Đông Trị đến Chương Tuyền là Mân Việt. Đông Hải vương là Diêu, đóng đô ở Vĩnh Gia là Âu Việt. Lãnh thổ xưa của Dịch Hu Tống, chạy dài từ sông Tương, sông Ly về phía nam là Tây Việt. Các đất Tang Ca, Tây Hạ, Ung, Dung, Tùy, Kiến là Lạc Việt vậy." [2]

Như vậy, có thể khẳng định, Bách Việt là *những nước Việt ở Nam Dương Tử xuất hiện từ cuối thời Chiến Quốc tới Tần Hán*. Do đó, Bách Việt hoàn toàn không phải là trăm dòng giống, trăm chủng tộc Việt.

2. Bách Việt có phải là cội nguồn của chủng tộc Việt?

Cổ thư Trung Hoa viết rằng thế kỷ XI TCN, một dòng của vua Vũ nhà Hạ vượt Dương Tử xuống vùng Chiết Giang, xăm mình, cắt tóc, lập ấp sống với người bản địa rồi trở thành thủ lĩnh, đứng ra lập nước. Tới thời Chu, được phong ở đất Cối Kê để lo phụng thờ vua Vũ. Do vị trí quá xa Trung Nguyên nên tiểu quốc Việt không thu hút nhiều sự quan tâm của nhà Chu và các nước chư hầu lớn. Chỉ đến khoảng 496 - 465 TCN khi Việt Vương Câu Tiễn tiêu diệt nước Ngô, triều Chu phải công nhận nước Việt là bá chủ Trung Nguyên. Vào năm 333 TCN, nước Sở tiêu diệt nước Việt. Những thủ lĩnh vùng của người Việt đứng lên lập những quốc gia riêng, được gọi là Bách Việt. Từ những dòng này của cổ thư, các học giả về sau cho rằng, người Việt là hậu duệ của Hạ Vũ. Do vậy Bách Việt là nguồn cội của tộc Việt. Các sử gia người Việt cũng theo thuyết này. Quan niệm như vậy còn truyền tới hôm nay.

Tuy nhiên, có thực tế là, từ xa xưa, trước cả thời Hoàng Đế, những sắc dân Cửu Lê, Tam Miêu… là những chi nhánh của người Lạc Việt đã sống đông đúc ở Nam Dương Tử. Nếu thực sự có con cháu vua Thiếu Khang nhà Hạ vào vùng đất của người Cửu Lê sống rồi làm vua thì cũng chỉ hoàng tộc mới là con cháu Hạ Vũ. Ta biết, Vũ là người Việt, có thể thuộc nhóm Tày-Thái, được vua Thuấn truyền hiền, lập ra nhà Hạ ở Trung Nguyên. Con cháu Hạ Vũ như vậy cũng là người Lạc Việt. Do sinh ra tại lưu vực Hoàng Hà nên người ở đây là hậu duệ của người Lạc Việt từ Việt Nam di cư lên. Do vậy, con cháu Hạ Vũ là hậu duệ nhiều đời của người Lạc Việt mà không thể là cội nguồn của dân tộc Việt. Thế nên, việc cho rằng người Bách Việt là con cháu Hạ Vũ và là cội nguồn dân Việt là không có cơ sở. Thêm nữa, do Bách Việt xuất hiện quá muộn nên không thể là biểu trưng của trăm con trong bọc trứng của Mẹ Âu cơ gần 3000 năm trước. Ý tưởng như vậy chỉ hoàn toàn là gán ghép, áp đặt.

Nay, nhờ di truyền học khảo sát ADN dân cư Đông Á, ta biết rằng, người Lạc Việt (chủng Indonesian) được sinh ra ở Việt Nam rồi 40.000 năm trước đi lên khai phá Hoa lục. Kết hợp với những phát hiện khảo cổ ở Giả Hồ, Hà Mẫu Độ, Lương Chử... cho thấy dân cư Nam Dương Tử là người Lạc Việt chủng Indonesian. Do vậy, dân cư nước Việt của vua Câu Tiễn cũng là con cháu người Lạc Việt từ Việt Nam đi lên. Từ đó đưa tới kết luận: người Bách Việt không phải là cội nguồn của dân tộc Việt mà là hậu duệ của người Lạc Việt từ Việt Nam di cư lên trong các thời kỳ khác nhau.

Từ phân tích trên đưa tới kết luận:

1. Bách Việt là những nước Việt xuất hiện sau năm 333 TCN, một phần từ những mảnh vỡ của nước Việt bị Việt diệt vong. Một phần từ những bộ lạc người Việt khác nổi lên sau tời Chiến Quốc mà sử gia Trung Quốc biết tới.

2. Bách Việt không phải là cội nguồn của dân tộc Việt mà là hậu duệ của người Lạc Việt sống từ lâu ở Nam Dương Tử. Trong đó Lạc Việt là đất gốc của tộc Việt.

Tài liệu tham khảo:

1. La Hương Lâm. *Bách Việt nguyên lưu dữ văn hóa.* Trung Hoa tùng thư. Đài Loan thư điếm, 1955. Bản dịch chép tay của Vọng Chi Nguyễn Chí Viễn.

2. Âu Đại Nhậm. *Tựa Bách Việt tiên hiền chí.* Thư viện Việt Nam, California, Hoa Kỳ, 2006.

ĐẶT LẠI VẤN ĐỀ
VIỆT NAM CÓ BỊ HÁN HÓA?

Là kẻ hậu sinh, đọc sách rồi nghe các vị trưởng thượng nói "Việt Nam bị Hán hóa," không biết từ bao giờ, tôi đã tin như một lẽ tự nhiên. Nhưng mới đây, không hiểu sao, một câu hỏi chợt gợi lên từ tâm thức: Có đúng Việt Nam bị Hán hóa? Trong khi tìm lời giải, tâm trí tôi lại gợi lên hai câu hỏi khác: "Nguyên do nào và từ bao giờ xuất hiện ý tưởng Việt Nam bị Hán hóa?" Khi đi tìm lời đáp, tôi nhớ câu truyền ngôn nghe từ thời thơ trẻ ở làng quê "Hoa Việt đồng văn đồng chủng." Một khi đã đồng văn đồng chủng thì làm gì có chuyện Hán hóa? Tĩnh tâm kiểm lại những văn bản của thời Trung đại mà mình từng đọc, tôi dường như không thấy tài liệu nào đề cập chuyện này. Không tin vào trí nhớ mong manh của mình, tôi bấm máy hỏi một học giả uyên bác. Đang chuyện trò ngon trớn, nghe câu hỏi, ông sựng lại ngỡ ngàng. Lát sau ông trả lời: "Ờ, ờ… mình cũng chưa thấy. Nhưng để suy nghĩ thêm…" Mấy bữa sau, ông xác nhận là chưa từng đọc được ý tưởng nào như thế vào thời Trung đại. Chỉ có vua Trần dặn quần thần không được bắt chước Trung Quốc!

Sau hơn 20 năm hoạt động, Viện Viễn Đông Bác cổ công bố nhiều kết quả khảo cứu về lịch sử văn hóa Việt Nam. Năm 1912, trong công trình đầu tiên và có ảnh hưởng lớn tới tiếng Việt: "Các nghiên cứu về ngữ âm lịch sử của tiếng An Nam"

(Etudes sur la phonétique historique de la langue annamite: Les initiales), Viện sỹ Henri Maspéro cho rằng, tiếng Việt vay mượn khoảng 75% từ ngôn ngữ Hán. Tuy nhiên, ông không phải người đầu tiên đề xuất điều này. Trước đó, vào năm 1838 Giám mục Taberd (tác giả cuốn Nam Việt-Dương Hiệp Tự vị) từng phát biểu: "tiếng Việt chỉ là một nhánh bị thoái hoá của tiếng Hán". Nhiều học giả cho rằng, cơ sở để Taberd đưa ra ý kiến này là trong vốn từ của tiếng Việt, từ vựng có nguồn gốc Hán chiếm đa số. Tuy nhiên, mặc dù có tới 75% từ vựng tiếng Việt có gốc Hán nhưng đại đa số những từ đó đều là những từ văn hoá (những từ thể hiện trình độ phát triển của xã hội). Do đó, chúng phải là những từ vay mượn, chứ không phải là những từ mang tính nguồn gốc.

Tiếp đó, Aurousseau tuyên bố: "Năm 333 TCN, do nước Sở diệt nước Việt, con cháu của Việt Vương Câu Tiễn chạy xuống Bắc Việt Nam, làm nên người Việt Nam hôm nay." Những kiến thức của các bậc thầy khai hóa khẳng định rằng người Việt là một nhánh của người Tàu từ mấy trăm năm trước Công nguyên. Không chỉ vậy, trong nghìn năm Bắc thuộc, người Tầu sang, đồng hóa tiếp khiến cho tiếng nói phải vay mượn tới 75% từ tiếng Tàu! "Tri thức khoa học" tân kỳ ấy được những học giả tiên phong người Việt như Trần Trọng Kim, Nguyễn Văn Tố… biên thành sách sử dạy dỗ dân Việt. Phải chăng, ý tưởng Việt Nam bị Hán hóa nảy sinh như vậy? Rồi từ đó ăn sâu trong tiềm thức người Việt. Học theo thầy Tây, ông Nguyễn Tài Cẩn, nhà ngữ học hàng đầu, "khám phá", trong tiếng Việt có lớp từ Hán cổ và lớp từ Hán Việt Việt hóa, đẩy tỷ lệ vay mượn của tiếng Việt lên cao thêm. Ông Trần Quốc Vượng, một trong tứ trụ của nền Sử học đương đại tuyên bố dõng dạc trên BBC tiếng Việt: "Tôi đã nói rồi, nói với ông Phạm Văn Đồng rằng, chúng ta có một nghìn năm Bắc thuộc, tính cách nào thì cũng một nghìn năm. Quan sang này, rồi lính tới này. Chúng ta bị đồng hóa đứt đuôi!"

Cũng phải nói đến một sự thật là, suốt thời Trung đại, kẻ sỹ người Việt đều nhuần thấm Tứ Thư, Ngũ Kinh, đều thuộc Sử, Tử, đều hiểu và vận dụng thành thạo Dịch lý, Tử vi, Phong thủy… Không chỉ vậy, tri thức được coi là của Tàu đó cũng thấm đẫm trong cuộc sống của người bình dân ít học. Điều này mặc nhiên gợi cho người ta nếp nghĩ: vào thời Bắc thuộc, người Trung Quốc mang những thứ đó sang để khai hóa người Việt. Và đấy là sự Hán hóa!

Tuy nhiên, sau hơn 10 năm khảo cứu tới tận cùng lịch sử văn hóa Việt, tôi phát hiện là hoàn toàn không có chuyện Việt Nam bị Hán hóa. Xin trình bày như sau.

Hán hóa là việc người Hán đồng hóa một cộng đồng khác, khiến cho cộng đồng này trở nên giống người Hán về di truyền và văn hóa. Có thể dẫn những thí dụ trong lịch sử: người Mông Cổ xâm chiếm Trung Hoa, lập nhà Nguyên và đưa hàng triệu người sang định cư. Tự hào là tầng lớp thống trị, người Nguyên vỗ ngực xưng: "Ta là Nguyên nhân." Nhưng rồi khi triều Nguyên bị lật đổ, những người Mông Cổ trên đất Trung Hoa hòa huyết với người bản thổ, trở thành người Hán với mã di truyền Mongoloid phương Nam. Họ nói tiếng Bắc Kinh và theo phong tục tập quán của người Hán. Con cháu họ quên nguồn gốc của Thành Cát Tư Hãn mà xưng là người Hán, và cũng như mọi người Hán khác, nhận là hậu duệ của Hoa Hạ. Người Mãn Thanh cũng là thí dụ tương tự. Sau 300 năm dùng "văn hóa đuôi sam" thống trị Trung Quốc, nay tất cả họ đã thành người Hán và không còn ai nói được tiếng Mãn Châu. Điều này cũng xảy ra gần như tương tự với đại bộ phận cộng đồng Bách Việt ở Nam Dương Tử. Tuy từ hơn 2000 năm TCN, về mặt di truyền, người Bách Việt cùng chủng Mongoloid phương Nam với người Hán nhưng về mặt tiếng nói và văn hóa vẫn làm nên cộng đồng người Việt riêng. Nhưng chỉ 50 năm cuối của thế kỷ trước, sau khi Trung Cộng chiếm Hoa lục, hầu hết người Nam Dương Tử nói tiếng Bắc Kinh, theo phong tục tập quán Hán và tự xưng là người Hán. Rõ ràng sự Hán hóa đã thành công.

Muốn xem Việt Nam có bị Hán hóa hay không, cần phải khảo sát trên ba hệ quy chiếu: về con người, về ngôn ngữ và về phong tục tập quán.

1. Về con người:

Khảo sát 70 sọ từ thời đồ đá tới thời kim khí được phát hiện ở Việt Nam (khoảng 30.000 đến 2000 năm TCN), Giáo sư Nguyễn Đình Khoa công bố: "Suốt thời đồ đá, dân cư Việt Nam gồm hai chủng Indonesian và Melanesian, cùng thuộc loại hình Australoid. Nhưng sang thời kim khí, người Mongoloid phương Nam xuất hiện, trở thành chủ thể dân cư, người Australoid biến mất dần, không hiểu do nhập cư hay đồng hóa." (1) Năm 2005, từ khai quật di chỉ Mán Bạc Ninh Bình, các nhà khảo cổ Việt-Úc nhận định: "Có quá trình chuyển hóa dân cư Việt Nam từ Australoid sang Mongoloid phương Nam. Khoảng 2000 năm TCN, việc chuyển hóa hoàn thành." Như vậy, từ 2000 năm TCN, hầu hết dân cư Việt Nam là chủng Mongoloid phương Nam. Trong khi đó, các khảo cứu dân cư Trung Quốc cho thấy, trước cả thời điểm trên, đại bộ phận dân cư Trung Quốc là người Hán chủng Mongoloid phương Nam. (2) Điều này khẳng định một sự thật: từ 2000 năm TCN, người Trung Quốc và người Việt Nam cùng một chủng tộc Mongoloid phương nam. Nếu năm 333 TCN có chuyện người nước Việt tới nước ta thật thì về mặt di truyền, họ cũng giống như người Việt Nam. Còn tiếng nói của họ cũng là tiếng Việt nên không thể xảy ra chuyện đồng hóa. Vào đầu Công nguyên, khi nước ta bị Bắc thuộc, người Trung Quốc sang cai trị thì cả người Việt và người Hán cùng một mã di truyền. Việc hòa huyết Hán Việt là có nhưng hòa huyết nội chủng không phải là đồng hóa.

Mặt khác, từ khảo sát ADN dân cư châu Á, S.W. Ballinger cho biết: "Người Việt Nam có chỉ số đa dạng di truyền cao nhất trong dân cư châu Á." (3) Điều này nói rằng, dân cư châu Á cùng một nguồn gốc, trong đó người Việt Nam là gốc. Khám phá này cho thấy, do có chỉ số đa dạng di truyền thấp hơn nên khi hòa huyết, người Hán không thể đồng hóa người Việt mà ngược lại, chính họ bị hòa tan vào người Việt. Có thể ví, người Việt Nam là một biển nước mặn mà mỗi người Hán là một thùng nước lợ. Đem thùng nước lợ hòa vào biển nước mặn không làm nước biển nhạt đi mà lại làm cho thùng nước lợ biến mất trong biển mặn.

Từ đó khẳng định: không có chuyện Hán hóa người Việt Nam về di truyền học.

2. Về tiếng nói:

Từ khảo cứu của mình, chúng tôi đã chứng minh rằng, 40.000 năm trước, người từ Việt Nam đi lên chiếm lĩnh Hoa lục, trở thành dân Trung Hoa. Một khi dân cư Trung Hoa là người Việt thì tiếng nói Trung Hoa cũng là tiếng Việt. Khảo cứu ngôn ngữ Trung Hoa, các nhà ngữ học phát hiện: tám phương ngữ trên đất Trung Quốc đều là tiếng Việt mà không hề có cái gọi là "phương ngữ Hán". Tiếng Quảng Đông, Phúc Kiến là gốc của ngôn ngữ Trung Hoa. Người đặt chân đầu tiên tới Quảng Đông, Phúc Kiến là người Nghệ Tĩnh. Do vậy, tiếng nói vùng Nghệ Tĩnh trở thành ngôn ngữ gốc của Trung Hoa. Ở Nam Hoàng Hà, do người Việt tiếp xúc với người Mông Cổ nên tiếng nói chuyển hóa theo cách nói và giọng điệu Mông Cổ. Vào đầu thời Bắc thuộc, người Hán sang nước ta nói tiếng nói gần giống với tiếng Việt. Nhưng sau đó, do nhiều người phương Bắc (gọi là người Hồ) tràn vào, tiếng nói của quan quân Trung Quốc không còn giống tiếng Việt nữa. Vốn có tiếng nói thanh nhã chuẩn mực nên người Việt Nam không học tiếng của người Trung Quốc.

Từ những khai quật khảo cổ chữ Giáp cốt và khảo cứu quá trình hình thành chữ viết Trung Hoa, chúng tôi cũng chứng minh được rằng: người Việt sáng tạo chữ tượng hình từ 9000 năm trước tại văn hóa Giả Hồ. Sau đó, ở nhiều nơi khác. Khi nhà Thương chiếm đất An Dương Hà Nam của người Việt, đã chiếm luôn chữ tượng hình rồi cải tiến thành chữ thời Tần. Chữ Việt là chủ thể tạo nên chữ viết Trung Hoa. Chữ tượng hình do người Việt chế ra để ký âm tiếng Việt. Do vậy, mọi chữ Hán chỉ khi đọc bằng âm Việt cổ và giải nghĩa bằng nghĩa tiếng Việt mới chính xác.

Những học giả hàng đầu thế giới trước đây như Taberd, Maspéro đã sai lầm nghiêm trọng khi cho rằng, tiếng Việt mượn từ tiếng Trung Quốc. Chính sai lầm này góp phần tạo nên ý tưởng Việt Nam bị Hán hóa.

3. Về phong tục tập quán

Có sự thực là, giữa người Việt và người Trung Hoa có nhiều phong tục tập quán gần gũi: Tết Nguyên đán, Tết Đoan Ngọ, Tết Trung Thu, lễ tế Đàn Xã tắc, thờ ông Táo... Do vậy, từ lâu có ý kiến cho rằng, những tập quán đó do người Trung Quốc đem sang vào thời Bắc thuộc. Tuy nhiên khi khảo cứu kỹ, chúng tôi thấy, đấy là những tập quán của người Việt trồng lúa nước hình thành từ xa xưa và phổ biến trên đất Việt Nam và Trung Hoa, những nơi người Việt sinh sống.

Nhiều nhà khảo cứu cho rằng, lễ tế Xã tắc được nhập từ Trung Quốc. Nhưng sự thực, đó vốn là lễ tế Thần Lúa và Thần Đất của người Việt cổ. Tại Quảng Tây vẫn còn những đàn tế từ 6000 năm trước. Dân trong làng chung sức đắp khoảnh đất cao hình tròn gần làng để hàng năm làm đàn tế thần lúa và thần đất. Còn khi lụt lội thì dân làng lên ở tạm. Tục tế Thần Đất và Thần Lúa theo chân người Việt tới Nam Hoàng Hà. Vào thời Chu, vua nhà Chu chuyển thành lễ tế tổ nhà Chu là Hậu Tắc nên gọi là tế Xã Tắc. Khi các quan cai trị Trung Quốc thực hành lễ tế Xã Tắc ở Việt Nam thì người Việt nhận ra nội dung lễ tế của mình nhưng hiểu chữ "tắc" là một loại lúa. Do vậy, lễ tế lớn này được các chính quyền quân chủ Việt Nam tiếp tục thực hiện, để tế Thần Đất và Thần Lúa mà không còn là tế tổ nhà Chu. Có việc một số nhà nước quân chủ Việt Nam học theo những quy chế, luật pháp Trung Quốc nhưng đó thuộc về thượng tầng kiến trúc mà không thuộc cơ sở văn hóa. Có sự thực là, trong tâm thức người dân Việt luôn cho rằng, người Việt ưu tú hơn người Tàu, gọi người Trung Quốc là thằng Ngô, chú Khách… Ngay Khổng Tử cũng nhận ra điều này trong chương thứ mười của sách Trung Dung.

Tử Lộ hỏi về sự cang cường. Khổng Tử nói: "Là cái cang cường của người phương nam ư? Hay là nói cái cang cường của người phương bắc? Hay là nói cái cang cường (theo kiểu) của riêng ngươi? Dạy bảo người ta một cách khoan dung dịu dàng, không trả thù kẻ vô đạo đó là cái cang cường của người phương nam, người quân tử giữ sự cang cường đó. Còn ngày đêm bạn cùng giáp bền gươm sắc, dẫu chết cũng không ngán, đó là cái cang cường của người phương bắc, những kẻ thượng võ hiếu đấu thì giữ sự cang cường này! Người quân tử sống hoà mục với mọi người, nhưng không buông trôi theo thói tục, đấy mới là sự cang cường chân chính."

Chính do sở hữu một bản sắc văn hóa cao hơn nên người Việt Nam không bị Trung Quốc đồng hóa về văn hóa.

Kết luận:

Việt Nam là cội nguồn của văn hóa nông nghiệp phương Đông nên Việt Nam và Trung Quốc có nhiều nét gần gũi về con người, tiếng nói và phong tục tập quán. Nội dung kinh Thi, kinh Dịch, kinh Nhạc, kinh Lễ... bàng bạc trong cuộc sống và tâm linh người Việt. Đó là văn hóa tinh thần do tổ tiên người Việt sáng tạo nhưng do chưa có chữ viết nên không ghi lại được mà chỉ truyền lưu một cách vô thức trong dân gian. Khi người Hán mang văn bản những kinh đó sang, người Việt cảm thấy dễ học, dễ nhớ như gặp lại những gì quen thuộc. Ngay chữ Hán, người Việt Nam cũng thấy gần gũi với tiếng nói của mình. Do vậy, suốt trong thời Bắc thuộc, người Việt luôn chống Trung Quốc xâm lăng nhưng không hề bài bác văn hóa Trung Hoa. Từ xa xưa, tổ tiên ta cho rằng, những nét tương đồng đó là do đồng văn đồng chủng mà không hề nghĩ tới chuyện người Việt bị Hán hóa. Chỉ sang thế kỷ XX, từ những công trình nghiên cứu lịch sử và văn hóa Việt Nam, người Pháp theo quan niệm Hoa trung (Trung Hoa là trung tâm) cho rằng, người Hán mang văn minh Hoa Hạ xuống đồng hóa các sắc dân dã man phương Nam nên đã truyền cho dân ta quan niệm Việt Nam bị Hán hóa. Sự gần gũi về văn hóa giữa người Việt và người Hoa xuất hiện từ xa xưa, thuộc về nguồn gốc. Do không hiểu điều này nên các học giả Pháp cũng như Việt Nam cho rằng, đó là do người Trung Quốc mang tới vào thời Bắc thuộc.

Ngày nay, từ nghiên cứu khám phá sự thật về cội nguồn dân cư và văn hóa phương Đông, chúng ta khẳng định không hề có chuyện Việt Nam bị Hán hóa. Sự thực là, Việt Nam là nơi phát tích của con người và văn hóa phương Đông nên những sự giống nhau giữa con người và văn hóa Việt Nam và Trung Quốc là sự giống nhau từ nguồn gốc mà Việt Nam là gốc. Theo nguyên lý nước chảy từ nơi cao xuống nơi thấp, Việt Nam có nền văn hóa cao hơn nên dù có 1000 năm cai trị thì người Trung Quốc cũng không thể đồng hóa được điều gì về con người và văn hóa Việt Nam. Cũng theo chiều lưu chuyển đó, người Triều Tiên và Nhật Bản nhận được dòng gen và văn hóa văn hóa Việt xa hơn so với người Trung Quốc.

Nhiệm vụ của chúng ta là làm rõ sự thật này để giải tỏa những sai lầm ngộ nhận trong quá khứ đang đè nặng tâm trí dân tộc!

Tài liệu tham khảo:

1. Nguyễn Đình Khoa. *Nhân chủng học Đông Nam Á*. (NXB DH&THCN, H. 1983)

2. Zhou Jixu. *The Rise of Agricultural Civilization in China: The Disparity between Archeological Discovery and the Documentary Record and Its Explanation.* SINO-PLATONIC PAPERS Number 175 December, 2006

3. S.W. Ballinger et al: *Southeast Asian mitochondrial DNA Analysis reveals genetic continuity of ancient Mongoloid migration.* Genetic 1992 số 130 Tr.139-45

MỘT CÁCH LÝ GIẢI KHÁC VỀ VƯƠNG QUỐC PHÙ NAM

Cho đến nay đã có nhiều khảo cứu về vương quốc Phù Nam. Bài viết "Phù Nam: Huyền thoại và những vấn đề lịch sử." của Tiến sỹ Vũ Đức Liêm (1) là một cống hiến mới đáng trân trọng. Tuy nhiên, ngay ở đây chúng tôi cũng thấy tác giả chưa tiếp cận chân lý bởi lẽ chưa giải quyết được vấn đề căn cốt: *chủ nhân của Phù Nam là ai*? Có thể là như tác giả nói: người Austranesian từ biển vào kết hợp với người bản địa tạo thành dân cư Phù Nam. Nhưng một khi câu hỏi: người Austranesian có nguồn gốc thế nào và người bản địa là ai chưa được trả lời thì mọi phát biểu về Phù Nam cũng chỉ là xây lâu đài trên cát! Bởi lẽ lịch sử là hoạt động xã hội của cộng đồng người diễn ra trong quá khứ. Một khi chưa biết cộng đồng đó là ai, có nguồn gốc ra sao và quá trình hình thành thế nào để hiện diện ở thời điểm khảo cứu thì mọi điều nói về họ đều không có cơ sở. Do vậy, trước khi khảo cứu về Phù Nam phải giải quyết vấn đề tiên quyết: người Phù Nam là ai? Cho đến cuối thế kỷ trước, trả lời những câu hỏi trên là bất khả. Nhưng sang thế kỷ này những khám phá mới của di truyền học cho câu trả lời chính xác.

Bài viết này góp phần đưa ra một cách lý giải.

I. Ai là chủ nhân vương quốc Phù Nam?

Nói về nguồn gốc của người Austronesian, những người từ biển vào góp phần làm nên dân cư Phù Nam, TS Vũ Đức Liêm viết: *"Lịch sử của Phù Nam có lẽ nên được kể từ 5000-7000 năm trước. Bắt đầu với cuộc di cư của các cư dân nói tiếng Nam Đảo (Austronesians) từ đảo Đài Loan xuống Tây Thái Bình Dương và Ấn Độ Dương. Họ mang theo lúa nước, lợn, dừa, khoai lang, và kỹ nghệ làm gốm, đóng tàu... qua các hòn đảo, duyên hải trên Biển* Đông (Peter Bellwood 2006, 2007, 2014, 2017; Solheim 2007). Cuộc du hành này là một trong những hiện tượng kỳ vĩ của nhân loại, đưa Austronesians thành nhóm ngôn ngữ trải rộng nhất trong lịch sử thời tiền hiện đại, băng qua 1/3 địa cầu, kết nối hàng chục nghìn hòn đảo trải dài từ Nhật Bản đến đảo Madagascar và quần đảo Tây Thái Bình Dương."

Hơn chục năm trước, chúng tôi đã đọc những tác giả mà ông dẫn và có lúc đưa vào tài liệu tham khảo của mình. Nhưng sau đó nhận thấy những tác giả trên chưa có cái nhìn toàn diện, đạt tới tận cùng của sự hình thành con người và văn hóa phương Đông, chúng tôi đã bỏ qua. Cho rằng nhóm người từ Đài Loan tới 5000 năm trước đã làm nên toàn bộ dân cư Austronesian là không phù hợp với thực tế.

Từ những khảo cứu di truyền học dân cư châu Á kết hợp với cổ nhân học, chúng tôi phát hiện, 70.000 năm trước, người hiện đại Homo sapiens từ châu Phi di cư tới Việt Nam. Tại đây hai đại chủng người tiền sử Australoid và Mongoloid hòa huyết cho ra hai chủng người Việt cổ là Indonesian và Melanesian cùng mang mã di truyền Australoid. 50.000 năm cách nay, người từ Việt Nam lan tỏa ra các đảo Đông Nam Á, châu Úc và Ấn Độ. 40.000 năm trước, người Việt Nam đi lên khai phá Hoa lục (2), (3)

7000 năm trước, tại văn hóa Ngưỡng Thiều Nam Hoàng Hà, người Việt Indonesian gặp gỡ hòa huyết với người Mông Cổ phương Bắc (North Mongoloid) sống du mục ở Bắc Hoàng

Hà, sinh ra chủng người Việt mang mã di truyền Mongoloid phương Nam, sau này được gọi là người Nam Á. Khoảng 2600 năm TCN, người Mongoloid phương Nam di cư về phía Nam, đem nguồn gen Mongoloid chuyển hóa di truyền đại đa số dân cư Đông Nam Á sang chủng Mongoloid phương Nam (4). Do lịch sử hình thành như vậy, nên toàn bộ dân cư châu Á là người gốc Việt với tiếng nói lạc Việt là chủ thể. (5)

Ở Đông Nam Á lục địa, người Indonesian tập trung ở Bắc Bộ Việt Nam sau này thành người Mongoloid phương Nam điển hình. Người Melanesian sống ở Tây Nguyên, các nước Campuchia, Lào, Miến Điện... sau thành dạng Indonesian hiện đại của chủng Mongoloid phương Nam. Người Melanesian trên các đảo Đông Nam Á được gọi là người Austranesian hay Polynesian.

Khoảng 5300 năm trước, tại vùng cửa sông Chiết Giang, người Lạc Việt thành lập nhà nước Lương Chử (Xích Quỷ). Từ di cốt người Lương Chử, di truyền học phát hiện sự có mặt của Haplogroup O1 (Y-DNA) gồm người Indonesian (mã di truyền M122) và Melanesian (M119). Khoảng 4300 năm trước, do nước biển dâng, kinh đô Lương Chử bị nhấn chìm. người Indonesian đi lên những chỗ cao trong đất liền. Trong khi đó, *người Melanesian di cư ra Đài Loan rồi tới các hải đảo, nhập vào dòng người Austronesian sinh sống từ lâu ở đây.* [6] Khoảng 5000 năm trước, vào thời thịnh vượng của nhà nước Xích Quỷ xuất hiện mạng lưới buôn bán ngọc bằng thuyền trên Biển Đông, đưa ngọc từ mỏ khai thác ở Đài Loan đến nhiều nơi ven biển Việt Nam, Philippine, Madagasca.

Từ sự hình thành dân cư khu vực như trên, ta có thể truy ra nguồn gốc người Phù Nam như sau:

1. Người bản địa Phù Nam.

Danh xưng Phù Nam trong sách Trung Hoa gợi ý cho thấy, đây là những bộ tộc người miền núi. *Bà Nam, Bồ Nam...* là những từ Việt cổ chỉ núi. Sau này chuyển thành *phnom, phnong.*

Từ đó người Hoa chuyển thành Đường âm *Phù Nam*. Mang tên "người miền núi" nói lên rằng, đó là những cộng đồng người Việt sống trên vùng núi Campuchia và Nam Trường Sơn. Vào đầu Công nguyên khi đồng bằng sông Cửu Long hình thành, những bộ lạc người Việt mang mã di truyền Indonesian hiện đại của chủng Mongoloid phương Nam tràn xuống định cư rồi xây dựng nhà nước của "người miền núi," nước của dân Bà Nam, Phnom. Theo truyền thuyết, đấy là nước của công chúa Liễu Diệp. Điều này cũng cho thấy đang trong thời kỳ mẫu hệ

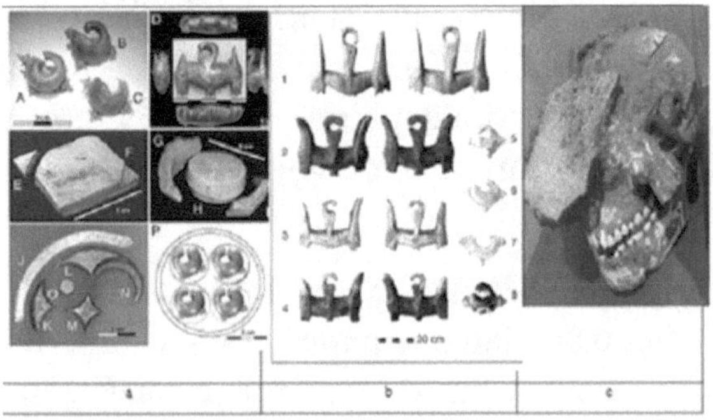

a. Các vật phẩm ngọc bích: A-Gò Mả Vôi (văn hóa Sa Huỳnh) và các di chỉ ở Phillipines và Đài Loan. (Hsiao-Chun Hung, Peter Bellwood, Kim Dung Nguyen, Berenice Bellina, et al., 2007)

b. Khuyên tai hai đầu thú và vật phẩm đá quý và thủy tinh từ văn hóa Sa Huỳnh (Charles Higham, Early cultures of mainland Southeast As ia,2002)

c. Khuyên tai hai đầu thú trên thái dương một di cốt tại di chỉ Giồng Cá Vồ (Cần Giờ) (Vũ Đức Liêm, Triển lãm khảo cổ học Việt Nam tại bảo tàng Khảo cổ học Herne, Đức). Hình ảnh từ bài của TS Vũ Đức Liêm.

2. Về người Autronesian:

Ta có thể tin là người từ Mã Lai và Java, hậu duệ những người từ Việt Nam chiếm lĩnh các đảo này từ 50.000 năm trước. Họ giỏi đi biển và nhiều lần cướp phá ven biển miền Trung của người Chămpa. Do vị trí địa lý, họ đã thấm nhuần văn hóa Ấn Độ. Có khả năng trong đoàn người thực dân này có những nhà buôn, nhà sư và chỉ huy người Ấn. Sau khi đánh thắng người bản địa của Liễu Diệp, họ giữ vai trò chủ đạo và xây dựng đất nước theo mô hình văn hóa Ấn Độ. Tuy nhiên, do là người Việt nên tiếng nói và nhiều phong tục tập quán của họ vẫn trên cơ sở văn hóa Việt mà ảnh hưởng Ấn Độ chỉ là cơ tầng thứ cấp. Như vậy, hai dòng người Việt tạo đã nên dân cư Phù Nam.

Có một vấn đề đáng phải suy ngẫm: các nhà khảo cổ tìm được khuyên tai hai đầu thú bằng ngọc tại di chỉ Giồng Cá Vồ huyện Cần Giờ kèm theo xương thái dương. Do tuổi của di cốt không được xác định nên chúng ta không biết chính xác niên đại của khuyên tai. Bởi vậy ở đây buộc phải suy đoán: loại khuyên tai này xuất hiện duy nhất một lần khoảng 5000 năm trước tại nhiều nơi ven biển Việt Nam, Phillipines… Giải thích sao đây về việc nó có mặt ở văn hóa Phù Nam? Liệu có chuyện người Phù Nam mang vật báu truyền từ hơn 4000 năm trước? Khả năng này gần như không có. Cách giải thích hợp lý hơn là di chỉ Giồng Cá Vồ có tuổi 5000 năm tương đương văn hóa Sa Huỳnh. Nhưng do sự nhầm lẫn, các nhà khảo cổ cho đó là di vật Phù Nam? Như vậy nó không thuộc văn hóa Phù Nam mà thuộc về một văn hóa xuất hiện trước đó hơn 4000 năm. Nếu giả định này đúng thì Cần Giờ là di tích hình thành sau, ở dạng di tích chồng lên di tích. Điều này cho thấy người Việt đã sống ở đây từ 5000 năm trước. Không có gì bất thường, nó chỉ chứng tỏ một sự thực: người Việt từ xa xưa đã làm chủ vùng đất này.

II. Nguyên nhân sụp đổ của Phù Nam.

Dựa trên cổ thư Trung Hoa, nhiều tác giả cho rằng, vào thế kỷ VII, một phần do con đường thương mại không còn đi qua nên Phù Nam sút giảm về kinh tế. Và cuộc xâm lăng của người Chân Lạp khiến Phù Nam sụp đổ. Có thể đó là một nguyên nhân nhưng không phải nguyên nhân cơ bản. Từ cuộc khai quật của Malleret năm 1944 tới những cuộc khai quật ở Nền Chùa, Gò Tháp… sau này, các nhà khảo cổ chứng kiến các di chỉ đều nguyên vẹn chứng tỏ vùng đất này không trải qua thời gian bị chiếm đóng, cướp bóc. Như vậy là không có cuộc xâm lăng hay cuộc xâm lăng chỉ xảy ra một cách hạn chế.

Thực tế, Phù Nam sụp đổ do nguyên nhân khác. 15 năm trước, trong bài viết "Từ Óc Eo nhìn về đồng bằng sông Cửu Long" đăng trên tạp chí Xưa&Nay, chúng tôi cho rằng, đó là do Hải xâm Holoxen IV. Nhà địa chất học người Pháp H. Fontaine cho thấy bức tranh khái quát của việc biến đổi mực nước biển như sau:

"Cuối Đại Trung sinh (Pleixtoxen) đầu Đại Tân sinh (Holoxen) có một đợt hải thoái, mực nước biển hạ thấp khoảng 100 – 120 m so với ngày nay, khiến cho Biển Đông chỉ còn là một vũng nhỏ. Tiếp đó là thời kỳ băng hà Wun cách nay 60.000 đến 11.000 năm. Sau giai đoạn chuyển tiếp kéo dài 750 năm (từ 11.000 đến 10.250 năm trước) là thời kỳ băng tan và nước biển bắt đầu dâng. Sau đó vào năm 4850 trước Công nguyên, nước biển dâng lên bằng mực nước ngày nay. Sau thời kỳ này là 4 đợt hải xâm và 3 đợt hải thoái xen kẽ nhau:

Hải xâm Holoxen I từ năm 4850 đến năm 1650 trước Công nguyên, kéo dài 3.200 năm với 3 giai đoạn đỉnh cao: 4 m (năm 3900), 3 m (năm 2950), và 2 m (năm 2350).

Hải thoái Holoxen 1 từ năm 1650 đến năm 1.150 trước Công nguyên, thời gian 500 năm với mức hạ thấp nhất -0,8 m xảy ra vào năm 1400 trước Công nguyên.

Hải xâm Holoxen II từ năm 1150 đến năm 850 trước Công nguyên, thời gian 300 năm, đỉnh cao nhất xảy ra vào năm 950 trước Công nguyên.

Hải thoái Holoxen 2 từ năm 850 đến năm 200 trước Công nguyên, thời gian 650 năm, với cực tiểu 1 m xảy ra vào năm 550.

Hải xâm Holoxen III từ năm 200 đến năm 50 trước Công nguyên, kéo dài 150 năm, mức cao nhất khoảng 0,4 m vào năm 50.

Hải thoái Holoxen 3 từ năm 50 trước Công nguyên đến năm 550 Công nguyên, kéo dài 500 năm với mực nước thấp nhất -0,5 m vào năm 200.

Hải xâm Holoxen IV từ năm 350 đến năm 1150, kéo dài 800 năm với mức cao trung bình 0,8 m vào năm 650.

Từ năm 1150 đến 1950 nước biển dao động 1 m, xem như ổn định hơn các thời kỳ trước.

Điều đáng chú ý là khi so sánh những vết tích hải xâm, hải thoái ở Việt Nam, các nhà khoa học đã tìm thấy sự tương đồng với những dấu tích hải xâm hải thoái ở bờ bên kia của Thái Bình Dương, trên đất Mỹ: Hải thoái Óc Eo cách nay 1750 năm tương đương Hải thoái Florida -3 m cách nay 2000 năm; Hải thoái Rạch Giá cách nay 3350 năm tương đương Hải thoái Crane Key -2 m cách nay 3300 năm.

Trong những đợt hải xâm, hải thoái trên, đáng chú ý là Hải xâm Holoxen IV. Sau khi hiệu chỉnh niên hạn theo phương pháp C14, các đặc tính của lần hải xâm này như sau: Thời hạn 800 năm, từ năm 350 đến năm 1.150, đỉnh cao vào năm 650. Mực nước cao nhất từ 0,5 đến 1 m trong 30 năm, từ năm 635 đến năm 665." [7]

Thời điểm Hải xâm Holoxen IV hoàn toàn trùng với thời gian sụp đổ của nhà nước Phù Nam. Sau thời điểm này, phía nam châu thổ sông Cửu Long trở nên hoang vu thời gian dài cho tới tận thế kỷ XIII mà ta thấy ghi chép trong Chân Lạp phong thổ ký của sứ thần nhà Nguyên Chu Đạt Quan. Cho đến thế kỷ XVII vùng đất mênh mông này tuy danh nghĩa thuộc Chân Lạp nhưng vẫn trong tình trạng hoang vu vô quản.

Một câu hỏi được đặt ra: người Phù Nam đi đâu? Họ di cư theo hai hướng: Bộ phận những người mà tổ tiên xưa từ biển vào, nay lại trở ra biển, về lại Mã Lai hay đảo Java. Một bộ phận đi lên phía Nam Trường Sơn, sống chung với đồng bào của mình, trở thành những tộc người Nam Trường sơn hôm nay như đồng bào Mạ.

III. Kết luận

Cho đến nay, những tư liệu và tư tưởng làm nên lịch sử Đông Nam Á phần lớn dựa trên thư tịch cổ Trung Hoa và Đông phương học của Viễn Đông bác cổ Pháp. Tuy nhiên, cả hai nguồn tri thức này đều có những hạn chế. Thư tịch Trung Hoa chỉ xuất hiện từ đầu Công nguyên nên không có những ghi chép xa hơn, tuy rất quý nhưng chỉ phản ánh những sự kiện gần, trong khi thời tiền sử quá dài bị khuất lấp. Đông phương học của người Pháp mang quan niệm sai lầm khi xác định chiều hướng lịch sử phương Đông theo con đường Nam tiến: người từ phương Tây vào Nam Hoàng Hà tạo ra văn minh Hoa Hạ rồi người Hán mang văn minh Hoa Hạ khai hóa các sắc dân man di phía Nam. Quan điểm như vậy đã chi phối nền sử học phương Đông suốt thế kỷ XX. Nhưng sang thế kỷ XXI, sự thật trái ngược được phát lộ: người tiền sử đặt chân trước hết tới Việt Nam rồi trên đất Việt, con người hòa hợp về huyết thống, tiếng nói và văn hóa sau đó tỏa ra chiếm lĩnh châu Á. Do vậy, chiều hướng lịch sử của phương Đông được đảo ngược: chính con người cùng văn hóa Việt tạo nên dân cư và văn hóa phương Đông. Ngôn ngữ Việt là mẹ của tiếng nói các tộc người châu Á.

Nhìn vào bối cảnh toàn khu vực, Đông Nam Á mà theo ý kiến của Solheim, bao gồm cả Nam Dương Tử, ta thấy, đây là giang sơn của người Việt. Suốt thời đồ đá là hai chủng Indonesian và Melanesian. Sang thời kim khí chuyển hóa thành chủng duy nhất Mongoloid phương Nam.

Cho tới một vài thế kỷ TCN, dân cư Đông Nam Á quy tụ quanh trung tâm Văn Lang của các vua Hùng do mối quan hệ nguồn gốc, huyết thống, ngôn ngữ và văn hóa. Chứng cứ cho việc này là những trống đồng Heger I tìm thấy khắp vùng.

Có ý kiến cho rằng đó là sản phẩm mang tới từ thương mại. Nhưng cũng khó phản bác một khả năng, đó là quyền trượng mà các Vua Hùng ban cho thủ lĩnh khu vực. Sau khi Văn Lang diệt vong và nhất là sau khi Việt Nam bị phương Bắc chiếm đóng, mối liên kết truyền thống của Việt Nam với phía Nam bị đứt đoạn, lực hướng tâm không còn, các thủ lĩnh khu vực theo chiều hướng chung đứng lên lập nhà nước riêng. Những quốc gia cổ ra đời. Do hấp lực của văn hóa Ấn Độ, các nhà nước này theo chính trị Ấn Độ và đem văn hóa Ấn phủ lên nền tảng văn hóa Việt. Dù sự phát triển như vậy sau hàng nghìn năm, thì trên địa bàn Đông Nam Á vẫn tồn tại một nền văn hóa chung mang đậm bản sắc Đông Nam Á. Riêng Việt Nam, hình như cái bản sắc này có vẻ nhạt nhòa hơn nên được cho rằng Việt Nam thuộc cuối nguồn khiến cho chất Đông Nam Á từ các hải đảo tác động tới thiếu phần sâu đậm. Tuy nhiên, hôm nay nhìn lại từ nguồn gốc, ta thấy chính Việt Nam là gốc của văn hóa Đông Nam Á.

Về phương diện ngôn ngữ. Khoảng 150 năm, từ giữa thế kỷ XIX đến nay, những nhà ngữ học hàng đầu của phương Tây đã vũ đoán phân chia ngôn ngữ phương Đông ra các họ ngôn ngữ Hán-Tạng, Tày-Thái, Môn-Khmer, Nam Á... Riêng tiếng Việt từng được xếp vào họ Hán-Tạng, sau thấy không ổn thì xếp vào Tày-Thái. Khi vẫn thấy không ổn lại chuyển sang họ Môn-Khmer rồi Nam Á... Cho đến nay lại xuất hiện ý kiến đưa trở về họ Hán-Tạng! Sở dĩ như vậy bởi lẽ có sự thật: tiếng Việt là mẹ các ngữ phương Đông. Tuy rất gần gũi với mọi ngữ hệ phương Đông nhưng khi xếp vào bất cứ khuôn nào thì rồi cũng tới lúc nó cựa mình phá tung cái khuôn nhỏ hẹp áp đặt. Chỉ tới hôm nay, khi nhận thức ra người Việt là chủ thể của mọi dân cư châu Á thì người ta mới bừng tỉnh thừa nhận ý kiến của nhà ngữ học H. Ferey từ năm 1892: “Tiếng Việt là mẹ các ngữ” [8]

Từ thực tế trên có thể kết luận như sau:

Đông Nam Á là giang sơn của cộng đồng người Việt với dòng máu, tiếng nói cùng văn hóa Việt. Cho tới vài thế kỷ TCN, toàn bộ khu vực hướng vào trung tâm Văn Lang của các vua Hùng theo lực hướng tâm liên kết bởi nguồn gốc, huyết thống, tiếng nói và văn hóa. Vào những thế kỷ đầu CN, do Văn Lang bị diệt vong rồi bị xâm lược, lực hướng tâm đứt đoạn, các thủ lĩnh khu vực đứng lên lập quốc gia riêng. Trong quá trình lịch sử, giữa các quốc gia của người Việt liên tục có sự tranh chấp lãnh thổ. Biên giới như hiện nay là kết quả của những sự tương nhượng và được xác lập bởi công pháp quốc tế. Mọi ý tưởng về "quyền sở hữu lịch sử" là không có cơ sở thực tế và phi lịch sử.

Do vậy, đất đai Phù Nam xưa là một phần của đất nước Việt Nam hôm nay. Lịch sử Phù Nam là một bộ phận của lịch sử Việt Nam, là lịch sử của người Việt từng xây dựng đất Việt.

Tài liệu tham khảo:

1. Vũ Đức Liêm. *Phù Nam: Huyền thoại và những vấn đề lịch sử.* (http://tiasang.com.vn/-khoa-hoc-cong-nghe/Phu-Nam-Huyen-thoai-va-nhung-van-de-lich-su 2. J.Y. Chu et al. *Genetic Relationship of Populations in China* www.pnas.org/content/95/20/11763.fu... ab8f48467d10dcb 3. Stephen Oppenheimer. *Out of Eden: The Peopling of the World.* http://www.bradshawfoundation.com/journey/introduction.html

4. Hà Văn Thùy. *Góp phần nhân thức lại lich sử văn hóa Việt.* (NXB Hội Nhà văn. H, 2015) 5. Nguyễn Đình Khoa. *Nhân chủng học Đông Nam Á* (NXB DH&THCN, H. 1983) 6. Hà Văn Thùy. *Nhà nước Xích Quỷ từ huyền thoại đến hiện thực* (NXB Hội Nhà văn. H, 2017) 7. Liêu Kim Sanh. *Hải xâm hải thoái xưa ảnh hưởng đến vùng đồng bằng Nam Bộ.* Trong Văn hóa Óc Eo và các văn hóa cổ ở đồng bằng Cửu Long. Sở Văn hóa thông tin An Giang- 1984. 8. FREY, H. *L'annamite, mére des langues; communaute d'origine des races celtiques, semitiques, soudanaises et de l'Indo-Chine.* Paris, Hachette et cie, 1892.

NHỮNG VẤN ĐỀ NỀN TẢNG CỦA LỊCH SỬ VIỆT NAM

Cho đến cuối thế kỷ trước, do quá hiếm tư liệu nên hầu hết các cuốn sử đều viết rất sơ lược về thời Tiền sử. Vì thế, mặc nhiên hình thành quan niệm "thời Tiền sử không quan trọng đối với lịch sử các quốc gia". Sách sử Việt Nam không là ngoại lệ. Trong cuốn Lịch sử Việt Nam từ khởi thủy tới thế kỷ X (LSVN I) của Viện Sử học in năm 2015, tái bản năm 2017, thời Tiền sử người Việt tuy kéo dài tới 800.000 năm nhưng con người chỉ được biết tới từ người Đứng thẳng sang người Khôn ngoan với các bộ lạc Hòa Bình, Bắc Sơn… mà tất cả thành tựu văn hóa chỉ là những hòn đá.

Tuy nhiên, có ý kiến cho rằng thời Tiền sử có ý nghĩa quyết định tới lịch sử mỗi dân tộc. Trong cuốn Nhiệt đới buồn, Claude-Lévi-Strauss nhà nhân học lớn của thế giới viết: "Con người chỉ thực sự sáng tạo những công trình vĩ đại vào buổi đầu. Trong bất cứ lĩnh vực nào, chỉ có bước đầu hoàn toàn có giá trị, những giai đoạn kế tiếp chỉ là sự lặp lại những giai đoạn đã qua." "Một trong những giai đoạn nhiều sáng tạo nhất của lịch sử nhân loại xảy ra vào thời đại đá mới với sự phát minh ra trồng trọt, chăn nuôi…" [1]. Xuất hiện từ giữa thế kỷ trước, phát biểu của C. Strauss chỉ như lời tiên tri vì chưa nhiều sự kiện minh chứng cho nhận định của ông. Nhưng sang thế kỷ mới, nhờ công nghệ di truyền tìm ra nguồn gốc loài người cùng các chủng tộc, thời tiền sử của nhiều dân tộc trở nên sáng tỏ.

Sau hơn 10 năm (2004-2017) tập trung toàn bộ thời gian và tâm lực tìm về cội nguồn dân tộc, chúng tôi đã công bố hàng trăm bài viết và sáu cuốn sách: Tìm lại cội nguồn văn hóa Việt (NXB Văn học, 2006), Hành trình tìm lại cội nguồn (NXB Văn học, 2008), Tìm cội nguồn qua di truyền học (NXB Văn học, 2011), Khám phá lịch sử Trung Hoa (NXB Hội Nhà văn, 2016), Góp phần nhận thức lại lịch sử văn hóa Việt (NXB Hội Nhà văn, 2016) và Nhà nước Xích Quỷ từ huyền thoại đến hiện thực (NXB Hội nhà văn, 2017).

So sánh khảo cứu của mình với cuốn Lịch sử Việt Nam tập I, chúng tôi thấy có sự khác biệt rất quan trọng, có thể nói là dẫn tới sự phá sản của những quan niệm lịch sử cũ. Xin trình bày những vấn đề nổi cộm như sau:

1. Về người Đứng thẳng:

Sách LSVN I cho rằng: "Những dấu tích về Người vượn ở Núi Đọ, Xuân Lộc, Sa Thầy, Yaly tuy còn thiếu những chứng cứ về địa tầng và cổ sinh, không có tầng văn hóa rõ rệt; ở Thẩm Khuyên, Thẩm Hai chưa tìm thấy công cụ lao động nhưng được coi là xưa nhất, mở đầu cho lịch sử nguyên thủy ở Việt Nam." (T.28)

Tuy nhiên, những tài liệu khảo cổ học mới nhất của thế giới, cho thấy: Người Đứng thẳng (Homo erectus) và người Khôn ngoan (Homo sapiens) là hai loài người khác nhau. Người Đứng thẳng hoàn toàn biến mất khỏi lục địa châu Á từ 250.000 năm trước. Dấu vết cuối cùng của họ là tại di chỉ Ngandong Indonesia 200.000 năm cách nay. Trong khi đó, nhân học thế giới khẳng định, người Hiện đại Homo sapiens có mặt ở Việt Nam 70.000 năm trước. Trên đất Việt Nam, hai loài người này sống cách nhau 180.000 năm. Do đó, không có chuyện người Đứng thẳng chuyển hóa thành người Khôn ngoan tại Việt Nam cũng như trên toàn thế giới. Cho rằng "Người đi thẳng muộn, thuộc Người tinh khôn" là phản khoa học! Không xác định được quan hệ giữa hai loài người mà đã cho rằng lịch sử thời tiền sử của Việt Nam kém dài tới 800.000 năm là sự khẳng định sai lầm khiến lịch sử Việt Nam lạc lõng với tri thức nhân loại.

2. Sự xuất hiện người Khôn ngoan trên đất Việt Nam.

LSVN I cho rằng: "Người Thẩm Ôm là dạng Người đi thẳng muộn, thuộc Người tinh khôn hay Người hiện đại (Homo sapiens) ở Việt Nam. Niên đại cho các hóa thạch này từ 140.000 năm đến 250.000 năm BP." (T.28)

Trong khi đó, tài liệu mới nhất của thế giới xác nhận: Người Hiện đại Homo sapiens xuất hiện ở châu Phi 195.000 năm trước, 85.000 cách nay rời khỏi châu Phi, men theo bờ biển Ấn Độ Dương, tới Việt Nam 70.000 năm trước.

Như vậy, sách LSVN I do không cập nhật tài liệu thế giới nên không hiểu người Việt là ai. Lịch sử là tài liệu ghi chép hoạt động của con người trong quá khứ. Một khi không biết con người đó là ai thì những gì nói về họ đều không có cơ sở!

3. Người Việt chiếm lĩnh thế giới.

Trên đất Việt Nam, người Việt cổ tăng nhân số. 50.000 năm trước, người từ Việt Nam di cư ra các đảo Đông Nam Á và chiếm lĩnh đất Ấn Độ. 40.000 năm cách nay, đi lên chinh phục Hoa lục. Cũng thời gian này, từ Hoa lục một bộ phận người Việt đi về phía Tây, qua Trung Á tới châu Âu. Ở đây họ gặp người Europid từ Trung Đông lên. Hai dòng người hòa huyết sinh ra tổ tiên người châu Âu. Khoảng 30.000 năm trước, từ Siberia, người Việt vượt eo Bering sang chinh phục châu Mỹ. Cũng khoảng 40.000 năm trước, những nhóm người Mongoloid cư trú riêng biệt ở phía Tây Bắc Việt Nam đi lên Tây Bắc Trung Quốc và đất Mông Cổ. Do giữ được nguồn gen nguyên chủng, sau này họ trở thành người Mông Cổ phương Bắc (North Mongoloid).

Cuốn LSVN I hoàn toàn không biết tới quá trình quan trọng này trong sự hình thành dân tộc Việt. Vì thế không thể hiểu lịch sử của tộc Việt.

4. Sự hình thành dân cư Trung Quốc.

Từ 40.000 năm trước, người Lạc Việt (Indonesian) mang mã di truyền Australoid đi lên Hoa lục. 7.000 năm trước, tại vùng Ngưỡng Thiều trung du Hoàng Hà, người Lạc Việt tiếp xúc với người Mông Cổ du mục ở bờ Bắc, dẫn tới hòa huyết sinh ra chủng người Việt mới mang mã di truyền Mongoloid phương Nam (South Mongoloid). Người Mongoloid phương Nam tăng nhân số, trở thành chủ thể của văn hóa Ngưỡng Thiều rồi cả lưu vực Hoàng Hà.

Năm 2698 TCN, người du mục Mông Cổ do họ Hiên Viên dẫn đầu đánh chiếm đất của người Lạc Việt ở Nam Hoàng Hà, lập vương quốc Hoàng Đế. Do chung sống, người Việt Mongoloid phương Nam hòa huyết với người Mông Cổ phương Bắc, sinh ra lớp con lai Mông-Việt, tự gọi là Hoa Hạ. Người Hoa Hạ dần thay cha ông Mông Cổ lãnh đạo xã hội. Do người Việt quá đông trong khi người Mông Cổ quá ít nên thời gian ngắn sau (không tới 100 năm), toàn bộ người Hoa Hạ chuyển thành người Việt. Các triều đại từ Nghiêu, Thuấn, Vũ tới Thương, Chu đều là người Việt và phần lớn không có quan hệ máu huyết với Hoàng Đế. Nhưng do vinh quang của Hoa Hạ trong quá khứ nên đều nhận là Hoa Hạ!

Trong khi đó, bên ngoài vương quốc của Hoàng Đế, không chỉ ở lưu vực Dương Tử mà ngay tại lưu vực Hoàng Hà, nhiều quốc gia hay bộ tộc độc lập của người Việt liên tục kháng chiến chống lại triều đình Hoàng Đế. Thí dụ như nước Ư Việt hay Dương Việt ở vùng Hà Nam, tồn tại dai dẳng, sau này thành nước Sở. Bộ tộc Tần ở phía Tây sau này bành trướng thành nhà Tần diệt Lục quốc, lập đế chế Tần. Diệt nhà Tần, Lưu Bang người Việt nước Sở lập nhà Hán, xưng là Hoa Hạ, một sự trớ trêu của lịch sử!

Do không cập nhật tài liệu, cuốn LSVN I vẫn theo những quan niệm sai lầm của thế kỷ XX, cho người Hán từ phía Tây xâm nhập Nam Hoàng Hà, làm nên dân tộc Hán, dẫn tới việc cho rằng người Việt bị Hán hóa trong quá trình lịch sử.

5. Sự hình thành dân cư Việt Nam.

Từ 70.000 năm trước, hai đại chủng người tiền sử Australoid và Mongoloid từ châu Phi tới Việt Nam, hòa huyết sinh ra bốn chủng Indonesian, Melanesian, Vedoid và Negritoid. Trong quá trình chung sống, hai chủng da đen Vedoid và Negritoid gần như biến mất. Hai chủng Indonesian và Melanesian còn lại do người đa số Indonesian (được gọi là Lạc Việt) giữ vai trò lãnh đạo về ngôn ngữ và xã hội. 40.000 năm trước, người từ Việt Nam đi lên khai phá Hoa lục. 7.000 năm trước, do tiếp xúc với người Mông Cổ phương Bắc, tại Nam Hoàng Hà, người lai Mông-Việt mang mã di truyền Mongoloid phương Nam (South Mongoloid) ra đời. Được sinh ra trên đất Việt, bú sữa mẹ Việt và sống trong văn hóa Việt, người Mongoloid phương Nam trở thành chủng người Việt mới, là chủ nhân của văn hóa Ngưỡng Thiều và lưu vực Hoàng Hà. Do cuộc xâm lăng của người Mông Cổ năm 2698 TCN, người Lạc Việt Mongoloid phương Nam di cư xuống phía Nam, tới Việt Nam và Đông Nam Á, mang nguồn gen Mông Cổ về chuyển hóa dân cư Việt Nam và Đông Nam Á sang chủng Mongoloid phương Nam [2]. Như vậy là, có hai giai đoạn hình thành người Việt: ban đầu là người Việt cổ, mã di truyền Australoid. Tới 7000 năm trước bắt đầu chuyển hóa sang chủng Mongoloid phương Nam, được gọi là người Việt hiện đại. Khoảng 2000 năm TCN, sự chuyển hóa hoàn tất. Người Mongoloid phương Nam (sau này gọi là Nam Á) trở thành chủ thể dân cư Việt Nam cũng như Đông Nam Á. Như vậy, từ 2000 năm TCN, người Việt Nam và người Trung Quốc cùng một chủng tộc Mongoloid phương Nam. Người Việt Nam có chỉ số đa dạng sinh học cao nhất trong dân cư châu Á, có nghĩa người Việt Nam là dân cư cổ xưa nhất ở châu Á.

Cuốn LSVN I không có những tri thức này nên không xác định được quá trình hình thành của người Việt.

6. Sự hình thành người Kinh.

Quan niệm phổ cập hiện nay cho rằng, từ cộng đồng Tiền

Việt Mường khi tiếp xúc với nhóm Thái cổ hình thành hai dân tộc Việt (Kinh) và Mường. "Việt Nam có 54 dân tộc". Trong đó dân tộc Việt (Kinh) là đa số, còn lại là các dân tộc thiểu số.

Tuy nhiên, trên thực tế, tình trạng dân cư trên đất Việt Nam như sau: từ 2000 năm TCN, dân cư trên đất Việt Nam là chủng người duy nhất Mongoloid phương Nam, gồm hai thành phần: người Mongoloid phương Nam điển hình, chủ yếu sống ở Bắc Bộ và dạng Indonesian hiện đại của chủng Mongoloid phương Nam, sống ở phía Nam Trung Bộ trở xuống.

Khoảng 300 năm TCN, đồng bằng sông Hồng hình thành, những người năng động nhất, giỏi giang nhất trong các bộ tộc Việt từ Đông Dương và Nam Dương Tử kéo về khai phá đất mới. Do cùng huyết thống, ngôn ngữ và văn hóa nên giữa các nhóm người không có mâu thuẫn sắc tộc. Trong những người từ Nam Dương Tử trở về có người Tày-Thái, Hakka, người nước Sở, người nước Việt, người Hán… là di duệ của người Việt đi khai phá Trung Hoa từ xa xưa nên khi về Việt Nam là trở về đất tổ của mình. Do sống lâu dài ở Trung Nguyên, trong vương triều Chu, Hán nên ngôn ngữ của họ chuyển sang đơn âm và hữu thanh. Tiếng nói này dần lan tỏa ra trở thành ngôn ngữ chung của cả đồng bằng. Cùng với tiếng nói là những yếu tố tiến bộ về xã hội và sản xuất tiếp thu được ở vùng đất mở giao lưu với bên ngoài khiến cho người đồng bằng sông Hồng trở thành sắc tộc mới, được gọi là người Kinh. Trong khi đó những cộng đồng người Việt vẫn sống ở rừng núi dần trở thành những sắc dân thiểu số. Do được hình thành như vậy nên người Kinh trở thành cộng đồng chủ thể của dân tộc Việt. Quan niệm phổ cập cho rằng chỉ người Kinh mới là người Việt còn các sắc dân khác không phải người Việt mà là "các dân tộc thiểu số" là sai lầm.

7. Về văn hóa Việt Nam

Sách LSVN I cho rằng, Việt Nam nằm trên ngã tư đường giao thông của khu vực nên có sự giao lưu tiếp biến văn hóa của các dân cư khác mà đặc biệt là Ấn Độ và Trung Hoa.

Trong khi đó thực tế văn hóa Việt được hình thành như sau: Trong 70.000 năm sống ở phương Đông, người Việt đã sáng tạo nền văn hóa nông nghiệp rực rỡ: chế tác công cụ đá mới, thuần hóa giống kê, giống lúa, các giống khoai và rau đậu, gà, chó và lợn... đồng thời sáng tạo công cụ sản xuất và sinh hoạt. Từ 20.000 năm trước, sau khi sáng tạo công cụ đá mới Hòa Bình, người Việt mang tộc danh Người Việt bộ Qua. Sau khi làm chủ nông nghiệp lúa nước, người Việt có tộc danh Việt bộ Mễ. Khi sáng tạo công cụ bằng đồng, người Việt mang tộc danh Việt bộ Tẩu. Tại văn hóa Giả Hồ 9000 năm trước, người Việt sáng tạo chữ tượng hình đầu tiên. Từ 5300 năm trước người Việt thành lập nhà nước lớn và sớm nhất ở phương Đông. Có đủ cơ sở để khẳng định, đó là nhà nước Xích Quỷ trong truyền thuyết. Về văn hóa phi vật thể, tiếng Việt là chủ thể làm nên tiếng nói Trung Hoa. Người Việt sáng tạo chữ tượng hình, về sau là chủ thể của chữ viết Trung Hoa. Người Việt cũng sáng tạo kinh Thi, kinh Nhạc, kinh Lễ, kinh Dịch... Những thành tựu văn hóa rực rỡ trên đất Trung Hoa đều được khởi nguồn sừ sự sáng tạo của người Việt.

Do có quá trình người Việt đi lên khai phá Hoa lục rồi sau đó trở về xây dựng Việt Nam nên văn hóa Việt Nam kế thừa toàn bộ nền văn hóa do người Việt sáng tạo ở Hoa lục cũng như tại đất Việt Nam.

8. Quan niệm về lịch sử Việt Nam

a. Do người từ Việt Nam đi lên khai phá Hoa lục rồi sau đó trở về xây dựng nước Việt Nam nên lịch sử Việt Nam bao gồm cả lịch sử người Việt từ khi đi lên khai phá Hoa lục đến khi trở về Việt Nam. Như vậy, có thể khẳng định, thời Tiền sử của Việt Nam bắt đầu 70.000 năm trước, khi tổ tiên từ châu Phi đặt chân tới đất nước ta. Đồng thời khẳng định lịch sử đất nước ta bắt đầu từ 5.300 năm trước, khi nhà nước Xích Quỷ của họ Hồng Bàng được thành lập tại kinh đô Lương Chử.

b.Lịch sử một dân tộc là lịch sử của cộng đồng chủ thể làm

nên dân tộc đó. Do người Kinh với số lượng đông nhất, có nền văn hóa tiến bộ nhất, trở thành chủ thể của dân tộc Việt Nam nên cũng là chủ thể của lịch sử Việt Nam.

9. Quan niệm về Bách Việt

Sách LSVN I cho rằng Bách Việt là trăm tộc Việt từng sống ở phía Nam dương Tử và là nguồn cội của dân tộc Việt Nam.

Tuy nhiên, từ cổ thư và những khám phá di truyền học mới nhất, chúng tôi phát hiện: Năm 333 TCN, nước Sở diệt nước Việt. Con cháu của vua nước Việt theo lãnh địa của mình đứng lên lập những tiểu quốc, cùng tuân phục nước Sở, được Lã thị Xuân Thu lần đầu tiên gọi là Bách Việt với ý nghĩa nhiều nước Việt ở Nam Dương Tử. Bách Việt chỉ tồn tại hơn 200 năm, từ năm 333 tới năm 111 TCN là năm nước Nam Việt bị tiêu diệt. Từ sự xuất hiện và suy tàn như vậy, nên Bách Việt không phải là trăm tộc Việt và cũng không phải là cội nguồn của dân tộc Việt Nam. Tới nay, điều này càng rõ: cội nguồn của dân tộc Việt là người Lạc Việt xuất hiện trên đất Việt Nam từ 70.000 năm trước

10. Về nguồn gốc của Thục Phán

Trong sách LSVN I, các tác giả cho rằng, Thục Phán là một tộc trưởng người Tày Cao Bằng. Tuy nhiên ý tưởng như vậy thiếu thuyết phục vì lẽ nó bỏ qua những tư liệu thành văn giá trị như Hoa dương quốc chí, Hoài Nam Tử… cho rằng Thục Phán thuộc dòng họ Khai Minh nước Thục. Một số tác giả khác như Bình Nguyên Lộc cho rằng, người Thục là một bộ phận của tộc Lạc Việt sống từ xưa ở phía Tây Nam Trung Quốc. Từ giải mã tài liệu di truyền cho thấy, người Thục là nhánh Tày-Thái của tộc Lạc Việt, mang mã di truyền Haplogroup O1 (Y-DNA) sống từ xa xưa ở Tây Nam Trung Quốc. Trên địa phận Ba Thục, những bộ tộc Tày-Thái đã xây dựng vương quốc cổ cùng thời với nhà nước Xích Quỷ. Sau thời gian dài tan rã, khoảng thế kỷ 16 TCN, họ Khai Minh dựng nhà nước Thục rất văn minh, do Tàm

Tùng đứng đầu. Năm 316 TCN nhà Tần diệt nước Thục, con cháu vua Thục chạy xuống ở nhờ đất Văn Lang. Vốn cùng huyết thống, tiếng nói và văn hóa nên tập đoàn vương thất nhà Thục thu phục được các tù trưởng địa phương, lập nước Nam Cương. Sau khi đánh thắng quân xâm lược Tần, Thục Phán chiếm ngôi vua Hùng, lập nước Âu Lạc. Đây là những tranh chấp trong nội bộ người Việt để tiến tới lập nhà nước lớn mạnh hơn.

Như vậy Thục Phán là hậu duệ của tộc Lạc Việt từ Việt Nam đi lên khai phá đất Trung Hoa, lập nước Thục. Khi nước Thục bị hại, ông dẫn vương triều lưu vong chạy về đất Văn Lang. Do tài năng, ông lãnh đạo các bộ tộc người Việt ở phía Bắc Việt Nam đánh thắng quân Tần sau đó sáp nhập Văn Lang thành Âu Lạc. Âu lạc là quốc gia đầu tiên của người Việt thời có sử.

11. Triệu Đà và nước Nam Việt.

Cuốn LSVN I cho rằng Triệu Đà là người Hán, được nhà Tần cử xuống đánh Lĩnh Nam. Nhân cơ hội nhà Tần suy bại, Triệu Đà lập nhà nước cát cứ rồi xâm lược Âu Lạc. Tuy nhiên, từ khảo cứu của mình, chúng tôi phát hiện Triệu Đà thuộc bộ tộc Tần, là nhánh Tày Thái người Lạc Việt. Thời Xuân Thu, tổ tiên Triệu Đà họ Doanh đi lên Nam Hoàng Hà, nhập nước Tấn. Có công phụ giúp các công tử nước Tấn, được phong Triệu Thành nên mang họ Triệu. Cuối thời Xuân Thu, họ Triệu bành trướng thế lực, cùng Hàn và Ngụy chia nước Tấn làm ba, lập nước Triệu. Khi nhà Tần diệt nước Triệu, Triệu Đà 20 tuổi xung lính đi dánh Lĩnh Nam. Khi nhà Tần diệt vong, ông lập nước Nam Việt. Như vậy, cũng như Thục Phán, Triệu Đà là người Việt khi xuống Lĩnh Nam, ông trở về quê hương xa xưa của mình. Khi điều kiện cho phép, ông lãnh đạo đồng bào người Việt lập quốc, chống lại nhà Hán. Việc ông chiếm Âu Lạc lập nước Nam Việt cũng giống như Thục Phán lập nước Âu Lạc, hoàn toàn không phải là xâm lược. Chính quyền do ông thành lập là nhà nước của người Lạc Việt, hoàn toàn không phải là chính quyền cát cứ.

Cho rằng Triệu Đà lập vương quốc cát cứ, xâm lăng Âu Lạc rồi trục xuất nhà Triệu khỏi Sử Việt là cách nhìn sai lầm, phản dân tộc.

12. Về các vương quốc cổ ở phía Nam Việt Nam.

Cuốn LSVN I bao gồm lịch sử các quốc gia cổ Lâm Ấp-Chiêm Thành, Phù Nam vào lịch sử Việt Nam. Đó là việc làm đúng. Tuy nhiên các tác giả chưa lý giải rõ về nguồn gốc dân cư và văn hóa các quốc gia này.

Trên thực tế, dân cư trên toàn bộ Đông Dương bao gồm cả Thái Lan, Myanmar, cùng với Mã Lai, Indonesia là người Việt. Cho đến vài thế kỷ trước Công nguyên, do chung cội nguồn, huyết thống, tiếng nói và văn hóa, họ quy thuộc về Văn Lang của các Vua Hùng. Bằng chứng là các vua Hùng đã trao cho họ trống Đông Sơn như một thứ quyền trượng. Nhưng một hai thế kỷ trước Công nguyên, sau khi Văn Lang diệt vong và nhất là sau khi Việt Nam bị phương Bắc chiếm đóng, mối liên kết truyền thống của Việt Nam với phía Nam bị đứt đoạn. Lực hướng tâm không còn, các thủ lĩnh khu vực theo chiều hướng chung đứng lên lập nhà nước riêng. Những quốc gia cổ ra đời. Do hấp lực của văn hóa Ấn Độ, các nhà nước này theo chính trị Ấn Độ và đem văn hóa Ấn phủ lên nền tảng văn hóa Lạc Việt. Trong quá trình lịch sử, giữa các quốc gia của người Việt trong vùng liên tục có tranh chấp lãnh thổ. Biên giới như hiện nay là kết quả của những sự tương nhượng và được xác lập bởi công pháp quốc tế. Mọi ý tưởng về "quyền sở hữu lịch sử" là phi lịch sử và không có cơ sở thực tế. Từ lịch sử như vậy, các quốc gia cổ phía Nam cần được bao gồm trong lịch sử Việt Nam trong quan hệ cùng chủng tộc và văn hóa.

13. Lịch sử Việt Nam có chế độ phong kiến không?

Trong LSVN tập I, các tác giả nhiều lần nói tới thuật ngữ "chế độ phong kiến" ở Việt Nam. Chúng tôi nhận thấy cần có sự đánh giá lại quan niệm này. Trên báo Phụ nữ tân văn, Sài

Gòn, số 268 (29 Novembre 1934) học giả Phan Khôi khẳng định "Lịch sử nước ta không có chế độ phong kiến." Trong cuốn Lịch sử Việt Nam từ nguồn gốc đến giữa thế kỷ XX, sử gia Lê Thành Khôi cũng biện bác rất có lý rằng Việt Nam cũng như Trung Quốc thời Trung đại không hề có chế độ phong kiến với đặc trưng bản chất của nó là "phong hầu kiến địa." Từ khảo cứu của mình, chúng tôi cho rằng nhận định của những học giả trên hoàn toàn chính xác. Do vậy, cần xóa bỏ quan niệm "chế độ phong kiến" trong lịch sử Việt Nam để nhìn nhận lịch sử đúng với sự thực.

14. Những "người Trung Quốc tới làm vua Việt Nam" là ai?

Có một số người từ Trung Quốc sang cư trú tại Việt Nam rồi sau đó con cháu họ làm vua đất Việt. Tuy ghi nhận điều này nhưng trong tâm trạng người Việt Nam là sự phân vân của mặc cảm tự ty: người Trung Quốc lại làm vua nước mình! Tuy nhiên nay ta biết rằng, từ Thục An dương Vương, Triệu Vũ Đế đến Lý Bí, rồi nhà Lý, nhà Trần… đều là người Việt mà tổ tiên xưa từ Việt Nam đi lên khai phá Hoa lục. Trong điều kiện lịch sử nhất định đã trở về đất tổ. Nhờ tài năng và đức độ đã trở thành những vị vua của Việt Nam. Khi nhận ra sự thực này, chúng ta xóa đi mặc cảm tự ty, trở nên yên tâm và tự hào về dòng giống cùng lịch sử của mình.

15. Hoa Việt đồng văn đồng chủng.

Từ thơ ấu, nghe các cụ ở quê nói "Hoa Việt đồng văn đồng chủng," quả tình tôi không hiểu nổi. Nay, từ khám phá tới tận cùng lịch sử phương Đông, thì điều này được khẳng định. Tuy nhiên, khác với cách hiểu trước đây cho rằng người Hán đồng hóa người Việt, người Việt bắt chước người Hán từ tiếng nói tới chữ viết. Nay là sự thật trái ngược: Người Việt và người Hoa cùng một nguồn gốc và văn hóa. Người Hán là con cháu từ xa xưa của người Việt. Tiếng Việt là nguồn gốc của tiếng nói Trung Hoa. Chữ Việt là chủ thể tạo nên chữ Trung Hoa. Những thành tựu văn hóa rực rỡ trên đất Trung Hoa đều do người Việt sáng tạo.

Nhìn chung, sách LSVN I phần nhiều chép lại những tư liệu từ những cuốn sử hình thành trong thế kỷ XX. Dựa vào cổ thư Trung Hoa và khảo cứu của Viễn Đông Bác cổ, chiều hướng của lịch sử phương Đông được xác định là: Từ Tây Tạng, người Hán vào Nam Hoàng Hà xây dựng văn minh Hoa Hạ sau đó mang văn minh Hoa Hạ khai hóa các sắc dân man di phương Nam. Dân tộc Việt Nam bị Hán hóa cả về nòi giống và văn hóa.

Nhưng sang thế kỷ XXI, khoa học khám phá sự thực ngược lại: người Khôn ngoan từ Châu Phi di cư tới Việt Nam sinh ra người Việt rồi từ Việt Nam, người Việt đi lên khai phá Hoa lục. Vài năm trước, những học giả Trung Quốc kiên định nhất cũng buộc phải chấp nhận sự thực này: Người Trung Quốc không phải do người Bắc Kinh (Homo peikinensis) sinh ra mà từ phương Nam lên. Đồng bằng miền Trung Hoàng Hà không còn là cội nguồn của văn minh Trung Hoa mà thay bằng "văn hóa Lương Chử là cội nguồn của văn minh Trung Quốc!"Dù có "nhị thập tứ sử" thì tới nay lịch sử Trung Quốc buộc phải viết lại. Và như sự tất yếu của số phận, lịch sử Việt Nam cũng phải viết lại. Từ khảo cứu của mình, chúng tôi phát hiện, 15 vấn đề nêu trên là những vấn đề nền tảng của lịch sử Việt Nam trước đây bị hiểu lầm nay nhờ ánh sáng mới của khoa học đã được làm rõ.

Do những vấn đề nền tảng trên chưa được giải quyết thấu đáo trong cuốn LSVN I nên tất yếu, cuốn sách này cần được viết lại. Điều này cũng có nghĩa là cuốn Lịch sử Việt Nam 15 tập của Viện Sử học cần được viết lại. Khi những vấn đề mang tính nền tảng nêu trên chưa được xác lập thì mọi cuốn sử viết trên cơ sở đó chỉ là lâu đài xây trên cát.

Sài Gòn, tháng 12. 2017

1. Claude-Lévi-Strauss. Tristes tropiques, Paris Plon, 1955, tr.269 và 264-265 (dẫn theo Trần Quốc Vượng- Suy nghĩ đôi điều về văn hóa Việt Nam.)
2. Nguyễn Đình Khoa. Nhân chủng học Đông Nam Á. NXB DH&THCN. H, 1983

AI LÀ CHỦ NHÂN CỦA KINH DỊCH?

Hàng nghìn năm, không chỉ phương Đông mà cả thế giới tin rằng, người Trung Quốc đã làm ra Kinh Dịch. Chữ vuông của người Trung Quốc, những bản Dịch sớm nhất được viết bằng chữ vuông là chứng cứ bất khả tranh biện xác nhận người Trung Quốc là chủ nhân của kinh Dịch. Một niềm tin như lẽ đương nhiên, như Mặt trời mọc hàng ngày… Nhưng vào những năm 1970 của thế kỷ XX, một học giả người Việt Nam, giáo sư Lương Kim Định tuyên bố: "Không chỉ chữ vuông mà Kinh Thi, Kinh Dịch cùng nhiều thành tựu văn hóa khác của phương Đông cũng là sản phẩm của người Việt." Ngay lập tức, không phải người Trung Quốc mà từ cộng đồng Việt dậy lên làn sóng phản đối một ý tưởng điên rồ, báng bổ lương tri, làm xấu hổ dân tộc! Nhưng nửa thế kỷ đi qua, xuất hiện ngày càng nhiều thêm những người tin theo vị linh mục. Trong khi người Trung Quốc im lặng cười nửa miệng thì cuộc tranh cãi về chủ nhân Kinh Dịch giữa các học giả người Việt dường như không hồi kết.

Lịch sử, văn hóa là sản phẩm hoạt động xã hội của cộng đồng người trong quá khứ. Muốn xác định một sản phẩm văn hóa của cộng đồng nào, trước hết cần xác định cộng đồng đó là ai, có gốc gác ra sao và trải một quá trình như thế nào để xuất hiện tại thời điểm nghiên cứu. Do vậy, về mặt nguyên tắc, muốn biết Kinh Dịch của người Hoa hay người Việt, cần phải phân định rõ người Hoa là ai? Người Việt là ai?

Bài viết này đưa ra một cách lý giải giản dị nhất, ngắn gọn nhất, xác đáng nhất cho thấy ai là chủ nhân kinh Dịch

Từ 2000 năm trước, cổ sử phương Đông cho rằng, dân tộc Hán phát tích ở đồng bằng miền Trung Hoàng Hà, tạo dựng văn minh Hoa Hạ. Sau đó đem văn minh Hoa Hạ khai hóa các sắc dân man di phương Nam. Từ lịch sử hình thành như vậy, những thành tựu lớn của văn minh phương Đông đều được quy công cho người Hán. Vào thời hiện đại, ý tưởng trên được củng cố bằng những khám phá của học giả phương Tây: "Người Hán từ phía Tây xâm nhập đồng bằng miền Trung Hoàng Hà, chinh phục và đẩy lùi các sắc dân bản địa bán khai, xây dựng vương quốc vĩ đại với nền văn hóa rực rỡ." Từ chiều hướng hình thành của con người và lịch sử như vậy, văn hóa Trung Quốc đồng nghĩa với văn minh phương Đông. Cố nhiên những thành tựu của văn hóa phương Đông đều do người Trung Quốc sáng tạo.

Nhưng sang thế kỷ XXI, sinh học phân tử đã lật đổ những tín điều tưởng như vĩnh cửu đó, bằng khám phá sự thật chưa từng biết.

Khảo cổ học phát hiện tại trấn Bộc Dương tỉnh Hà Nam ngôi mộ số 45, có tuổi 6.500 năm. Khảo sát ngôi mộ cho thấy, tới lúc này, người Việt đã có quan niệm trời tròn, đất vuông; đã nắm vững thiên văn, địa lý, phong thủy và trưởng thành về Dịch lý. Kết hợp hiện trạng ngôi mộ với truyền thuyết, học giả Trung quốc cho rằng đó là mộ của Phục Hy, người làm ra kinh Dịch. Chúng tôi cho rằng đó là khám phá quan trọng, có độ khả tín cao, phù hợp với thực tế. Như vậy là, từ khoảng 6.500 năm trước, Dịch lý đã được hoàn chỉnh, dưới dạng cuốn kinh vô tự gồm tám quẻ đơn và 64 quẻ kép cùng với Hà đồ, Lạc thư. Dịch lý trở thành tài sản chung của người Việt. Tại mỗi cộng đồng xuất hiện những nhà thông tuệ dùng cuốn sách với những ký hiệu để suy ngẫm về vũ trụ, nhân sinh và thực hành khoa học dự báo. Do vào thời điểm này, trên địa bàn Đông Á chỉ có duy nhất người Việt nên hoàn toàn khẳng định Dịch lý là sản phẩm của người Việt.

Tới đây một câu hỏi cần được trả lời: Dịch lý được tạo ra như thế nào? Đó là câu hỏi khó, xuất hiện từ xa xưa mà chưa có lời đáp. Để trả lời câu hỏi này, chỉ có thể gom nhặt những dấu vết mờ ảo, vụn vặt còn lại trong ký ức cộng đồng. Ta biết, yếu tố đầu tiên và là nền tảng của Dịch lý là Âm và Dương. Nay Âm Dương quá phổ biến trong dân gian nhưng ai biết được lần đầu tiên xuất hiện khi nào? Khảo sát những hòn đá đẽo thô sơ của văn hóa Hòa Bình 20.000 năm trước, các học giả phát hiện, trên một số hòn có hai vệt song song được khắc chìm. Suy ngẫm nhiều mà không tìm được công dụng thực tế của chúng, các học giả xếp vào "vật tồn nghi"rồi đặt tên là "dấu Hòa Bình". Gặp tại văn hóa Bắc Sơn nhiều hơn những hòn đá mài với hai vết khắc tương tự, các học giả gọi là "dấu Bắc Sơn,"như một chỉ dấu của nền văn hóa này. Tuy nhiên vẫn không ai hiểu ý nghĩa của cái "dấu" đó là gì! Rồi vào thập kỷ 1970, giáo sư Lương Kim Định đưa ra thuyết: hai vạch khắc chìm đó là biểu trưng của Âm-Dương, của quan niệm song trùng lưỡng hợp (dual unit) một mà hai, hai mà một, trong Âm có Dương, trong Dương có Âm. Tới nay chưa ai đưa ra lý lẽ khẳng định hay bác bỏ thuyết này. Chúng tôi chấp nhận giả thuyết của Kim Định và cho rằng, muộn nhất, thời văn hóa Hòa Bình, khoảng 20.000 năm trước, người Việt đã hình thành quan niệm Âm Dương. Bằng chứng khác về xuất hiện của Dich lý là Thập can, Thập nhị chi và Bát quái. Giáp, Ất, Bính, Đinh, Mậu, Kỷ, Canh, Tân, Nhâm quý rồi Tý, Sửu, Dần, Mão,Thìn, Tỵ, Ngọ, Mùi, Thân, Dậu, Tuất, Hợi và Càn, Đoài, Cấn, Chấn, Tốn, Khôn, Ly, Đoài là những "vật liệu"ngôn từ cơ bản làm nên kinh Dịch. Thời gian dài, được cho là những từ do người Trung Quốc tạo ra để làm nên kinh Dịch. Nhưng những năm gần đây, nhiều tác giả đã chứng minh những từ đó là thuần Việt. Một khi những "vật liệu" rất cơ bản làm nên Kinh Dịch là của người Việt thì đó là chỉ dấu cho rằng ít nhất người Việt là người đầu tiên khởi thảo kinh Dịch. Những bằng chứng trên cho thấy, từ xa xưa, bằng sự kiên trì và liên tục, người Việt đã sáng tạo ra kinh Dịch. Vào 6500 năm trước kinh Dịch hình thành. Việc phát hiện nhà nước phương Đông lớn và tiến bộ tại Lương Chử vùng Thái Hồ 5300 năm trước đã cho thấy thêm phạm vi hoạt động cũng như tầm mức văn hóa của người Việt, chủ nhân của Đông Á.

Năm 2698 TCN một sự kiện lớn xảy ra, tạo bước ngoặt quan trọng trong lịch sử phương Đông. Đó là việc họ Hiên Viên dẫn đầu liên minh các bộ lạc Mông Cổ đánh chiếm miền Trung Hoàng Hà của người Việt, lập vương triều Hoàng Đế. Tuy chiến thắng quân sự nhưng do nhân lực ít và văn hóa chưa phát triển, lại gặp sức kháng cự dai dẳng của người Việt khiến cho người Mông Cổ khôn khéo thực hiện chế độ cai trị mềm dẻo để thu phục người Việt. Do sống chung hòa thuận, hôn phối Mông-Việt xảy ra, lứa con lai Mông -Việt ra đời, tự nhận là Hoa Hạ. Cho đến nay không ít người lầm lẫn cho rằng Hoa Hạ là một dân tộc. Tuy nhiên, thực tế cho thấy, trong gia tộc Hoàng Đế, gen Mông Cổ chỉ tồn tại được ba đời là Hoàng Đế, Chuyên Húc và Thiếu Hạo. Đời thư tư Đế Khốc đã chuyển sang gen Việt. Sau Đế Khốc thì Đế Nghiêu càng Việt hơn. Tới Thuấn và Vũ, vì chế độ truyền hiền nên hoàn toàn là Việt. Do lịch sử như vậy nên Hoa Hạ chỉ là lớp con lai xuất hiện một thời gian ngắn ngủi rồi hòa tan trong cộng đồng Việt đông đảo. Nhờ chính trị tốt đẹp, người Việt chiếm đại đa số dân cư, đem hết tâm lực cống hiến cho vương triều. Thiên văn, địa lý, phong thủy được áp dụng. Dịch lý được người Việt đưa vào triều đình. Ta từng nghe nói sách Tam phần mở đầu Thượng Thư bị Khổng Tử loại bỏ khi san định kinh Thư thì chính đó là "Tam Phần Thư" gồm có Sơn phần là Liên Sơn Dịch của Thiên hoàng, họ Phục Hy. Khí phần là Quy tàng Dịch của Nhân hoàng, họ Thần Nông. Hình phần là Kiền Khôn Dịch của Địa hoàng họ Hoàng đế. Mỗi bộ Dịch đều có 8 quẻ; dưới mỗi quẻ lại đều có 7 quẻ nữa, tổng cộng 8 x 8 = 64 quẻ. Như vây Tam phần là Dịch thời Tam Hoàng, có 64 quẻ, gọi là: "Quân, Thần, Dân, Vật, Âm, Dương, Binh, Tượng; Qui, Tàng, Sinh, Động, Trưởng, Dục, Chỉ, Sát; Thiên, Địa, Nhật, Nguyệt, Sơn, Xuyên, Vân, Khí" tức là Kiền, Khôn, Chấn, Tốn, Khảm, Ly, Cấn, Đoài. (1) Điều này cho thấy, vào thời Hoàng Đế, kinh Dịch vẫn được nghiên cứu, phát triển. Tuy nhiên, những cuốn Dịch này vẫn là những cuốn sách không có chữ mà được ghi bằng những ký hiệu. Chỉ đến thời Chu, khi chữ viết trưởng thành, Chu công đã theo lời truyền từ xa xưa viết thành quái từ, hào từ. Đến lượt mình, Khổng Tử viết Thập dực tạo nên cuốn Chu dịch.

Phân tích trên cho thấy, từ xa xưa người Việt đã âm thầm khám phá Dịch lý, từ hai yếu tố Âm Dương đến Thiên can, Địa chi, Bát quái và làm ra sách Dịch vào 6500 năm trước. Khi Hiên Viên đưa người Mông Cổ vào chiếm miền Trung Hoàng Hà lập nhà nước Hoàng Đế thì cộng đồng Việt bị phân chia. Bộ phận nhỏ thuộc vương triều Hoàng Đế. Phần còn lại là các bộ tộc hay nhà nước độc lập của người Việt. Dịch lý tiếp tục được sử dụng và hoàn thiện trong cả hai cộng đồng Việt này. Do có nhà nước quân chủ mạnh, trong 200 năm (1500 – 1300 TCN), nhà Ân đã hoàn thiện Giáp cốt văn của người Việt thành chữ vuông. Sang thời Chu, cuốn "kinh vô tự"được văn bản hóa thành Chu Dịch. Do nhà nước Hoàng Đế tách biệt với cộng đồng Việt còn lại, tạo thành thực thể hành chính lâu dài dẫn tới sự hiểu lầm rằng người Hán là một dân tộc khác, từ phương Tây du nhập. Do vậy những thành tựu văn hóa phương Đông được lưu giữ trong nhà nước Trung Hoa, trong đó có kinh Dịch được cho là sản phẩm của người Trung Quốc.

Tuy nhiên, phân tích trên cho thấy, kinh Dịch là sản phẩm của người Việt, trong đó có công của người Việt sống trong nhà nước Trung Hoa đã văn bản hóa kinh Dịch thành Chu Dịch. Người Hán là một nhánh con cháu của người Việt, ra đời khoảng 7000 năm trước nên không thể làm ra kinh Dịch. Người Hoa Hạ xuất hiện muộn hơn, khoảng năm 2698 TCN nên càng không phải là chủ nhân kinh Dịch.

Trước đây do hiểu biết hạn chế về lịch sử hình thành dân cư phương Đông nên cho rằng người Hán làm ra kinh Dịch. Đó là sai lầm lớn của quá khứ, cần được nhận thức lại để "cái gì của Saesa trả lại cho Saesa." Thời gian gần đây xuất hiện quan niệm

"Người Hán ăn cắp kinh Dịch của người Việt." Đấy lại là sai lầm khác. Thực tế lịch sử cho thấy, không phải ăn cắp của người Việt mà người Hán là bộ phận người Việt sống trong nhà nước Hoàng Đế đã kế thừa Dịch lý từ tổ tiên và góp công sức lớn tạo thành bản kinh như hiện nay.

Sài Gòn, 24.11.2019

Tài liệu tham khảo:

1. Lý Quá: Tây Khê Dịch thuyết. Tứ khố toàn thư trân bản. Thương vụ ấn quán, Thượng Hải, bài tựa, quyển 1, trang 5,6,7. (Dẫn theo Nguyễn Hữu Lương - Kinh Dịch với vũ trụ quan phương Đông. Nha tuyên uý Phật giáo. Sài Gòn 1971, trang 421)

DỊCH LÝ TRONG NGÔI MỘ CỔ

Tháng Năm 1987, các nhà khảo cổ Trung Quốc phát hiện khu mộ cổ tại dốc Tây Thủy, thành phố Bộc Dương tỉnh Hà Nam. Khu mộ có 45 ngôi. Ngôi số 45 được khảo sát đặc biệt. Định tuổi bằng C14, ngôi mộ có niên đại khoảng 6500 năm (6460+/- 135), thuộc trung kỳ văn hóa Ngưỡng Thiều. Đầu mộ quay về hướng nam, chân phía bắc, phía đông là một con rồng ghép bằng vỏ sò, có móng vuốt, sống động như thật; phía tây của nó giống như một con hổ bằng vỏ sò, đầu lặng lẽ, uy nghi; phần bụng con hổ ghép bằng vỏ sò có hình giống hoa mai.

Ngôi mộ số 45 có ba người tuẫn táng ở ba hướng Đông, Tây, Bắc, được chôn theo một độ xiên nhất định. Kiểm tra các bộ xương cho thấy những người tuẫn táng trong độ tuổi từ 12 tới 16, đầu của họ có dấu vết đâm, chứng tỏ là những cái chết không tự nhiên. Dưới chân mộ chủ có hình tam giác và hai ống xương chày trẻ em lấy từ ngôi mộ số 31.

Sau khi phát hiện báu vật, Trung Quốc đã xây nhà bảo tàng lớn để trưng bày khu mộ này.

Ông Từ Thiều Sam, nhà phong thủy từng nghiên cứu ngôi mộ đưa ra nhận định sau:

"1. Mộ Bộc Dương số 45 có hình thanh long bạch hổ và 28 địa điểm đồ hình tương ứng với đồ hình *thanh long, bạch hổ, (cho thấy) thanh long, bạch hổ đồ của mộ Bộc Dương số 45 là*

tứ tượng đồ. Theo hình dạng và kích thước của thanh long, bạch hổ trong mộ Bộc Dương 45 thấy bảy con số phù hợp vị trí có thể được xác định 28 địa điểm đã được thiết lập tại thời điểm chôn cất.

2. Xa nhất về phương nam theo hướng tý ngọ (Bắc Nam) của mộ 45 là mộ số 31. Chủ nhân mộ số 31 ở phía cực nam là một đồng nữ, là thần Hạ chí. Ba nạn nhân hiến tế trong mộ 45 thì một là biểu tượng của thần Xuân phân (phía Đông, đồng nam), thần Thu phân (phía Tây, đồng nữ) và thần Đông chí (Bắc, đồng nam). Tại đây chu kỳ mùa được hoàn tất.

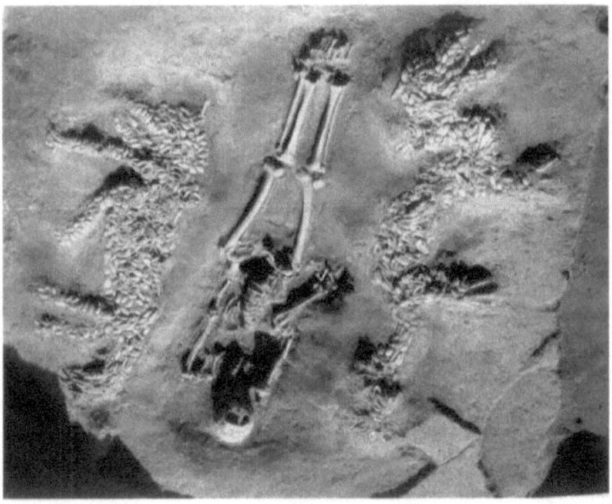

Mộ số 45

Người xưa đã có một niềm tin văn hóa rất đầy đủ: Đông, Xuân là dương, được biểu thị bằng đồng nam; Hạ, Thu là âm được biểu thị bởi đồng nữ.

3. Thứ ba, trong phần bụng con hổ bằng vỏ sò ở ngôi mộ số 45, có một loạt các vỏ sò nằm rải rác. Đống này nằm trong bụng của con hổ bằng vỏ sò, đồ hình ngọn lửa trong bụng con hổ chỉ nhằm để khẳng định lẫn nhau. Trong đồ án của ngôi mộ 45 với mô hình đồ án đối chiếu, chúng phản ánh chính xác cùng một nội dung, hình ảnh là một "bản đồ sao" (tinh đồ). Trong bụng hổ là mặt trời hình hoa mai, theo thông lệ là ngày Xuân phân.

Khái quát, ngôi mộ được sắp xếp theo tượng sao lúc hoàng hôn ngày Xuân phân.

4. Đo bằng con số ngôi mộ có sẵn BP'P = B'P'P = 24 ° 00 '. Thứ hai, những vỏ sò trong bụng con hổ có hình hoa mai là mặt trời, theo tiền lệ đó là quỹ đạo của sao vào ngày Xuân phân.

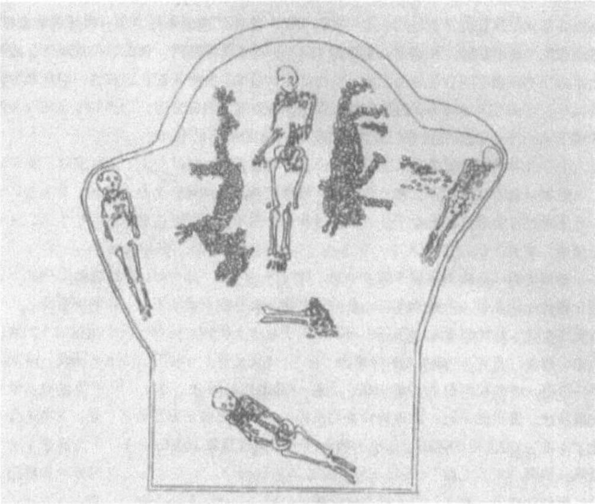

Sơ đồ ngôi mộ số 45

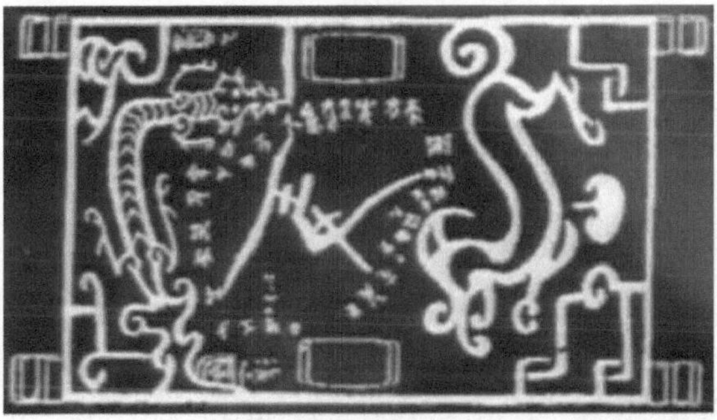

Sơ đồ phân tích mộ 45

5. Đêm quan sát sao Bắc Dẩu, ngày dựng tiêu. Dưới chân chủ nhân ngôi mộ số 45 có hình tam giác nhỏ và hai xương chày trẻ em. *Xương chày như cán của chòm Bắc Đẩu. Bắc Đẩu được người xưa dùng trong chiêm tinh học. Đêm quan sát Bắc Đẩu, ngày dựng tiêu đo* bóng. Phương pháp cắm tiêu đo hình cổ nhất là người xưa thông qua bóng trên cơ thể người thay đổi phương hướng mà dần dần học được cách thiết kế, đó là "tiêu." Do cơ thể con người, cọc tiêu và thời gian có mối quan hệ đặc biệt, vì vậy người xưa gọi là “thời gian đo đùi”, ý nghĩa của chân đùi con người. Bắc Đẩu đồ trong ngôi mộ Bộc Dương 45, *chân, tiêu và thời gian liên kết lại, phản ánh người xưa thông qua dựng tiêu đo bóng và quan trắc Bắc Đẩu để xác định thời điểm.*

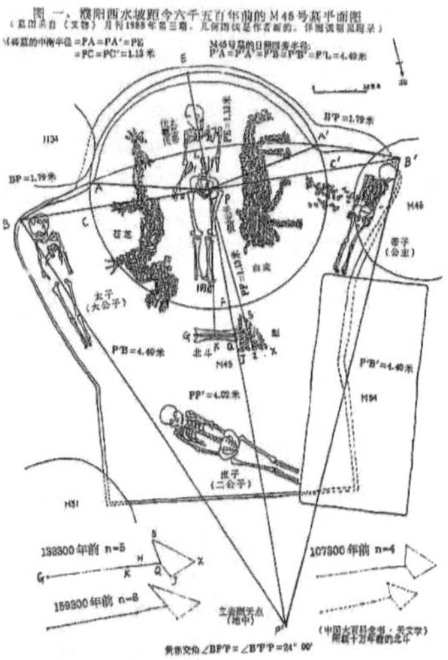

Mộ 45: thanh long bạch hổ đồ và 28 điểm tương ứng

6. Để xương chày như cán của chòm sao Bắc Đẩu, xác định bốn tượng kiến lập trên quan sát tại Bắc Đẩu.

7. Tôn thờ vật tổ của Trung Quốc tồn tại trong 6500 năm trước. Từ tính toán vị trí tứ tượng đồ tinh, người xưa tiến hành tối thiểu 100.000 quan sát chiêm tinh trước khi bắt đầu ghi chép.

8. Đây là lần đầu tiên ở Trung Quốc phát hiện bố cục âm trạch phong thủy, quyết định phương hướng phát triển của phong thủy sau này.

9. Ngôi mộ số 45 đầu hình bán nguyệt, chân mộ vuông chứng tỏ quan niệm trời tròn đất vuông đã hình thành.

10. Theo 28 địa điểm và chia ra bốn thần cho thấy 6500 năm trước đã nắm được sự vận hành của năm và sáng tạo các hệ thống thiên văn can chi.”

Ý kiến của chúng tôi:

Trước hết phải khẳng định, chủ nhân văn hóa Ngưỡng Thiều 6500 năm trước là người Việt. 40.000 năm cách nay, người Lạc Việt từ Việt Nam đi lên khai phá Trung Hoa, đã để lại những di chỉ: Động Người Tiên, với mảnh gốm đầu tiên trên thế giới 20.000 tuổi cùng hạt lúa trồng sớm nhất 12.400 năm. Tiếp đó là văn hóa Giả Hồ 9000 năm trước, Hà Mẫu Độ 7000 năm trước. Người Việt mang giống kê, giống lúa lên lưu vực Hoàng Hà. Tại vĩ độ 35, do khí hậu quá khô, cây lúa không sống được nên cây kê trở thành cây lương thực chủ yếu. Khoảng 7000 năm trước, tại trung du Hoàng Hà, người Việt tiếp xúc với người sống trên đồng cỏ bờ phía Bắc (sau này Đồng Cỏ được nói trại thành Mồng Cỏ rồi Mông Cổ), sinh ra chủng người mới Mongoloid phương Nam (South Mongoloid). Người Mongoloid phương Nam do người mẹ Việt sinh ra, sống trong dân cư văn hóa Việt, nói tiếng Việt nên là người Việt. Như vậy là, một chủng người Việt mới ra đời. Với thời gian, số lượng người Mongoloid phương Nam tăng lên, trở thành chủ nhân văn hóa trồng kê Ngưỡng Thiều, bao gồm các tỉnh Thiểm Tây, Sơn Tây, Hà Nam, Hà Bắc…

Mộ Bộc Dương số 45 với 6500 tuổi, được tạo lập gần 2000 năm trước khi Hoàng Đế ra đời (khoảng 2698 TCN) nên hoàn toàn là của người Lạc Việt. Đây là là cột mốc có ý nghĩa đặc biệt, cho thấy 6500 năm trước người Việt đã có:

1. Kiến thức thiên văn học trưởng thành. Đã hình thành quan niệm trời tròn đất vuông, khám phá sao Bắc Đẩu cùng Nhị thập bát tú trên bầu trời.

2. Đã sáng tạo can, chi, lịch pháp với những ngày tiết trong năm.

3. Từ ngôi mộ, có thể thấy các vị trí: Càn, Khảm, Cấn, Chấn, Tốn, Ly, Khôn, Đoài được xác định. Điều này chứng tỏ Bát Quái đã được xác lập

4. Đã trưởng thành về thuật phong thủy và áp dụng trong mai táng.

5. Từ những tri thức trên chứng tỏ rằng người Việt lúc này đã nắm được dịch lý. Đây là bằng chứng vững chắc khẳng định Dịch là sáng tạo của tộc Việt. Thời điểm của mộ Bộc Dương cũng trùng với thời gian xuất hiện của tổ người Việt là Phục Hy (năm 4480 TCN), là người được cho là có công "họa quái"- tức làm ra Địch. Phải chăng điều này cho thấy sự gắn bó giữa huyền thoại và thực tế?

22. 7. 2014

Tài liệu tham khảo:

徐韶杉：从阴宅风水看仰韶天文

http://www.chinahexie.org.cn/a/yishupinsheji/gudongshoucang/shoucangshichang/2011/0106/6043.html

DỊCH LÝ TRONG SÁCH CỔ CỦA ĐỒNG BÀO THỦY TỈNH QUÝ CHÂU

Một trong những thắc mắc của người nghiên cứu Dịch lý là, nếu nói người Lạc Việt làm ra Dịch, vậy thì có bộ phận nào của người Lạc Việt ghi được điều này bằng văn tự? Chúng ta đã không tìm được dẫn chứng loại này trên đất Việt bởi lẽ, ngoài quẻ Lôi thủy giải trên đồ gốm thì văn tự trên đất nước ta xuất hiện muộn, lại là chữ Hán nên không thể lấy làm bằng chứng. Tuy một số sắc tộc anh em như Thái, Mường, Chăm... có chữ cổ của mình nhưng đến nay chưa thấy công bố nghiên cứu nào về chủ đề này. Vì vậy không có cơ sở để biện bác.

Rất may là ở vùng người Choang thuộc tỉnh Quý Châu tồn tại bộ tộc Thủy. Xưa kia tổ tiên người Thủy là người Lạc Việt, chủ nhân của toàn bộ Trung Hoa. Nhưng tới thời Hán, người Thủy đã lui vào rừng sâu sinh sống, dần dần biến thành bộ tộc thiểu số, với khoảng 340.000 người. Người Thủy nói tiếng Thủy và may mắn giữ được sách Thủy (Thủy thư) viết bằng chữ Thủy (Thủy tự). Đó là loại mật thư, truyền lại từ xa xưa, được gọi là "văn tự hóa thạch sống," một tài liệu vô cùng quý giá chứa đựng tinh hoa của một nền văn hóa cổ xưa, trong đó có nói về Dịch lý.

Chúng tôi xin giới thiệu bản dịch bài Thủy thư*

"Thủy thư là chữ viết và ngôn ngữ của tộc Thủy, được gọi là "Lặc Tuy", do tiên nhân của Thủy thư truyền đời này sang

đời khác, hình dạng giống Giáp cốt, Kim văn, chủ yếu dùng để ghi lại quan niệm của tộc Thủy về thiên văn, địa lý, tôn giáo, dân tục, luân lý, triết học cùng thông tin về văn hóa.

Nghiên cứu khảo cổ mới nhất cho thấy, chữ viết của tộc Thủy và phù hiệu trên gốm đời nhà Hạ ở di chỉ Yển Sư Nhị Lý Đầu, tỉnh Hà Nam có sự tương thông. Các vị tiên sinh của Thủy thư đã đọc được tận nghĩa của sách khiến cho giới khảo cổ học nể trọng. *Tháng 3 năm 2002, Thủy thư được đưa vào "Danh mục chữ khắc ván quý của Trung Quốc."*

Thủy thư còn được gọi là "Quỷ thư", 'Phản thư", thứ nhất là do kết cấu, tuy có sự phỏng theo Hán tự nhưng lại viết ngược, viết đảo, hay cải biến phép viết tự hình của chữ Hán. Chữ của Thủy thư không giống chữ Hán về hình dạng còn cách viết thì tương phản, nay rất ít người đọc được. Hiện nay, trên thế giới, Thủy thư và Hán tự là loại văn tự duy nhất không bính âm.

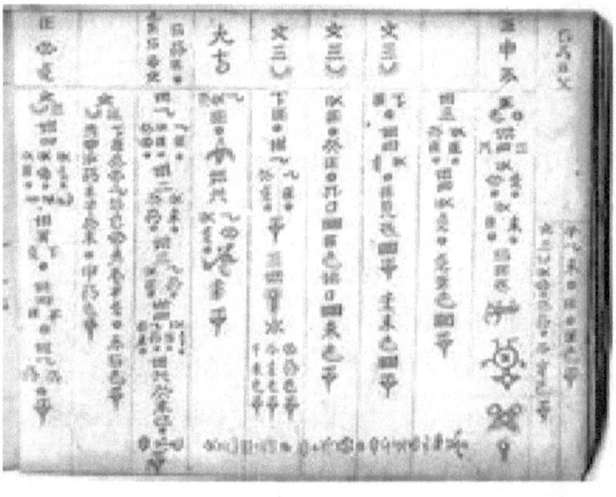

Thủy thư

Có nhiều ý kiến khác nhau về số chữ của Thủy thư. Cuốn "Thủy tộc gian sử" xuất bản năm 1986 nói có 400 chữ. Sách "Trung quốc Thủy tộc văn hóa nghiên cứu" nói khoảng 500 chữ. Các chuyên gia khảo cứu nói có hơn 2000 chữ, phát hiện chữ dị thể chủ yếu tập trung tại 12 Địa chi, Xuân, Hạ, Thu, Đông, Thiên can, cửu tinh cùng chữ đơn, biệt lệ. Trước mắt phát hiện "Dần, Mão" cùng hơn 30 chữ dị thể. Đối với chữ dị thể trong văn tự cổ của tộc Thủy, có ý kiến cho rằng mỗi chữ có ít nhất một biến thể, tổng số chữ Thủy khoảng 1600 chữ.

Giới học thuật Trung Quốc cho là có khả năng Giáp cốt văn, Kim văn có "quan hệ nhân duyên" với Thủy tự, trong đó "Giáp cốt văn là cha". Tiến sĩ Vương Ý Vinh phát hiện Giáp cốt văn vào năm 1898, tới nay mới 105 năm. Thời Minh phát hiện hai tấm bia văn tự Thủy tộc. Trong thời đại Hoàng Trị đều phát hiện Thủy thư mộc khắc bản. Như vậy, không có nghĩa là chỉ sau khi Giáp cốt văn được phát hiện mới tìm thấy Thủy thư. Giới khảo cổ vất vả hơn 40 năm khảo sát 24 phù hiệu trên đồ gốm nhà Hạ, sau đó cơ quan hữu quan tỉnh Hà Nam xem xét báo cáo về Thủy thư của Quý Châu và so sánh các ván khắc, tìm thấy có hơn mười biểu tượng phù hiệu tương ứng. Họ cho rằng: "Chữ cổ Thủy tộc và văn hóa phù hiệu còn lại của nhà Hạ có một mối tương quan."

Thủy thư

Thủy thư ghi chép lại, phần lớn là các ngày tôn giáo tín ngưỡng nguyên thủy, phương vị, cát hung, triệu tượng đuổi quỷ xua tà do vu sư thi hành công cụ của pháp sư. Do người Thủy tộc rất tin quỷ thần, nên Thủy thư được dùng rất rộng. Thủy thư có công năng đặc biệt, thúc đẩy người Thủy sùng bái quỷ thần. Tại nơi tụ cư của Thủy tộc, người đọc được và biết sử dụng Thủy thư (tất cả là nam giới) được người dân tôn trọng, gọi là "thầy quỷ" (quỷ sư). Trong dân gian, họ có địa vị rất cao, được mọi người sùng bái. Thủy thư cùng với "quỷ sư" được tổ truyền, là bảo vật trân quý, chỉ truyền nam không truyền nữ. Tuyệt đối không truyền cho người ngoài. Thủy thư là cuốn sách giáo khoa, quỷ sư là giáo sư. Quỷ sư và Thủy thư kết hợp là thuộc hệ tôn giáo tín ngưỡng nguyên thủy của Thủy tộc. Mối liên kết của thế giới quỷ thần, là nhân tố vật chất được truyền thừa của văn hóa vu thuật và duy trì lâu dài một thế giới thần bí.

Ngoài nội dung tôn giáo tín ngưỡng nguyên thủy, Thủy thư còn chứa rất nhiều thông tin về các thiên tượng, tư liệu lịch pháp cùng văn tự cổ, là di sản văn hóa lịch sử vô giá của Thủy tộc. Một số trong đó là lý thuyết hiện nay như Cửu tinh, Nhị thập bát tú, Bát quái cửu cung, Thiên can địa chi, nhật nguyệt ngũ tinh, Âm Dương ngũ hành, Lục thập giáp tử, tứ thời ngũ phương. Quy chế thất nguyên lịch được đề cập trong Chính nguyệt kiến Tuất của Thủy lịch, cho thấy tổ tiên Thủy tộc đã kết tinh trí tuệ và nghệ thuật cao, bao hàm triết học của khoa học luân lý và biện chứng duy vật sử quan. Trong văn hóa Trung Quốc nó được xem là những trang xán lạn nhất.

Kết cấu của văn tự cổ Thủy tộc đại loại có ba loại hình: thứ nhất là chữ tượng hình, giống như Giáp cốt và Kim văn; thứ nhì là chữ phỏng theo Hán ngữ, tức là cách viết ngược, viết đảo hay cải biến chữ Hán; ba là văn tự tôn giáo, tức các phù hiệu biểu thị mật mã của tôn giáo Thủy tộc cổ truyền. Sách được viết theo hình thức từ phải sang trái, từ trên xuống dưới, không có dấu chấm câu.

Văn tự Thủy tộc có ba hình thức lưu truyền chủ yếu: khẩu truyền, viết trên giấy, thêu, viết lên da, khắc trên ván gỗ, viết trên gốm rồi nung v.v... Thủy thư chủ yếu dựa vào viết tay, truyền khẩu lưu truyền tới nay, vì vậy được các chuyên gia học giả thế giới khen ngợi là văn tự tượng hình "hóa thạch sống." Do là kết cấu tượng hình, chủ yếu chúng mô tả hoa, chim, trùng, cá và những thứ khác trong thế giới tự nhiên, cũng như một số totems như con rồng và bằng văn bản cùng các miêu tả vẫn giữ được nền văn minh cổ xưa của nó."

Bản văn trên cho thấy, Thủy tự, Thủy thư là di sản vô cùng quý giá của người Lạc Việt. Tuy nhiên trong một bài viết, vấn đề chưa được các học giả Trung Quốc nghiên cứu một cách căn để. Trong khi đó, học giả người Việt dường như chưa quan tâm đến sự kiện quan trọng này. Dựa theo văn bản trên, chúng tôi xin lạm bàn đôi điều.

Trước hết, ta thấy rằng, tác giả của bài viết đại diện cho tính chính thống Hán tộc nên có xu hướng kéo cả người Thủy lẫn chữ Thủy vào trong vòng ảnh hưởng của Hán tộc: tất cả đều có xuất xứ từ Trung Nguyên. Người Thủy là một nhánh của Hạ tộc di cư xuống. Trong chữ Thủy có tới 10 ký hiệu xuất hiện trên gốm nhà Hạ! Tuy nhiên, đó là cách ngụy biện do lý giải ngược. Nay ta biết rằng, nhà Hạ là hậu duệ của người Lạc Việt từ Nam Dương Tử đi lên. Còn ký hiệu trên gốm nhà Hạ chưa phải ký tự. Trong khi đó, tại Cảm Tang Quảng Tây cách đó không xa, phù tự là loại chữ dùng cho cúng tế, bói toán được khắc trên đá từ 6000 đến 4000 năm trước! Như vậy có thể là, chữ tượng hình do người Lạc Việt sáng tạo mà duy nhất người Thủy giữ được cùng với sách Thủy. Các chuyên gia không cho biết chữ Thủy xuất hiện từ bao giờ. Nhưng dựa vào lịch sử chữ viết Lạc Việt, ta có thể đoán rằng, đó là do một dòng chảy liên tục từ chữ Cám Tang cho tới chữ Thủy. Có nghĩa là, chữ Thủy có lịch sử 4000 - 6000 năm. Nói rằng, trong chữ Thủy có một số chữ Hán cũng có thể có cơ sở. Đó là do tiên nhân người Thủy đã mượn chữ Hán làm phong phú hơn cho chữ viết của mình.

Tuy nhiên, chữ Thủy có đặc trưng riêng. Thế nào là cách *viết ngược, viết đảo* hay *cải biến chữ Hán*? Chi tiết này cho thấy chữ Thủy có gốc từ chữ tượng hình Lạc Việt. Trong khi người Trung Quốc thời Tần, Hán cải biến chữ của người Việt để viết theo cách nói Mông Cổ thì người Thủy vẫn giữ cách viết Lạc Việt truyền thống. Do vậy khi nhìn bản văn chữ Thủy, người Hán cho là *viết ngược hay viết đảo* với chữ Hán, tức là viết theo cú pháp Việt: chính trước phụ sau mà không phải như chữ Hán viết theo kiểu phụ trước chính sau. Người Việt nói *thịt gà*, trong khi người Hán nói *gà thịt*! Điều này là thêm khẳng định thủy Thư là của người Lạc Việt.

Bài viết trên cho ta thông tin giá trị: từ xa xưa, chậm nhất là 4000 năm trước, người Thủy đã biết tới *Cửu tinh, Nhị thập bát tú, Bát quái cửu cung, Thiên can địa chi, Nhật nguyệt ngũ tinh, Âm Dương ngũ hành, Lục thập giáp tử, tứ thời ngũ phương. Quy chế thất nguyên lịch được đề cập trong Chính nguyệt kiến Tuất của Thủy lịch.* Điều này là bằng chứng hùng hồn nói rằng, tên 12 con giáp cho các con giống của hàng Can cũng như 10 số đếm của hàng Chi là do người Việt đặt. Và trùm lên tất cả, ta thấy sự phổ biến của Dịch lý trong sách Thủy. Đó cũng là một bằng chứng cho thấy người Lạc Việt là chủ nhân của Dịch lý.

Tài liệu tham khảo:

*Dịch từ 水书 http://baike.baidu.com/view/95537.htm

VIỆT NHO LÀ ĐỈNH CAO CỦA MINH TRIẾT PHƯƠNG ĐÔNG

Hơn 2000 năm Nho giáo trở thành một thứ quyển văn hóa bao trùm cuộc sống của người Việt. Dù muốn dù không thì văn hóa Nho giáo hòa quyện vào mọi ngõ ngách tinh thần của từng người dân. Nhưng do những hạn chế của lịch sử và tri thức, hầu hết người Việt, kể cả những người được hay tự coi là trí thức cũng chưa có mấy ai thực sự hiểu biết về Nho giáo. Phần nhiều chỉ đọc một vài cuốn sách rồi theo kiểu "bắc nồi chõ nghe hơi"đưa ra những lời phê phán hoàn toàn cảm tính, phủ định giá trị của Nho giáo. Thái độ phi trí thức như vậy cần được phê phán ngõ hầu xây dựng quan niệm chính xác về cội nguồn văn hóa dân tộc.

I. CỘI NGUỒN CỦA NHO GIÁO

Thế giới có câu thành ngữ: văn hóa Trung Hoa là văn hóa phương Đông. Do vậy, muốn hiểu văn hóa phương Đông cần phải hiểu văn hóa Trung Hoa. Muốn hiểu được căn cơ văn hóa Trung Hoa, cần phải biết người Trung Hoa là ai, gốc gác từ đâu và có quá trình hình thành như thế nào?

Cho đến cuối thế kỷ XX, quan niệm phổ biến cho rằng, người Hán từ Tây Bắc xâm nhập Nam Hoàng Hà, sáng tạo văn minh Hoa Hạ. Sau đó đem văn minh Hoa Hạ xuống khai hóa các sắc dân man di phía Nam. Tuy nhiên, sang thế kỷ XXI, di truyền học đã khám phá sự thật ngược lại. 70.000 năm trước, người Khôn ngoan Homo sapiens từ châu Phi theo ven biển Ấn Độ tới Việt Nam. Tại đây, hai đại chủng người tiền sử Australoid và Mongoloid hòa huyết sinh ra người Việt cổ trong đó người Lạc Việt (Indonesian) chiếm đa số, giữ vai trò lãnh đạo về xã hội và ngôn ngữ. 40.000 năm trước, nhờ khí hậu cải thiện, người từ Việt Nam đi lên khai phá Hoa lục mà bộ xương người đàn ông ở hang Điền Nguyên Chu Khẩu Điếm 40.000 năm tuổi là nhân chứng...

Khoảng 20.000 năm trước, người Việt sáng tạo công cụ đá mới Hòa Bình, đưa lên Động Người Tiên tỉnh Giang Tây và làm ra công cụ gốm đầu tiên. 12.400 năm trước, thuần hóa thành công cây lúa nước Oryza sativa. Từ đây, người Lạc Việt mang công cụ đá mới, giống lúa, giống kê, giống gà, giống chó đi lên xây dựng kinh tế nông nghiệp trên lưu vực sông Dương Tử và Hoàng Hà. Qua thời gian, người Việt đã làm nên những văn hóa khảo cổ nổi tiếng: Giả Hồ Hà Nam 9000 năm trước, Hà Mẫu Độ Chiết Giang 7000 năm trước… Tại miền Trung Hoàng Hà, thuộc văn hóa Ngưỡng Thiều 7.000 năm trước, xảy ra sự kiện quan trọng: người Lạc Việt Indonesian tiếp xúc với người Mông Cổ phương Bắc (North Mongoloid) sinh ra chủng người Mongoloid phương Nam (South Mongoloid). Thế hệ con lai này dần thay thế người Indonesian trở thành chủ thể của lưu vực Hoàng Hà, được nhân chủng học gọi là người Việt hiện đại. Trong ngôi mộ 6500 tuổi tại dốc Tây Thủy, thành phố Bộc Dương, tỉnh Hà Nam thuộc văn hóa Ngưỡng Thiều đã xuất hiện quan niệm trời tròn, đất vuông, hình thanh long bạch hổ, nhị thập bát tú… thấm nhuần tinh thần Dịch lý.

5.300 năm trước, tại Lương Chử Chiết Giang, nhà nước Xích Quỷ của người Lạc Việt ra đời, là nhà nước sớm và tiến bộ nhất ở phương Đông. Sau 80 năm khai quật và khảo cứu văn hóa Lương Chử, học giả Trung Quốc khám phá nền văn hóa vật thể rực rỡ với những lưỡi cày bằng xương cho thấy nông nghiệp đã ở giai đoạn cày đất, nhiều công cụ đá mới tinh xảo, đồ gốm có độ nung cao, kiểu dáng đẹp, đa dạng. Đặc biệt là sưu tập đồ ngọc trang sức và ngọc thờ cúng với số lượng lớn nhất thế giới, được chế tác với kỹ thuật và trình độ thẩm mỹ cao.

Năm 2698 TCN xảy ra sự cố đặc biệt, tạo khúc quanh trong lịch sử phương Đông. Đó là việc người Mông Cổ phương Bắc (North Mongoloid) do họ Hiên Viên dẫn đầu, đánh vào Trác Lộc, chiếm đất của người Lạc Việt ở Nam Hoàng Hà, lập vương triều Hoàng Đế. Chiến thắng quân sự nhưng do nhân số ít và văn hóa kém phát triển, lại gặp sự kháng cự mãnh liệt của dân Việt nên Hoàng Đế thực thi chính sách cai trị tương đối ôn hòa, dần dần thu phục được dân Việt. Trong quá trình chung sống, người Mông Cổ hòa huyết với người Việt, sinh ra lớp con lai, được gọi là Hoa Hạ. Người Hoa Hạ thay cha ông Mông Cổ lãnh đạo xã hội. Nhưng do người Mông Cổ ít mà người Việt quá đông nên sau vài thế hệ, người Hoa Hạ hòa tan trong cộng đồng Việt, cả về máu huyết lẫn văn hóa. Có thể nhận ra điều này ở phả tộc của Hoàng Đế. Ba vua đầu: Hoàng Đế, Thiếu Hạo, Chuyên Húc là người Mông Cổ. Nhưng đời thứ tư Đế Khốc đã thành người Việt không chỉ với tước Đế đứng trước tên gọi mà nước da cũng chuyển sang màu đen của dân sắc tộc Lê bản địa. Vợ ông, bà Khương Nguyên, là người con gái thuộc thị tộc Thái (Thai thị nữ) cho nên các con ông là Nghiêu, Tiết, Tắc càng Việt hơn. Nghiêu làm vua rồi truyền ngôi cho Thuấn là người Việt. Thuấn truyền ngôi cho Vũ cũng là người Việt. Nhà Thương thành lập thì Thành Thang là hậu duệ của ông Tiết nên cũng là người Việt với nước da đen. Thay nhà Thương, con cháu ông Tắc cũng là người Việt lập nhà Chu…

Xâm chiếm đất đai, lập quốc, xưng vương là chuyện bình thường trong lịch sử. Nhưng sự kiện người Mông Cổ vào Nam Hoàng Hà năm 2698 TCN có ý nghĩa đặc biệt. Không như việc người Arian xâm lăng Ấn Độ sau đó hơn nửa thiên niên kỷ đã tàn sát người bản địa Dravidian, bắt họ làm nô lệ hoặc tàn bạo xua đuổi họ xuống phía Nam, gây đau khổ và mâu thuẫn dân tộc sâu sắc; người Mông Cổ nhìn chung ứng xử tương đối hòa dịu với người Việt. Nhờ vậy, trong vương triều Hoàng Đế mâu thuẫn sắc tộc không quá căng thẳng, phần nhiều dân Việt an phận làm ăn trong hòa bình. Khi lớp người Hoa Hạ cầm quyền thì do gần gũi về huyết thống và văn hóa, chính sách cai trị cởi mở hơn. Nhờ vậy, chính quyền động viên được dân Việt đem hết tài năng cống hiến cho đất nước. Ta biết rằng, là hậu duệ người Lạc Việt đi lên khai phá Hoa lục nên người Việt trong vương triều Hoàng Đế có bề dày văn hóa cũng như những kinh nghiệm sản xuất và đời sống. Khi được động viên, họ đóng góp rất lớn cho vương triều.

Tuy nhiên, ở đây có một vấn đề vô cùng quan trọng cần được làm rõ. Đó là việc người Mông Cổ vốn là dân du mục trên đồng cỏ nên là những chiến binh quả cảm, quyết đoán, bạo liệt. Họ có thói quen tư duy phân tích, biết phân biệt nhanh những yếu tố khác nhau của môi trường. Những phẩm chất ấy một khi thấm nhuần văn hóa nhân bản, thái hòa của dân cư nông nghiệp, tiếp thu thói quen tư duy tổng hợp của cha mẹ Việt, họ trở nên những người lãnh đạo giỏi giang, mang phẩm chất ưu tú của hai dòng máu và hai nền văn hóa Mông-Việt. Nhờ vậy, cuộc sống đã hun đúc được những lãnh tụ có phẩm chất thánh nhân như vua Nghiêu, vua Thuấn, vua Vũ. Những con người làm nên thời Hoàng kim trong lịch sử phương Đông. Có thể nói chắc rằng, nếu không có cuộc xâm lăng của Hiên Viên mà cứ duy trì phương thức sống nông nghiệp truyền thống thì phương Đông sẽ tiến triển rất chậm, sự nhảy vọt ngoạn mục sẽ không xảy ra, sẽ không thể có thời Hoàng kim rực rỡ như từng thấy.

Phân tích trên cho thấy, về thực chất các vương triều từ Đế Khốc về sau cho đến Nghiêu, Thuấn, Vũ… thuộc về người Việt cùng với văn hóa Việt. Danh xưng Hoa Hạ chỉ là biểu tượng để nhận lĩnh cái vinh quang của Hoàng Đế. Nhưng nhìn vào lịch sử mở đầu của Trung Hoa, ta thấy, thời Nghiêu-Thuấn không có thành tựu nào xuất sắc ngoài chữ Nhân trong trị nước, là cái phẩm hạnh vốn có của người Lạc Việt. Công trạng lớn nhất của vua Vũ là trị thủy Hoàng Hà, thực chất cũng chỉ là công việc quen thuộc của dân nông nghiệp, tuy quy mô to lớn hơn. Chỉ đến nửa sau nhà Thương, vào năm 1.300 TCN, khi vua Bàn Canh đánh chiếm đất An Dương của người Dương Việt, phát hiện ra Giáp cốt văn rồi dùng sức mạnh của chính quyền quân chủ phát triển chữ viết, đã đẩy lịch sử lên bước tiến ngoạn mục. Văn tự Giáp cốt vốn được người Việt tạo ra từ 9000 năm trước tại văn hóa Giả Hồ. Nhưng sau 4.000 năm, tại Lương Chử, Cảm Tang vẫn chỉ được dùng hạn chế trong bùa chú, bói toán, thờ cúng. Với nhà Ân, không tới 200 năm, Giáp cốt văn trưởng thành vượt bậc, đủ khả năng ghi chép những sự kiện thuộc địa dư, hành chính, nhân sự và từ đây lần đầu tiên phương Đông có sử.

Tiếp thu Giáp cốt văn từ triều Thương, nhà Chu cải tiến viết bằng sơn trên thẻ tre, trên lụa. Là vương triều kéo dài suốt 800 năm, từng được ca ngợi là chúa thánh, tôi hiền, các vua Chu rất chú trọng tới văn hiến, đã sai sử quan ghi chép hầu như mọi mặt của đời sống xã hội. Nhiều truyền thuyết từ thời khai thiên lập địa được ghi lại. Vua tôi các nước chư hầu dâng thiên tử những truyện xưa tích cũ cùng những câu ca trong dân gian. Tất cả đều được lưu trong thư viện. Không chỉ truyền thuyết về Bàn Cổ, Toại Nhân, Phục Hy-Nữ Oa, Thần Nông mà Dịch lý, vốn là cuốn kinh vô tự với Bát quái cùng 64 quẻ là những vạch liền, vạch đứt lần đầu tiên được ghi chép... Chính là văn tự được giải phóng, tạo phép thần khiến nhà Chu trở thành thời kỳ rực rỡ nhất của văn minh phương Đông.

Tuy nhiên, sự rực rỡ của hai nhà Thương Chu cũng có mặt trái. Nó khiến cho thế giới hơn 2000 năm nay lầm tưởng rằng đấy là toàn bộ lịch sử đã diễn ra trên Hoa lục mà không biết rằng bên cạnh cái gọi là thế giới Trung Hoa, còn nền văn minh vĩ đại của cộng đồng người Việt bị quên lãng. Mà chính đây mới là cội nguồn thực sự của văn minh phương Đông. Những khám phá gần đây cho thấy, sau khi một phần đất đai ở Nam Hoàng Hà bị xâm chiếm, lập nhà nước Hoàng Đế, là cuộc chiến tranh khốc liệt kéo dài của các quốc gia và bộ tộc Lạc Việt chống lại sự lấn chiếm của các vương triều Hoa Hạ. Vào cuối thời Thương, do tài năng và đức độ, các vua nhà Chu đã tập hợp được nhiều tiểu quốc và bộ tộc Việt cùng tham gia đánh vua Trụ, sau này thành khối chư hầu khổng lồ của nhà Chu. Chính người Lạc Việt từ các tiểu quốc vô danh này góp phần cốt lõi làm nên văn hóa Trung Hoa. Muốn có cái nhìn chính xác về văn minh phương Đông thì đó là sự thật sau: nếu văn hóa phương Đông là một cây đại thụ thì phần gốc rễ mọc trên đất Việt Nam, còn cành nhánh tốt tươi cùng hoa thơm trái ngọt nảy nở trên đất Trung Hoa.

Trong lịch sử nhân loại có thời kỳ đặc biệt, được gọi là Thời kỳ Trục (Pháp: période axiale; Anh: axial – với nghĩa là trục xoay hay bản lề) xuất hiện vào khoảng hai thế kỷ V và VI TCN. Đó là thời kỳ từ Đông sang Tây nảy sinh những con người khổng lồ như Phật Thích Ca, Lão Tử, Khổng Tử, Socrates, Plato, Aristoteles… làm bùng phát những hoạt động tinh thần, sáng tạo một nền văn hóa kỳ vĩ, đỉnh cao chói lọi của văn minh nhân loại. Nhưng nguyên nhân nào làm nảy sinh ra hiện tượng dị thường này hầu như chưa được khảo cứu. Một khi chưa biết nguyên nhân thì việc đánh giá sự kiện chưa thể trọn vẹn. Ở đây chúng ta thử bắt đầu công việc khó khăn này.

Ta biết tới Claude-Lévi-Strauss tác giả cuốn Nhiệt đới buồn với những lời tuyệt vời minh triết: "Con người chỉ thực sự sáng tạo những công trình vĩ đại vào buổi đầu. Trong bất cứ lĩnh vực nào, chỉ có bước đầu hoàn toàn có giá trị, những giai đoạn kế tiếp chỉ là sự lặp lại những giai đoạn đã qua" và "Một trong những giai đoạn nhiều sáng tạo nhất của lịch sử nhân loại xảy ra vào Thời đại Đá mới với sự phát minh ra trồng trọt, chăn nuôi… Muốn đạt đến những thành quả vĩ đại này, không phải trong chốc lát là được, mà trái lại, những tập thể loài người bé nhỏ lúc bấy giờ đã phải trải qua hàng vạn năm quan sát, thí nghiệm và truyền đạt kinh nghiệm từ đời này sang đời khác. Sự nghiệp vĩ đại này đã diễn ra một cách tốt đẹp, liên tục và thành công…" Đó là sự khám phá chung cho nhân loại. Bởi lẽ, cho tới cuối Thời kỳ Đá mới, cả phương Tây lẫn phương Đông đều đã đạt tới sự phát triển cao nhất không chỉ về văn hóa vật chất mà còn cả về văn hóa tinh thần. Văn hóa đã tích tụ hàng nghìn năm, từ Thời kỳ Đồ đá sang Thời đại kim khí để rồi bùng phát vào giữa thiên niên kỷ thứ nhất trước Công nguyên, tạo nên Thời kỳ Trục.

Ta cũng biết rằng, thiên tử nhà Chu từng gom những câu ca của dân dã từ nơi thôn cùng xóm vắng về kinh đô để từ đó đánh giá thuần phong mỹ tục của từng nước và cũng từ đó thưởng phạt các vua chư hầu. Những dân ca ấy được lưu giữ trong tàng thư của triều đình, là tư liệu quý để sau này Khổng Tử biên tập kinh Thi... Chính là văn hóa Lạc Viêt tích lũy đến hai triều Ân, Chu tạo tiền đề sinh ra một Lão Tử, một Khổng Tử..., làm nên Thời Trục của phương Đông.

II. NỘI DUNG CỦA NHO GIÁO

Khổng Tử là cha đẻ của Nho giáo vì vậy ta phải đi sâu khảo cứu về ông. Khổng Khâu sinh trưởng tại ấp Trâu, thôn Xương Bình, nước Lỗ nay là huyện Khúc Phụ, tỉnh Sơn Đông vào cuối thời Xuân Thu. Như vậy gốc gác ông là người "Đông di" theo cách gọi của các vương triều Hoa Hạ. Điều này cũng có nghĩa, tổ tiên ông thuộc dân Lạc Việt từ Việt Nam đi lên Hoa lục hàng vạn năm trước. Sau cuộc xâm lăng của Hiên Viên, nhà nước của Đế Lai tan rã, người Việt vùng phía Đông chia thành những nước nhỏ, tiếp tục chống lại các vương triều Hoa Hạ. Đến đầu thời Chu, nước Lỗ là tiểu quốc độc lập liên kết cùng các nước Việt khác, phù giúp nhà Chu đánh bại vua Trụ, sau đó thành chư hầu của nhà Chu.

Năm 30 tuổi, Khổng Tử đến Lạc Dương, kinh đô nhà Chu, quan sát nhà Tôn miếu, nhà Minh đường, khảo cứu luật lệ và thư tịch đời cổ, đi xem Giao đàn là nơi nhà vua tế Thiên Địa và Tinh tú, rồi đến Xã đàn là nơi vua tế Thần Nông và Thần Hậu Thổ. Nơi nào có quan hệ đến việc tế lễ thì ông đến quan sát và hỏi han cho tường tận. Từ đó, sự học của ông càng rộng hơn nhiều nên học trò xin theo học càng lúc càng đông. Khổng Tử cùng các học trò đi qua các nước: Vệ, Khuông, Trần, Tống, Thái, Sở, mong thuyết phục các vua chư hầu chịu đem Đạo của ông ra ứng dụng để mang lại thái bình cho dân chúng. Nhưng Đạo của ông là Vương Đạo (đạo trị quốc) nên đi ngược ý đồ Bá Đạo (đạo chinh phạt) của các vua chư hầu và quyền lợi của các quan đại phu nên các vua chư hầu đều không dám dùng ông

Sau nhiều năm bôn ba khắp các chư hầu với ý nguyện thực thi Đạo của mình để cứu đời nhưng thất bại, năm 68 tuổi, Khổng Tử trở về nước Lỗ, tiếp tục dạy học và bắt tay vào soạn sách. Ông hiệu đính các cổ thư bị tản mác, nhiều chỗ không rõ ràng, dễ bị thất truyền hoặc khiến người đời sau nhầm lẫn. Do vậy, Khổng Tử thực hiện san định lại các kinh sách của Thánh hiền đời trước, lập thành sáu cuốn sách: Kinh Thi, Kinh Thư, Kinh Lễ, Kinh Nhạc, Kinh Dịch, Kinh Xuân Thu. Mỗi cuốn lại nói về một vấn đề khác nhau, từ thi ca, nghi lễ, bói toán cho tới sử học. Việc Khổng Tử tự mình biên soạn sáu bộ sách đã thể hiện hiểu biết sâu rộng và tinh thần làm việc miệt mài của ông, có thể coi đây là một dạng Bách khoa toàn thư đầu tiên trong lịch sử Trung Quốc. Tư Mã Thiên từng ca ngợi Khổng Tử: "Núi cao cúi phục, thiên nhiên cũng kính nể ngừng khoe sắc đẹp. Thiên hạ biết không đuổi kịp được ông nhưng luôn hướng theo ông! Từ bậc quân vương đến thường dân lúc đó đều ca ngợi ông. Tuy chỉ là người mặc áo vải nhưng ông đời đời được tôn vinh, những người học đều coi ông là thầy, có thể nói ông là bậc thánh hiền!"

Cùng đọc sách nhà Chu, trong khi Lão Tử như siêu triết gia, thu hút tinh hoa từ sách cổ để đúc thành 500 chữ của Đạo đức kinh, ý vừa cao siêu vừa sâu thẳm chỉ giành cho tầng lớp ưu tú thì Khổng Tử lại là nhà làm vườn cần mẫn lựa từ trong sách những hạt giống tinh hoa rồi đem gieo trên cánh đồng văn chương. Chân thành, khiêm cung, thừa nhận "ngô thuật nhi bất tác" (ta chỉ là người chép lại) nhưng Khổng Tử tạo ra cả một thời đại văn hóa. Thử hỏi, nếu không có Khổng Tử làm cái việc ghi chép ấy, có nghĩa là không có Ngũ kinh, liệu văn hiến phương Đông còn gì? Không chỉ làm sách mà do công "giáo nhi bất quyện" (dạy không biết mệt) Khổng Tử để lại đội ngũ kẻ sỹ lớn không chỉ về trí tuệ mà cả nhân cách.

Nhớ lại câu nói của Khổng Tử khi bị vây ở đất Khuông: "Sau khi vua Văn Vương mất, tất cả mọi văn hóa, lễ nhạc đều không phải ở nơi ta cả ư ? Nếu trời muốn cho nền văn hóa này mất đi, thì sao khi vua Văn Vương chết, lại ủy thác cho ta nắm giữ nền văn hóa này làm gì? Còn nếu trời đã không muốn để mất nền văn hóa này, thì người Khuông kia làm gì được ta," ta thấy hơn ai hết, Khổng Tử ý thức được vai trò của mình.

Trong trước tác và cả trong giáo dục, Khổng Tử không chỉ nhuần thấm mà không mệt mỏi dạy dỗ cả bốn tầng minh triết tu thân, tề gia, trị quốc và bình thiên hạ. Trong khi đẩy tới cùng việc dạy trị quốc, bình thiên hạ cho các bậc vua chúa, thì ông cũng nhiệt tâm dạy nhân nghĩa, lễ, trí tín, tu thân tề gia. Trong khi biên tập những sách mang lượng trí tuệ siêu việt như kinh Thư, kinh Dịch, Khổng Tử cũng là người san định rồi cho lưu truyền kinh Thi là những câu ca lượm nhặt từ hang cùng xóm vắng trong dân gian. "Bất độc thi vô dĩ ngôn": Không đọc kinh Thi lấy gì mà nói, không chỉ là lời dạy con mà là lời dạy cho kẻ sỹ muôn đời phải tôn trọng, học hỏi lời ăn tiếng nói của người bình dân. Đó chính là thái độ minh triết vì nó gắn kết minh triết bình dân với minh triết bác học. Nhờ vậy, ở phương Đông, Minh triết trở thành một thứ quyển văn hóa tâm linh bao quanh cuộc sống con người.

Những phân tích ở trên có thể không ít người nhận ra, trong khi đó có một ý tưởng chỉ duy nhất thiên tài Kim Định thấy được. 50 năm trước, khi biết rằng, trước khi người Hán vào Trung Quốc thì người Việt từ lâu đã làm chủ Hoa lục và xây dựng ở đó nền văn hóa nông nghiệp rực rỡ, học giả Kim Định cho rằng, thư tịch trong thư viện nhà Chu chứa kho tàng văn hóa cổ của người Việt. Khi san định kinh sách, có nghĩa là Khổng Tử phục hoạt nền văn hóa cổ Việt mà ông gọi là Việt Nho hay Nho nguyên thủy. Nếu không có Khổng Tử làm việc này, cái kho tàng văn hoa của tộc Việt sẽ tiêu trầm và một nền văn hóa lẫy lừng trong lịch sử sẽ biến mất. Nhưng sau đó, những lớp kế thừa Khổng Tử theo trào lưu của văn minh du mục Mông Cổ đã biến Khổng nho thành Hán nho, Tống, Đường, Minh, Thanh nho… xa dần đặc tính minh triết của Việt Nho. Những câu như "Quân xử thần tử, thần bất tử bất trung. Phụ xử tử vong, tử bất vong bất hiếu" hay "Nhất nam viết hữu, thập nữ viết vô"… và nhiều câu khác không phải của Khổng Tử mà do người sau thêm vào mà do thiếu tra cứu nên nhiều người đổ oan cho Khổng Tử.

Nửa thế kỷ trước, phát biểu của Kim Định là ý tưởng dị thường, không tin được nên không ít người cho ông là hoang tưởng, là theo tinh thần dân tộc cực đoan mà phản đối ông dữ dội. Nhưng nay, từ khám phá quá trình hình thành dân cư và lịch sử Trung Hoa, ta thấy Kim Định hoàn toàn chính xác. Bởi lẽ, do sự mù mờ của lịch sử, ta nghĩ rằng, người Hán là tộc người từ ngoài xâm nhập Nam Hoàng Hà, làm nên văn minh Hoa Hạ. Người dân thời Nghiêu, Thuấn, Vũ là dị tộc. Nhưng nay, ta hiểu rằng, dân cư Trung Quốc từ thời Hoàng Đế đã là người Việt. Không chỉ Nghiêu, Thuấn mà các triều đại Thương, Chu cũng là người Việt. Vì vậy, cái Nho học ban đầu của Khổng Tử chính là Việt Nho.

Một lần nữa, ta thấy câu nói của Levis-strauss ứng nghiệm. Đúng là đỉnh cao văn hóa đạt được vào Thời Đồ đá đã trầm tích qua thời gian rồi bùng phát vào giai đoạn Trục, đem lại thành tựu rực rỡ cho văn minh nhân loại. Như vậy ta thấy, khác với ở phương Tây, tầng lớp ưu tú cắt đứt với minh triết bình dân để trở thành những triết gia tư biện trên đỉnh Olimpia, xa rời cuộc sống thì Khổng Tử là cây cầu nối minh triết bình dân với minh triết bác học, tạo cho minh triết thành cây cổ thụ sâu gốc bền rễ… Trong những định nghĩa về Minh triết, có định nghĩa như sau: "Minh triết là sự khôn ngoan sáng suốt trầm tích trong chiều sâu nhất của văn hóa, tỏa ánh sáng và sức nóng nuôi dưỡng văn hóa dân tộc và dẫn đường cho dân tộc đi lên." Nhìn vào chiều sâu của định nghĩa đó, ta thấy, Nho giáo nguyên Thủy hay Việt Nho chính là đỉnh cao của minh triết phương Đông.

III. KẾT LUẬN

Việt Nam là cái nôi của con người và văn hóa phương Đông. Tiếng Việt là chủ thể làm nên ngôn ngữ phương Đông. Chữ Việt là chủ thể làm nên chữ viết Trung Hoa. Minh triết Việt nho thấm đẫm trong tâm hồn và xã hội Việt Nam, thể hiện bằng sự nhân ái, khoan dung, thương người như thể thương thân, là lòng yêu nước thương nòi, ở khí phách anh hùng quyết tâm bảo vệ đất nước… Tuy nhiên, do không hoàn thiện được chữ viết, chúng ta không thể sử dụng văn tự ghi chép lại thành tựu văn hóa do tổ tiên sáng tạo... Rất may là người anh em phương Bắc của chúng ta đã ghi lại được di huấn của tổ tiên trong kinh điển Nho giáo. Vì vậy, khi Nho giáo được truyền tới, người Việt không những không cảm thấy xa lạ mà ngược lại nhận ra sự thân quen gần gũi. Nhiều ý tưởng mới chỉ mơ hồ trong tâm khảm thì đã được đúc kết sáng rõ thành kinh điển. Bên cạnh đó là những sách chú giải của các tiên nho cùng những sử, truyện đem tới cho người Việt nguồn cảm hứng và tri thức dồi dào. Phải khẳng định, Nho giáo nâng cao tầm trí tuệ của người Việt. Không chỉ vậy mà còn dạy cho cha ông chúng ta nghệ thuật ngôn từ. Nếu trước đây chỉ biết tới những câu vè hay những câu lục bát thì nay cho ông ta biết tới thơ Cổ phong, Đường luật rồi biết làm văn sách, nghị luận và tự viết ra cuốn sử của mình… Từ đó xây dựng được đội ngũ trí thức dân tộc đủ sức gánh trên vai gánh nặng giang sơn, làm nên một dân tộc văn hiến… Sự thực đó không ai có thể phủ nhận. Tuy nhiên, việc coi mọi thứ của Nho giáo đều hoàn thiện, đều tốt đẹp lại là sự vô minh. Bởi lẽ, tuy kinh điển của thánh hiền không được thay đổi nhưng những nhà chú thích vì lẽ này lẽ khác đã giảng khác đi. Rồi trong những sử truyện, vì quyền lợi của mình, người viết đưa vào những quan niệm ngu trung, ngu hiếu của Hán nho, Tống nho cùng thái độ kỳ thị phụ nữ và các sắc dân thiểu số đã tác động tiêu cực đến trí thức Việt. Nhưng nếu chỉ nhìn vào những tiêu cực đó để rồi phủ định toàn bộ nền Nho học hàng nghìn năm thì lại là sự vô minh tệ hại hơn. Vấn đề của chúng ta hôm nay là gạn lọc tìm lại tinh hoa Việt nho của tổ tiên để phục hưng dân tộc.

Sài Gòn, 21.11.2018

TỔ TIÊN NGƯỜI TRUNG QUỐC LÀ AI?

Năm 2001, một tổ công nhân tình cờ tìm thấy ở hang Điền Nguyên những mảnh xương động vật có vú hóa thạch. Do không có kinh nghiệm, họ đã làm xáo trộn địa tầng trước khi báo cho các nhà khảo cổ. Không ngờ rằng đó là cái mốc quan trọng của lịch sử phương Đông. Năm 2003 và 2004 di chỉ đã được một nhóm nghiên cứu từ Viện Cổ sinh vật học thuộc Viện Hàn lâm Khoa học Trung Quốc khai quật.

Hang Điền Nguyên (Tianyuandong) là hang động nhỏ có cửa mở ra phía tây bắc, cao 175 m so với mực nước biển, nằm trên một trại cây thuộc thành phố Chu Khẩu Điếm, quận Phản Sơn, Bắc Kinh, Trung Quốc, cách sáu km về phía Tây Nam của Chu Khẩu Điếm, một di chỉ khảo cổ quan trọng hàng đầu của thế giới. Ngày 22 tháng 10 năm 1926, nhà khảo cổ Thụy Điển Andersson dã công bố việc phát hiện ra hai chiếc răng của người đàn ông cổ từ Chu Khẩu Điếm. Điều này mang lại tiến bộ đột ngột cho các lý thuyết về nguồn gốc và sự tiến hóa của con người. Chủ nhân của hai chiếc răng được xếp vào giống mới và loài mới Sinanthropus pekinensis của Họ Người Hominidae, còn được gọi là "người Bắc Kinh" Homo erectus pekinensis. Toàn bộ trầm tích hang Chu Khẩu Điếm được chia thành 17 lớp từ trên xuống dưới. Tuổi tuyệt đối của lớp 13 là khoảng 730.000 năm. Lớp thứ 10, lớp thấp nhất mang xương người Bắc Kinh hóa thạch, có tuổi khoảng 500.000 năm; trong khi lớp 3, lớp ở trên mang xương người hóa thạch, là từ 230.000 đến 250.000

năm trước. Như vậy, người Bắc Kinh đã sống trong hang động này khoảng 260.000 năm. Trong hai năm 1933-1934, khai quật Hang Thượng (Upper Cave). Ba hộp sọ (số 101, 102 và 103) được phát hiện. Các nhà nhân chủng học cho rằng người Hang Thượng thuộc Homo sapiens muộn. Tuổi tuyệt đối họ khoảng 27.000 năm trước. Sọ 101 được coi là một Mongoloid nguyên thủy, sọ 102 là một Melanesian và sọ 103 là một Eskimo.

Chu Khẩu Điếm là phát hiện quan trọng hàng đầu của nhân loại. Đó là lần đầu tiên và duy nhất trên thế giới có một di chỉ phong phú đến vậy dấu vết con người trong thời gian dài. Việc xuất hiện từ người Homo sapiens giai đoạn sớm 100.000 – 200.000 năm trước tới người Homo sapiens thời kỳ muộn cùng một nơi với người Bắc Kinh 600.000 năm tuổi dường như nói rằng, nơi đây là sự thu gọn của lịch sử nhân loại. Phát hiện Chu Khẩu Điếm là một chứng cứ mạnh mẽ ủng hộ Thuyết nhiều vùng về nguồn gốc con người (Multiregional hypothesis). Chính điều này dẫn tới quan niệm thống trị một thời: "Trung Hoa là dân tộc lâu đời bậc nhất trên thế giới. Người Trung Hoa từ người cổ Bắc Kinh tiến hóa thành." Nhưng sang thế kỷ mới, khoa học cho thấy sự thực không phải như vậy.

Ngày 6 tháng 4 năm 2007, bài báo "Một người hiện đại sớm từ hang Điền Nguyên Chu Khẩu Điếm"(1) mô tả như sau:

"Trầm tích hang Điền Nguyên gồm bốn lớp, từ trên xuống dưới. Một số trong 34 thành phần của bộ xương người bị công nhân địa phương làm xáo trộn, nhưng phần còn lại được tìm thấy trong lớp III. Không có hiện vật bằng đá hoặc các di tích văn hóa khác được tìm thấy trong di chỉ cho đến nay. Có rất nhiều mảnh xương trong trầm tích hang động Điền Nguyên, nhưng hiện tại không thể biết liệu chúng có liên quan đến hành vi của con người hay không. Sáu mẫu động vật từ lớp III cung cấp tuổi trung bình dao động từ 39.500 đến 30.500 14C BP."

Phải nói rằng, bài báo đã trình bày một nghiên cứu công phu, với phong cách khoa học đáng nể nhưng kết quả thu được không như kỳ vọng vì nó chỉ xác định được chủ nhân bộ xương là người hiện đại, khoảng 40-50 tuổi, sống khoảng 40.000 năm trước, không cho biết giới tính của bộ xương. Nó cũng không cho thấy người Điền Nguyên từ đâu tới, có quan hệ thế nào với những người cổ khác trong vùng?

Phải sáu năm sau, khi công nghệ di truyền vào cuộc, sự thật mới được sáng tỏ. Ngày 21 tháng 1 năm 2013 một nhóm các nhà nghiên cứu quốc tế thuộc Viện Nhân chủng học tiến hóa Max Planck ở Leipzig, Đức công bố bài viết "Họ hàng từ hang Điền Nguyên" (2) nhận định: "Phân tích DNA xương chân của cá nhân này cho thấy chủ nhân hang Điền Nguyên là người đàn ông sống 40.000 trước, có chung nguồn gốc với tổ tiên của nhiều người châu Á và người Mỹ bản địa ngày nay. Ngoài ra, các nhà nghiên cứu phát hiện rằng tỷ lệ gen Neanderthal và Denisovan trong con người hiện đại sớm này không cao hơn so với những người sống trong vùng này ngày nay."

Trong thế kỷ XX, khảo cổ học Đông Nam Á phát hiện di cốt xưa nhất của người hiện đại tại Hang Niah, Indonesia khoảng 39.000 năm trước. Trên đất Việt Nam tìm được di cốt người sớm nhất tại Sơn Vi khoảng 32.000 năm tuổi. Đây được coi là bằng chứng đầu tiên về tổ tiên người Việt. Nhưng từ thập kỷ 1970, nhờ tìm được bộ xương người Mongoloid tại Lưu Giang Quảng Tây 68.000 năm nên nảy sinh hy vọng, người hiện đại nhiều khả năng có mặt trên đất nước ta sớm hơn nữa.

Sang đầu thế kỷ XXI, nhiều nghiên cứu di truyền học dân cư châu Á đưa ra nhận định: 70.000 năm trước, người tiền sử từ châu Phi theo ven biển Ấn Độ di cư tới Việt Nam. Sau khi gặp gỡ hòa huyết và tăng nhân số, 40.000 năm cách nay, người từ Việt Nam đi lên chiếm lĩnh Hoa lục. Nếu điều này đúng thì suốt 40.000 năm sống trên đất Việt (từ 70.000 đến 30.000 năm trước) ngoài những công cụ đá, tổ tiên ta không để lại chút vết tích nào của xương thịt! Một việc không khỏi khiến chúng ta băn khoăn.

Người Điền Nguyên

Tài liệu di truyền học cho rằng, 40.000 năm trước người từ Việt Nam đi lên hoa lục. Nhưng suốt thế kỷ XX chỉ tìm thấy trên đất Trung Quốc sọ người hiện đại 27.000 năm tuổi tại Chu Khẩu Điếm. Sang thế kỷ XXI mới phát hiện tại Tiên Nhân Động tỉnh Giang Tây di cốt người 25.000 năm. Như vậy, vấn đề thời điểm người Việt Nam đi lên Hoa lục vẫn còn là câu hỏi. Trong khảo cứu của mình, tôi đặc biệt quan tâm tới điều này vì nó có ý nghĩa lớn trong lịch sử phương Đông.

Việc xuất hiện di cốt người đàn ông 40.000 năm trước ở Chu Khẩu Điếm cho thấy, khu vực này có điều gì đó đặc biệt nên đã thu hút nhiều lớp người tới cư trú và sinh sống lâu dài. Do đặc điểm của khí hậu, địa hình và thổ nhưỡng, nơi đây đã bảo tồn được di cốt xưa nhất của dòng người từ Việt Nam lên. Các báo cáo khoa học chưa cho biết người Điền Nguyên từ đâu tới. Nhưng từ khảo cứu của mình, tôi khẳng định là từ Việt Nam lên. Có thể nói gọn về quá trình con người hình thành ở đây như sau: 600.000 năm trước, người Đứng thẳng Homo erectus có mặt. Cho tới 250.000 năm trước không hiểu vì sao họ rời khỏi đây cũng như toàn châu Á, để lại khoảng hơn 200.000 năm châu lục vắng bóng người. Trong ý nghĩa nào đó, xương Điền Nguyên được coi là di cốt người hiện đại xuất hiện sớm nhất ở phương Đông. Tuy nhiên sự thực không phải như vậy. Thập kỷ 1970 phát hiện bộ xương người Mongoloid tại Lưu Giang Quảng Tây và sọ người Australoid ở Hồ Mungo châu Úc, cùng 68.000 năm tuổi. Năm 2009 tìm được tại hang Tampaling Bắc Lào cốt sọ người hiện đại 63.000 năm trước. Điều này phù hợp với những khám phá di truyền học cho rằng người hiện đại từ châu Phi di cư tới Việt Nam 70.000 năm trước. Nhưng do sự tàn phá của thời gian và môi trường, phần lớn di cốt người cổ chỉ có thể giữ được tới 30.000 năm trước. Sọ Lào và xương người Lưu Giang là hai đại diện hiếm hoi của dòng người tới Việt Nam 70.000 năm trước. Tới nay xương người hang Điền Nguyên là dấu vết xưa nhất của tổ tiên người Trung Quốc được tìm thấy. Nhà nhân học Trung Quốc Ngô Tân Trí (吴新智) nói: "Trung Quốc từ 20.000 năm trước cho tới nay, không có bằng chứng nào cho thấy con người có những hoạt động di cư lớn. Vì vậy, cần phải nói rằng ông là tổ tiên của chúng tôi." (3)

Khúc xương chân người Điền Nguyên kể với ta câu chuyện thú vị:

i. Với 40.000 năm tuổi và "*có chung nguồn gốc với tổ tiên của nhiều người châu Á và người Mỹ bản địa ngày nay,*" mảnh xương Điền Nguyên là di vật vô giá của ***Tổ tiên dân cư Đông Á và người Mỹ bản địa***. Điều này phù hợp với nhận định của di truyền học cho rằng: người từ Việt Nam đi lên Trung Quốc và làm nên dân cư Đông Á. Đồng thời cũng xác nhận cuộc hành trình của người Việt cổ từ Hoa lục lên Siberia rồi vượt eo Bering sang chinh phục châu Mỹ 30.000 năm trước, trở thành cư dân bản địa châu Mỹ.

ii. Thông tin "*tỷ lệ gen Neanderthal và Denisovan trong con người hiện đại sớm này không cao hơn so với những người sống trong vùng này ngày nay*" cho thấy, người Điền Nguyên là hậu duệ của dòng người di cư từ châu Phi theo ven biển Ấn Độ tới Việt Nam 70.000 năm trước. Trên đường đi, họ đã gặp và giao phối với người Đứng thẳng Neanderthal và Denisovan ở nơi nào đó và nhận gen của những người này mang tới Việt Nam. Tại Việt Nam, những dòng người di cư đã gặp gỡ, hòa huyết sinh ra người Việt cổ mang 1-2 % gen Neanderthal và Denisovan. Rời Việt Nam, con cháu người Việt cổ mang theo trong mình 1-2% gen của người Đứng thẳng như một "dấu ấn nòi giống" đi khắp châu Á sang châu Mỹ, mà người Điền Nguyên là một trong những dòng con cháu ấy.

iii. Việc người hiện đại có mặt 40.000 năm trước ở hang Điền Nguyên Nam Hoàng Hà đã xác nhận kết quả nghiên cứu của di truyền học cho rằng 40.000 năm trước, người từ Việt Nam đi lên Hoa lục.

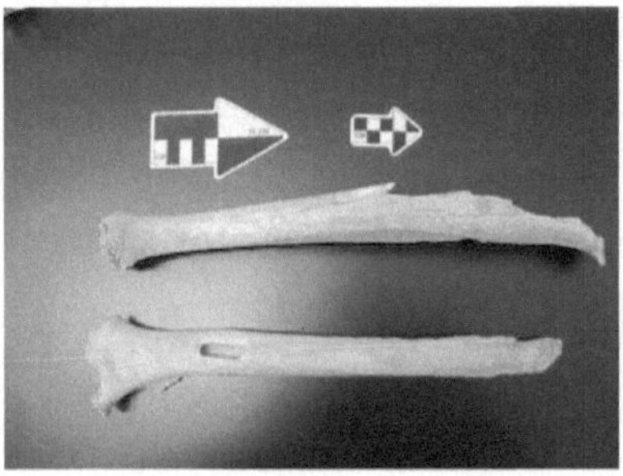

Xương chân người Điền Nguyên

Hang Điền Nguyên

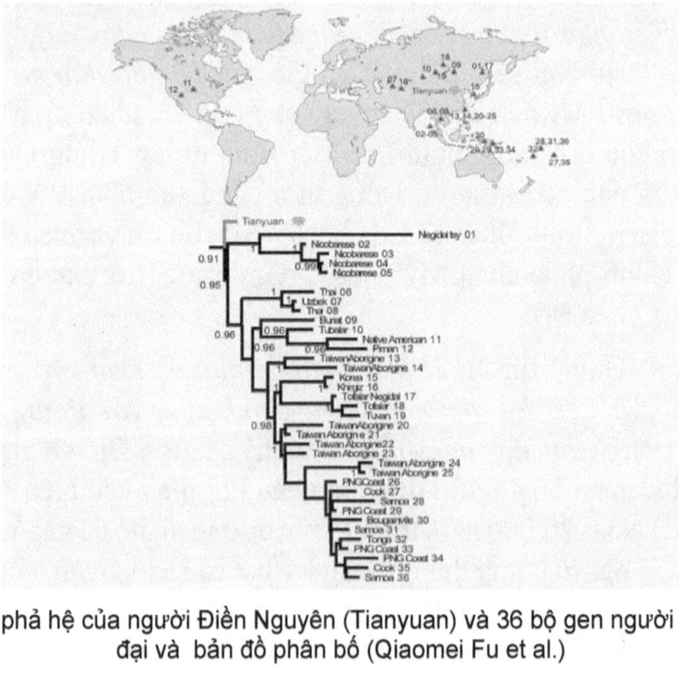

Cây phả hệ của người Điền Nguyên (Tianyuan) và 36 bộ gen người Hiện đại và bản đồ phân bố (Qiaomei Fu et al.)

Tổ tiên người Đông Á (Trung Quốc, Triều Tiên, Nhật Bản) có tuổi 40.000 năm. Trong khi đó tổ tiên người Việt Nam có tuổi 70.000 năm, sớm hơn tổ tiên người Đông Á 30.000 năm, chứng tỏ đất Việt Nam là nơi phát tích của dân cư châu Á và người Việt Nam gần tổ tiên nhất. Điều này còn được chứng minh bằng chỉ số đa dạng sinh học của người Việt Nam cao nhất trong dân cư châu Á.

Đó là sự thật được chứng minh bằng khảo cổ và di truyền học, không thể phản bác. Nhưng sự đời không dừng ở đó. Bởi lẽ nếu chỉ có vậy, thì người Việt Nam hôm nay sẽ khác. Sẽ có nước da đen hơn một Đinh Núp hay một Ama Kông bởi vẫn mang mã di truyền trội của chủng người Australoid trong máu huyết! Nếu hôm nay hiện về, chắc Cụ Điền Nguyên sẽ lắc đầu không nhận những người xung quanh là con cháu! Bởi lẽ Cụ là người da đen. Không chỉ Cụ đen mà con cháu vạn năm sau của Cụ như Đế Khốc cũng đen như con chim cốc, Thành Thang đen như hòn than còn Lão Tử *có nước da đen bóng*! 40.000 năm với biết bao biến chuyển!

Tại sao lại như vậy? Một câu hỏi hóc búa đeo đẳng tôi suốt những tháng năm đi tìm nguồn cội. Trong cuốn sách Nhân chủng học Đông Nam Á, Giáo sư Nguyễn Đình Khoa người Thầy của tôi thời đại học đã viết: *"Suốt thời Đồ đá, người Việt Nam mang mã di truyền Australoid nhưng sang Thời Kim khí, người Mongoloid phương Nam xuất hiện và trở thành chủ thể của dân cư. Người Australoid biến mất khỏi đất nước này, không hiểu do nhập cư hay do đồng hóa?"* Câu hỏi của Thầy gửi đến tôi như một thách đố nhưng cũng là gợi ý vô giá. Vấn đề là, người Mongoloid phương Nam từ đâu ra? Cố nhiên chỉ có thể từ phương Bắc! Tôi dõi theo những khai quật khảo cổ trên đất Trung Hoa. Và thật may mắn, gặp được tài liệu nói rằng người Ngưỡng Thiều 7.000 năm trước giống với người Hán hiện đại, mang mã di truyền Mongoloid phương Nam! Học giả Trung Quốc cho rằng họ từ phía Nam lên! Không thể như vậy, bởi lúc này khu vực phía Nam chỉ có duy nhất người Australoid! Khi chứng cứ khoa học không đủ thì tưởng tượng ra đời. Tôi cho rằng, chỉ có thể là sự hòa huyết giữa người Việt cổ Australoid bờ Nam và người Mông Cổ North Mongoloid du mục trên bờ Bắc Hoàng Hà. Sống bên một dòng sông hàng nghìn năm, ai có thể cấm gái trai gặp gỡ? Tôi như thấy Tạo Hóa mỉn cười: "Thằng bé hiểu thâm ý của mình!" Quả đúng là sự kỳ diệu của Tạo Hóa! Vì lẽ gì, sau chuyến đi dài hàng nghìn năm từ châu Phi, khi đến Việt Nam, hầu hết người di cư tụ hội trên thềm Biển Đông ấm áp thì lại có những nhóm nhỏ lầm lụi đi tới vùng giá lạnh Tây Bắc Việt Nam để sống lẻ loi ở đấy hàng vạn năm? Rồi khi trời ấm lên họ lại theo con đường "Thục đạo nan" đi lên đất Mông Cổ vẫn còn hoang lạnh! Cuộc hành trình gian khổ ấy đổi lấy điều gì? Phải chăng chỉ là *giữ nguồn gen thuần Mông Cổ* để rồi sau này kết hợp với người Việt cổ, sinh ra giống dòng mới Mongoloid phương Nam? Một sự huyền bí diệu kỳ của Tự Nhiên!

Cụ Điền Nguyên – ta tạm gọi tên Cụ theo tên quê - là người Việt cổ, thuộc nhóm loại hình Australoid được sinh ra trên đất Việt Nam. Cụ là lớp di dân đầu tiên. Sau Cụ, người Việt mang theo công cụ đá mới Hòa Bình rồi giống lúa, giống kê, giống gà, giống chó cùng đồ gốm và tộc danh ***người Việt*** (chủ nhân đầy tự hào của cái việt – công cụ và vũ khí siêu việt của loài người thời đó) đi lên xây dựng kinh tế nông nghiệp trên lưu vực Hoàng Hà. Khoảng 7.000 năm trước, tại trung du Hoàng Hà, con cháu Cụ Điền Nguyên đã đông đúc, với nghề trồng lúa, trồng kê và đánh cá. Lúc này diễn ra sự tiếp xúc với người Mông Cổ phương Bắc (North Mongoloid) sống du mục bên kia sông. Hai dòng người gặp gỡ, hòa huyết, sinh ra chủng người Mông cổ phương Nam (South Mongoloid). Là con do mẹ Việt mang nặng đẻ đau, bú sữa mẹ Việt, sống trên đất Việt với tiếng nói cùng văn hóa Việt, người Mongoloid phương Nam thành chủng người Việt mới. Người Việt Mongoloid phương Nam tăng số lượng, thay thế cha ông Việt cổ, trở thành chủ nhân văn hóa trồng kê nổi tiếng Ngưỡng Thiều và lưu vực Hoàng Hà. Năm 2879 TCN theo ý chỉ của vua cha Đế Nghi, nơi đây thành lập vương quốc của Đế Lai với hai trung tâm Thái Sơn và Trong Nguồn. Năm 2698 TCN, người Mông Cổ phương Bắc do Hiên Viên dẫn đầu đánh chiếm trung du Hoàng Hà, lập nhà nước Hoàng Đế. Một bộ phận dân Việt nằm trong vương quốc Hoàng Đế. Dân tại vùng chưa bị chiếm tổ chức kháng chiến lâu dài. Một bộ phận dân Việt từ Thái Sơn-Trong Nguồn vượt Dương Tử di cư về phía Nam. Theo thời gian, dòng người đi tới Việt Nam và Đông Nam Á, đem nguồn gen Mongoloid chuyển hóa dân cư phương Nam từ Australoid sang Mongoloid phương Nam. Hiện tượng này được nhân chủng học gọi là ***quá trình Mongoloid hóa dân cư Đông Nam Á***. Đến 2.000 năm TCN, toàn bộ dân cư Việt Nam chuyển thành chủng Mongoloid phương Nam, được gọi là người Nam Á.

Như vậy, người Việt được hình thành theo hai giai đoạn: Ban đầu, 70.000 năm trước, hai đại chủng người Australod và Mongoloid từ châu Phi tới, hòa huyết sinh ra bốn chủng người Việt cổ là Indonesian, Melanesian, Vedoid và Negritoid, cùng thuộc loại hình Australoid. 40.000 năm trước, người từ Việt Nam (chủ yếu là người Indonesian đa số) đi lên khai phá Hoa lục. Tại Nam Hoàng Hà, khoảng 7.000 năm trước, người Việt cổ hòa huyết với người Mông Cổ, sinh ra người Việt chủng Mongoloid phương Nam. Khoảng năm 2698 TCN, do cuộc xâm lăng của người Mông Cổ, một bộ phận người Việt di cư về Việt Nam và Đông Nam Á, đem nguồn gen Mongoloid chuyển hóa dân cư trong vùng sang chủng Mongoloid phương Nam, được gọi là ***người Việt hiện đại***.

Từ quá trình hình thành như vậy cho thấy, người Việt Nam hiện nay không chỉ là hậu duệ của Cụ ***Thủy Tổ 70.000 năm trước mà còn là con cháu của Cụ Tổ Điền Nguyên***. Vấn đề cần làm rõ là Cụ Tổ Điền Nguyên đóng góp bao nhiêu trong bộ gen của người Việt hôm nay? Đó là chuyện "nhạy cảm" vì nó sẽ phân định rằng ***người Việt Nam có bị Hán hóa hay không?*** Hai khả năng có thể xảy ra. Khả năng thứ nhất: người từ Trung Quốc xuống rất đông, tiêu diệt hay xua đuổi người Việt cổ đi nơi khác, chiếm đất, thành lập quốc gia của người Trung Quốc. Khả năng thứ hai: người từ Trung Quốc di cư tới từ từ, trong thời gian dài rồi hòa huyết chuyển hóa dân cư sang chủng người mới. Khả năng đầu chỉ xảy ra bằng một cuộc xâm lăng có tổ chức của nhà nước mạnh, dẫn tới chiến tranh khốc liệt. Một sự kiện như vậy sẽ ghi dấu ấn sâu trong lịch sử và cả trong bộ gen con người ngày nay, như cuộc xâm lăng của người Arian vào Ấn Độ 1500 năm TCN. Sự kiện như thế chưa từng xảy ra ở Việt Nam. Trên thực tế là người từ Thái Sơn - Trong Nguồn trở về quê cũ theo từng làn sóng rải rác trong nửa sau thiên niên kỷ III TCN. Cũng phải kể đến đặc điểm của máu huyết. Trong số bốn chủng người Việt cổ được sinh ra 70.000 năm trước thì theo nguyên lý di truyền học, người đa số Indonesian (sau này được gọi là Lạc Việt) nhận được lượng máu Mongoloid cao nhất. Do vậy, chỉ cần thêm lượng nhỏ gen Mongoloid thì như giọt nước làm tràn ly, người Lạc Việt Australoid dễ dàng chuyển hóa sang chủng Mongoloid phương Nam. Việc Mongoloid hóa dân cư Đông Nam Á diễn ra như phản ứng dây chuyền. Cho tới 2.000 năm TCN, dân cư Đông Á đã gần như cùng một chủng tộc và văn hóa. Minh chứng rõ ràng nhất là năm 2005 phát hiện tại di chỉ Mán Bạc Ninh Bình một khu mộ với 30 thi hài người Ausrtraloid và Mongoloid được chôn chung, là kết quả của viêc chung sống lâu dài. Ngày nay, khi khảo sát di truyền người châu Á, khoa học cho thấy người Việt Nam có độ đa dạng sinh học cao hơn cả, chứng tỏ người Việt cổ là tổ tiên dân cư châu Á. Do vậy chẳng làm gì có chuyện Hán hóa ở đây. Cho rằng người Việt Nam bị Hán hóa về dòng giống và văn hóa là sự lầm lẫn đáng buồn trong lịch sử. Nửa thiên niên kỷ di cư và chuyển hóa di truyền đã để lại cho người Việt câu ca:

Công Cha như núi Thái Sơn,
Nghĩa Mẹ như nước Trong Nguồn chảy ra.

Nhưng đấy mới chỉ là một nửa sự thật về nguồn cội. Ký ức sâu thẳm của người Việt qua ca dao và truyền thuyết cũng chỉ có thể ghi nhận được giai đoạn sau của quá trình hình thành dân tộc, khoảng 5000 năm. Còn nửa đầu vì dài tới 70.000 năm nên chìm sâu trong bụi thời gian. Không chỉ ký ức cộng đồng mà cả xương cốt cũng đành bất lực trước sự tàn phá của năm tháng. Chỉ hôm nay, nhờ đọc được cuốn "thiên thư" ADN trong máu huyết con cháu sống tại Việt Nam và châu Á, ta mới thực sự nhận biết đầy đủ về tổ tiên của mình!

Sài Gòn, 8.11. 2018

Tài liệu tham khảo:

1. An early modern human from Tianyuan Cave, Zhoukoudian, China. https://www.ncbi.nlm.nih.gov/pmc/articles/PMC1871827/

2. A relative from the Tianyuan Cave. https://www.mpg.de/6842535/dna-Tianyuan-cave)

3. 吴新智：而我们中国从2万年前一直到现在，没有任何证据表明人类有很大的迁徙活动。所以应该说，他就是我们的祖先.

https://baike.baidu.com//%E7%94%B0%E5%9B%AD%E6%B4%9E%E4%BA%BA)

RA KHỎI VIỆT NAM CHIẾM LĨNH THẾ GIỚI

Chục năm trước, đọc cuốn Địa đàng ở phương Đông, tôi hoàn toàn bị Stephen Oppenheimer thuyết phục về một lục địa Đông Nam Á đắm chìm mang theo kho tàng vô tận văn hóa phương Đông rực rỡ. Theo năm tháng, tôi cũng cố công đi tìm cái địa đàng đã mất ấy. Nhưng rồi, thực tế cho hay, đó chỉ là giấc mơ đầy lãng mạn, sản phẩm tuyệt vời của trí tưởng tượng nảy sinh từ ám ảnh của huyền thoại Atlantis. Điều hoang tưởng nổi bật từ giả thuyết này là cuộc ra đi của cư dân Sundaland 11.000 năm trước. Trên thực tế chẳng bao giờ có cuộc di tản như thế cả. Vì sao? Lẽ giản đơn, các tài liệu địa chất thủy văn cho hay, 15.000 năm trước, nước biển đã dâng cao bằng mực nước hôm nay! Có nghĩa là từ đó, lục địa Sundaland đã chìm dưới trăm mét nước! Không còn lục địa thì lấy đâu ra người để chạy lụt 4.000 năm sau?

Một câu hỏi: phải chăng, khi nước ngập 15.000 năm trước, người từ Sunda tràn lên chiếm lĩnh Mã Lai, Indonesia, Philippines để rồi hậu duệ của họ, 4000 năm sau, nhân nạn lụt, tỏa ra chiếm lĩnh thế giới? Tôi đồng ý với S. Oppenheimer là, khi nạn lụt xảy ra, có những "thuyền nhân" từ Mã Lai, Indonesia, Philippines di tản "mang giống vật nuôi và cây trồng cùng tư tưởng về nông nghiệp" tới các đảo Nam Thái Bình Dương, đến Lưỡng Hà, sang châu Phi... Nhưng những thuyền nhân cập bờ biển lục địa châu Á đã không thành công, phải quay lại trước một vùng đất cũng bị hồng thủy tàn phá và con người phần bị hủy diệt, phần đã chạy trốn.

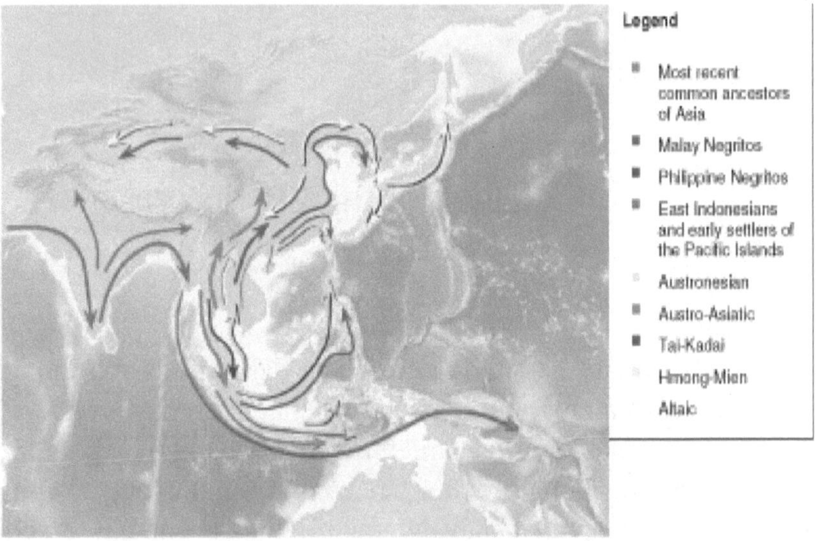

Các tuyến di cư chính thức của người tiền sử châu Á
Genetic 'map' of Asia's diversity http://news.bbc.co.uk/2/hi/8406506.stm

Kết quả là, cả khảo cổ, cả ngôn ngữ và di truyền của phía nam châu Á không có dấu vết của cuộc di tản này. Cuộc di cư 11.000 năm trước rất ý nghĩa về văn hóa nhưng không làm nên dân cư các vùng đất này. Bởi lẽ, 38.000 năm trước, dân cư Đông Nam Á đã chiếm 60% nhân số địa cầu! (1) Thêm nữa và điều này càng rõ hơn: 50.000 năm trước đã có cuộc di cư của người Việt cổ từ Việt Nam chiếm lĩnh các đảo Đông Nam Á.

Giải trình tự DNA di cốt xưa nhất của con người trên các đảo Đông Nam Á đều cho thấy, họ là hậu duệ của người Việt tới từ 50.000 năm trước. Tại Indonesia, các nhà khảo cổ đang khai quật di tích cự thạch khoảng 10.000 năm tuổi, mong tìm dấu vết tổ tiên nhưng họ cũng thành thật nói rằng: người Indonesia không phải là tổ tiên dân cư châu Á.

40.000 năm trước người từ Việt Nam lên khai phá Hoa lục. Di cốt người đàn ông 40.000 năm tuổi ở Động Điền Nguyên

Chu Khẩu Điếm được học giả Trung Quốc thừa nhận là tổ tiên của họ. Cũng từ Đông Á, 40.000 năm trước, người Việt cổ rẽ sang phía Tây, góp phần làm nên dân cư châu Âu. Và 30.000 năm trước, vượt eo Bering chiếm lĩnh châu Mỹ...

Trong khi không chứng minh được giả thuyết Ra khỏi Sundaland, một điều thú vị là tôi nhận được vô vàn bằng cứ về một cuộc ***Ra khỏi Việt Nam chiếm lĩnh thế giới.***

I. ĐIỂM LẠI NHỮNG NGHIÊN CỨU ĐÃ CÔNG BỐ

1. **S.W. Ballinger & đồng nghiệp.** ***Phân tích mtDNA Đông Nam Á cho thấy tính di truyền liên tục của người di cư Mongoloid cổ đại. (2)***

DNA ty thể (mtDNA) từ 153 mẫu độc lập bao gồm bảy quần thể châu Á đã được khảo sát cho thấy: Tất cả các quần thể châu Á cùng chia sẻ hai đa hình AluIIDdeI cổ đại ở nps 10394 và 10397 và giống nhau về mặt di truyền, chỉ ra rằng chúng có chung một tổ tiên. Sự đa dạng mtDNA lớn nhất và tần số mtDNA cao nhất với HfiaI / HincII morph 1 đã được quan sát ở người Việt Nam cho thấy nguồn gốc Mongoloid của dân cư châu Á.

- Dữ liệu cung cấp bằng chứng cho thấy: (i) người Việt Nam đa dạng nhất và do đó, dân số già nhất; (ii) Người Malaysia giữ lại tàn dư của haplotypes được tìm thấy trong dân cư Papuan New Guinea.

- Sự đa dạng sinh học cao của người Việt Nam và tần số cao của các haplotypes HincII / H # aI morph 1 cho thấy miền Nam Trung Quốc là trung tâm của bức xạ mtDNA châu Á (BLANC et al. 1983) và, có vẻ như các đột biến xóa và chèn xảy ra nhiều lần trong dòng dõi mtDNA châu Á. Tần số cao của nhóm haplotype xóa D * mtDNA ở Đông Nam Á, các đảo Thái Bình Dương và Thế giới mới ngụ ý rằng những người di cư mang dấu ấn này là ***hậu duệ của một dân số sáng lập duy nhất.***

2. J.Y. Chu et al. ***Quan hệ di truyền của dân cư Trung Quốc (3)***

Ngày 29/9/1998 nhóm nghiên cứu của J.Y. Chu đã công bố bản báo cáo gây chấn động giới khoa học. Những nét chính của báo cáo như sau:

i. Phân tích từ 15-30 mẫu microsatellites (mtDNA) để khảo sát sự khác biệt di truyền trong 24 nhóm người Hoa, 4 nhóm người Đông Nam Á, 2 nhóm thổ dân Mỹ, 1 nhóm thổ dân Úc, 1 nhóm thuộc New Guinea và 4 nhóm da trắng Caucase. Kết quả phân tích cho thấy: a. Các sắc dân Đông Nam Á tập hợp thành một nhóm di truyền. b. Nhóm dân có đặc tính di truyền gần gũi với dân Đông Nam Á là thổ dân Mỹ sau đó là thổ dân Úc và New Guinea

c. Đặc diểm di truyền của người Trung Quốc phia Bắc không giống người miền Nam.

Nhóm nghiên cứu đưa ra mô hình: Các dân tộc Bắc Á được tiến hóa từ Đông Nam Á và kết luận: Tổ tiên các nhóm dân Đông Á ngày nay có nguồn gốc từ Đông Nam Á. Kết luận này cũng cho rằng, tổ tiên của những người nói tiếng Altaic ở phía Bắc Trung Quốc cũng từ Đông Nam Á lên chứ không phải từ ngả Trung Á sang như từ trước vẫn hiểu.

3. **Bing Su & đồng nghiệp** dựa trên nhiễm sắc thể Y (Y-chromosome) để khảo sát những đại diện người Hoa ở 22 tỉnh Trung Quốc, 3 nhóm dân Đông Bắc Á, 5 nhóm Đông Nam Á (Campuchia, Thái Lan, Mã Lai, Batak, Java) và một số nhóm dân ngoài châu Á đã đưa đến kết luận: Con người di cư từ châu Phi sang Đông Nam Á khoảng 60.000 năm trước và sau đó di chuyển lên Bắc Á, Siberia. Các nhóm dân Polynesian (Đa Đảo) cũng có nguồn gốc từ Đông Nam Á. (4)

4. **Stephen Oppenheime.** ***Rời khỏi địa đàng chiếm lĩnh Trái đất (5)***

Cuộc du hành của loài người:

- Khoảng 85.000 năm trước, từ châu Phi, một nhóm băng qua mũi của Biển Đỏ - the Gates of Grief - rồi men theo bờ phía Nam bán đảo Ả rập tới Ấn Độ. Tất cả những người sống ngoài châu Phi đều thuộc nhóm này.

- 85.000 tới 75.000 năm trước: Từ Sri Lanka họ tiếp tục men bờ Ấn Độ Dương tới phía Tây Indonesia, sau đó tiến vào châu Á. Những người còn ở lại thì đi vòng Borneo tới Nam Trung Hoa.

- Từ 74.000 năm trước tại vùng Toba, Indonesia, núi lửa Toba của Sumatra phun mãnh liệt tạo ra "mùa đông nguyên tử" kéo dài 6 năm và tiếp đó là 1000 năm băng hà cùng sự tàn phá đầy bi kịch, tiêu diệt không dưới 10.000 người. Tro núi lửa phủ dầy 5 m trên Ấn Độ và Pakistan. - Từ 74.000 đến 65.000 năm trước. Theo sau sự hủy diệt của tiểu lục địa Ấn Độ, con người tới tái định cư tại đây. Những nhóm vượt biển bằng thuyền từ Timor tới châu Úc và từ Borneo tới New Guinea. Lúc này ở những vĩ độ thấp phương Bắc trở nên mát mẻ hơn. - Từ 65.000 đến 52.000 năm trước. Khí hậu ấm lên vào 52.000 năm trước khiến cho những nhóm người từ bán đảo Ả rập tiến lên phía Bắc, tới vùng Lưỡi liềm Màu mỡ và trở lại Cận Đông. Từ đây họ tiến vào châu Âu qua eo Bosporus vào khoảng 50.000 năm trước.

- Từ 52.000 tới 45.000 năm trước: Một đợt băng hà ngắn. Người Aurignacian với văn hóa Đá Cũ muộn di chuyển từ Thổ Nhĩ Kỳ tới Bulgaria châu Âu. Đồ Đá Mới xuất hiện tại Danube của Hungary sau đó ở Áo.

- Từ 45.000 tới 40.000 năm trước: Nhóm từ Đông Á di cư về phía Tây qua Trung Á rồi lên Bắc Á. Từ Pakistan họ đi tới Trung Á và từ Đông Dương qua vùng Tebet tiến tới cao nguyên Qinh-hai

- Từ 40.000 tới 25.000 năm trước: Những người từ Trung Á đi về hướng tây tới Đông Âu, phía bắc tới Vòng Bắc Cực và sang Đông Á để bắt đầu tiến về đông bắc lục địa Á – Âu. Thời kỳ này xuất hiện những đồ mỹ thuật, như là Chauvet cave ở Pháp.

5. **Herawati Sudoyo.** ***Truy tìm nguồn gốc của người Indonesia thông qua di truyền*** (6)

Trước nghiên cứu của chúng tôi, không có dữ liệu có sẵn về di truyền của con người ở Indonesia trong nghiên cứu bộ gen người trên thế giới. Các nhà khoa học có dữ liệu về sự di cư của con người qua lục địa châu Á và Úc, nhưng dữ liệu từ quần đảo Indonesia thì không có vì họ chưa bao giờ bị được điều tra. Các đồng nghiệp nghiên cứu của tôi và tôi ở Viện Eijkman đã thu thập và phân tích khoảng 6.000 mẫu DNA từ các địa điểm khác nhau ở Indonesia để xem xét các nhóm đơn bội của người Indonesia.

Chúng tôi đã thử nghiệm hơn 3.700 người từ 35 nhóm dân tộc để tìm DNA ty thể của họ và gần 3.000 người trong số họ cho nhiễm sắc thể Y. Hậu duệ của làn sóng người đầu tiên này đã đến nơi hiện là quần đảo Indonesia khoảng 50.000 năm trước. Vào thời điểm bán đảo Malay, Borneo và Java vẫn được kết nối như một vùng đất được gọi là Sundaland. Hậu duệ của nhóm này tiếp tục lang thang đến Úc.

Dấu hiệu cho thấy quần đảo Indonesia đã có người ở hiện đại có thể được nhìn thấy thông qua các phát hiện khảo cổ. Ở Sarawak, lãnh thổ của Malaysia, thuộc vùng Borneo, các nhà khoa học đã tìm thấy một hộp sọ khoảng 34.000 đến 46.000 năm tuổi. Và trong các hang động của Maros, Nam Sulawesi, có nghệ thuật đá tiền sử 40.000 năm tuổi.

Cuộc di cư thứ hai, khoảng 30.000 năm trước, đến từ khu vực mà bây giờ là Việt Nam. Cuộc di cư thứ ba là sự xuất hiện của những người nói tiếng Austronesian từ Formosa khoảng 5.000 đến 6.000 năm trước.

6. **Dyna Rochmyaningsih.** ***Ra khỏi Sundaland, một giả thuyết bị bác bỏ***. (7)

Trong số các cấu trúc đá lớn của Gunung Padang, một

địa điểm cự thạch ở quận Cianjur, Tây Java, một nhóm các nhà khoa học đang tìm kiếm văn hóa bị mất của Indonesia - một nền văn minh mà theo họ, có từ trước các xã hội cổ đại của Ai Cập và Sumeria. Nhóm này nhận được nhiều phê bình, cả trong cộng đồng khoa học địa phương và quốc tế, nhưng họ vẫn tiếp tục đào.

Điều gì làm cho họ rất lạc quan về dự án đầy tham vọng này? Họ cho rằng tổ tiên của người châu Á đã sống ở Sundaland, một phần của lục địa Á-Âu mà ngày nay tạo nên các đảo Java, Sumatra và Kalimantan. Theo Oppenheimer, những người này là những người đầu tiên bắt đầu trồng trọt và thuần hóa động vật. Khoảng 14.000 năm trước, họ bắt đầu di cư đến các khu vực khác của châu Á vì biến đổi khí hậu. Vào thời điểm đó, băng bao phủ hầu hết Sundaland tan chảy, tạo ra một trận lụt lớn. Nếu lý thuyết này là chính xác, có khả năng một nền văn minh cổ đại vĩ đại một thời có thể đã phát triển mạnh mẽ ở Java.

Năm 2009, lý thuyết này đã được củng cố bởi một nhóm các nhà di truyền học châu Á làm việc cho Tổ chức Bộ gen người (HUGO), những người đã tuyên bố rằng Indonesia là quê hương của tổ tiên người Đông Á. Tháng 8 năm ngoái, tạp chí khoa học Nature đã công bố một kết luận khác về lịch sử của người dân Indonesia. Nghiên cứu có tiêu đề Tái cấu trúc Lịch sử Austronesian ở Đảo Đông Nam Á. Nhận thấy Indonesia không phải là quê hương của người châu Á. Thay vào đó, nó tìm thấy một kết luận ngược lại: tổ tiên của người Indonesia có nguồn gốc từ Đài Loan, các nhà nghiên cứu cho biết.

Phát hiện này phù hợp với lý thuyết Ra khỏi Đài Loan, được hỗ trợ bởi ngôn ngữ học và một số bằng chứng khảo cổ học. David Reich, một trong những tác giả của bài báo trên tạp chí Tự nhiên và là giáo sư của khoa di truyền học tại Đại học Y Harvard, cho biết phát hiện này đáng tin cậy hơn nghiên cứu mtDNA của Oppenheimer khi nó sử dụng toàn bộ dữ liệu bộ gen của 31 quần thể sống ở quần đảo Indonesia và 25 dân cư từ các nước châu Á khác. Stoneking thừa nhận rằng có những người sống ở Sundaland 40.000 năm trước, nhưng họ không phải là những người di cư đến phần còn lại của quần đảo Indonesia và xây dựng một nền văn minh vĩ đại.

Trong khi mọi người đã ở Sundaland ít nhất 40.000 năm, những người nói tiếng Austronesian [ngày nay là người Indonesia] đã đến gần đây hơn từ phía bắc [Philippines] và tiếp tục lan rộng về phía đông [đến gần và xa Châu Đại Dương]. Tôi nghĩ rằng các nhà khoa học tuyên bố nguồn gốc 'Ra khỏi Sundaland, đối với người Austronesian đang gây nhầm lẫn về sự hiện diện cổ xưa của con người ở Sundaland với sự lan tỏa của người Austronesian," ông Stone Stoneking nói.

Herawati Sudoyo, phó giám đốc Viện Eijkman ở Jakarta, người cũng đang nghiên cứu về di truyền học của người Indonesia, thừa nhận rằng nghiên cứu này trình bày một điều mới lạ trong việc phân tích lịch sử loài người từ nghiên cứu di truyền, nhưng cho biết lịch sử của người Indonesia vẫn còn là một câu hỏi mở cho khoa học.

Sự đa dạng di truyền của người Indonesia trên toàn quần đảo là rất phức tạp. Chúng tôi vẫn đang tiến hành các nghiên cứu chuyên sâu ở một số địa điểm như Sumba và Timor, cô nói. Và cho biết, Viện Eijkman không bao giờ tuyên bố rằng Sundaland là nhà của tổ tiên tất cả người dân Indonesia. Ra khỏi Sundaland] chỉ là một giả định. Không có bằng chứng khảo cổ nào cho nó, cô nói

Nghiên cứu năm 2009 của HUGO Pan-Asian SNP Consortium, được tiến hành trong và giữa các quần thể khác nhau ở lục địa châu Á, cho thấy tổ tiên di truyền có mối tương quan cao với các nhóm dân tộc và ngôn ngữ. Có sự gia tăng rõ rệt về đa dạng di truyền từ vĩ độ Bắc xuống Nam. Nghiên cứu cũng cho thấy rằng có một dòng người di cư chính vào châu Á phát sinh từ Đông Nam Á, thay vì nhiều luồng từ cả hai tuyến phía nam và phía bắc như đề xuất trước đây. Điều này chỉ ra rằng Đông Nam Á là nguồn địa lý chính của dân số Đông Á và

Bắc Á. Người Đông Á chủ yếu có nguồn gốc từ dân cư Đông Nam Á với sự đóng góp nhỏ từ các nhóm Trung-Nam Á.

Năm 2012, Jinam và cộng sự đã xác định 86 trình tự bộ gen hoàn chỉnh của DNA ty thể (mtDNA) trong bốn quần thể Malaysia bản địa, cùng với việc phân tích lại dữ liệu đa hình đơn nucleotide (SNP) của người Đông Nam Á để kiểm tra tính hợp lý và tác động của các mô hình Đông Nam Á này. Ba nhóm người Austronesian (Bidayuh, Selatar và Temuan) cho thấy các nhóm haplogroup có tần số cao, có nguồn gốc từ lục địa châu Á 30.000-10.000 BP, nhưng ra khỏi các cột mốc Đài Loan có tần số thấp. Phân tích thành phần chính và phân tích phát sinh học bằng cách sử dụng dữ liệu SNP tự động cho thấy sự phân đôi giữa các nhóm Austronesian lục địa và đảo. Họ lập luận rằng cả dữ liệu mtDNA và dữ liệu tự động cho thấy một cuộc di cư của "chuyến tàu sớm" có nguồn gốc từ Đông Dương hoặc Nam Trung Quốc vào khoảng thời kỳ cuối Pleistocene đến đầu Holocene, có trước, nhưng có thể không nhất thiết loại trừ sự mở rộng của Austronesian.

Điều thú vị là, nhóm đơn ngành được thành lập bởi haplogroups R và Q, chiếm phần lớn các dòng họ ở Châu Âu, Trung Á và Châu Mỹ, đại diện cho phân nhóm duy nhất với K2b không bị giới hạn về mặt địa lý ở Đông Nam Á và Châu Đại Dương. Ước tính khoảng thời gian cho các sự kiện phân nhánh giữa M9 và P295 chỉ ra quá trình đa dạng hóa nhanh chóng ban đầu của K-M526 có khả năng xảy ra ở Đông Nam Á, với sự mở rộng về phía tây của tổ tiên của haplogroups R và Q. gợi ý rằng haplogroup R1b - dòng dõi thống trị hiện tại ở Tây Âu - đã không đạt được tần số cao cho đến sau thời kỳ đồ đá mới ở châu Âu như được đưa ra trong Lacan et al và Pinhasi et al.

Các nhà nghiên cứu thường đồng ý rằng con người sống ở vùng mà ngày nay là miền nam Trung Quốc đã thuần hóa cây lúa japonica từ 8.200 đến 13.500 năm trước. Các địa điểm chính xác trong miền nam Trung Quốc vẫn còn được tranh luận.

Tuy nhiên, nghiên cứu về nguồn gốc của trồng lúa vẫn đang tiếp tục. Có thể đoán rằng bằng chứng của việc trồng lúa lâu đời nhất không thể được tìm thấy bởi vì nó nằm dưới biển và bằng chứng có sẵn ngày nay là trên những vùng đất cao hơn trẻ hơn rất nhiều. Bằng chứng trên đất liền cũng không nhất thiết phản ánh nguồn gốc thực sự của khu vực Sundaland thường được bao phủ bởi tro núi lửa rất dày.

8. **Hugh McColl et al.** ***Người tiền sử ở Đông Nam Á*** (8)

Để tìm hiểu người tiền sử Đông Nam Á, nhóm nghiên cứu đã chọn và giải trình tự DNA 26 bộ gen người Đông Nam Á sống vào thời gian 8000 năm trở về trước. Nghiên cứu đưa ra kết luận: "Lớp dân cư lâu đời nhất của Đông Nam Á là người Hòa Bình đại lục." Người Hòa Bình có mặt ở Malaysia, Indonesia khoảng 50.000 năm trước. 40.000 năm trước xuất hiện ở Động Điền Nguyên phía Bắc Trung Quốc, làm nên dân cư Trung Quốc. 30.000 năm trước vượt eo Bering chinh phục châu Mỹ. 30.000 năm cách nay tới Nhật Bản, làm nên dân cư và văn hóa Jomon.

9. **Người Điền Nguyên**

Hang Điền Nguyên (Tianyuandong) là hang động nhỏ, cao 175 m so với mực nước biển, nằm trên một trại cây thuộc quận Phản Sơn, Bắc Kinh, Trung Quốc, cách 6 km về phía Tây Nam của Chu Khẩu Điếm, một di chỉ khảo cổ quan trọng hàng đầu của thế giới. Năm 2001, một tổ công nhân tình cờ tìm thấy trong hang những mảnh xương động vật có vú hóa thạch. Do không có kinh nghiệm, họ đã làm xáo trộn địa tầng trước khi báo cho các nhà khảo cổ. Không ngờ rằng đó là cái mốc quan trọng của lịch sử phương Đông.

"Trầm tích hang Điền Nguyên gồm bốn lớp, từ trên xuống dưới. Một số trong 34 thành phần của bộ xương người bị công nhân địa phương làm xáo trộn, nhưng phần còn lại được tìm thấy trong lớp III. Không có hiện vật bằng đá hoặc các di tích văn hóa khác được tìm thấy trong di chỉ cho đến nay. Có rất nhiều mảnh xương trong trầm tích hang động Tianyuan, nhưng hiện tại không thể biết liệu chúng có liên quan đến hành vi của con người hay không. Sáu mẫu động vật từ lớp III cung cấp tuổi trung bình dao động từ 39.500 đến 30.500 14C BP." Ngày 21 tháng 1 năm 2013 một nhóm các nhà nghiên cứu quốc tế thuộc Viện Nhân chủng học tiến hóa Max Planck ở Leipzig, Đức công bố bài viết Họ hàng từ hang Điền Nguyên nhận định: "Phân tích DNA xương chân của cá nhân này cho thấy rằng chủ nhân hang Điền Nguyên là người đàn ông sống 40.000 trước, có chung nguồn gốc với tổ tiên của nhiều người châu Á và người Mỹ bản địa ngày nay. Ngoài ra, các nhà nghiên cứu phát hiện rằng tỷ lệ gen Neanderthal và Denisovan trong con người hiện đại sớm này không cao hơn so với những người sống trong vùng này ngày nay."(9) Tới nay xương người hang Điền Nguyên là dấu vết xưa nhất của tổ tiên người Trung Quốc được tìm thấy. Nhà nhân học Trung Quốc Ngô Tân Trí (吴新智)nói: "Trung Quốc từ 20.000 năm trước cho tới nay, không có bằng chứng nào cho thấy con người có những hoạt động di cư lớn. Vì vậy, cần phải nói rằng ông là tổ tiên của chúng tôi."(10.) (而我们中国从2万年前一直到现在，没有任何证据表明人类有很大的迁徙活动。所以应该说，他就是我们的祖先.

10. ***Hà Văn Thùy*. *Góp phần nhận thức lại lịch sử văn hóa Việt.*** (NXB Hội Nhà văn, H, 2016) (11)

Từ những bằng chứng của di truyền học, cổ nhân học, khảo cổ học, văn hóa và lịch sử, tác giả cho thấy: khoảng 70.000 năm trước, hai đại chủng người tiền sử Australoid và Mongoloid từ châu Phi theo ven biển Ấn Độ tới Việt Nam. Tại miền Trung Việt Nam, những dòng người di cư gặp gỡ hòa huyết cho ra bốn chủng người Indonesian, Melanesian, Vedoid và Negritoid, cùng thuộc loại hình Australoid. 50.000 năm trước, người từ Việt Nam lan tỏa ra các đảo Đông Nam Á và chiếm lĩnh Ấn Độ. 40.000 năm trước, do khí hậu cải thiện, người từ Việt Nam đi lên Hoa lục. Từ đây có một dòng rẽ sang hướng Tây, qua Trung Á, xâm nhập châu Âu. Một dòng đi lên Siberi rồi 30.000 năm trước qua eo Bering chinh phục châu Mỹ.

II. NHẬN ĐỊNH

Từ những dẫn liệu trên cho phép đưa tới nhận định: 70.000 năm trước, khi từ châu Phi tới Đông Nam Á, không biết vì sao, đại bộ phận dòng người di cư đã men theo bờ phía Tây Borneo, vượt qua sundaland để tới Việt Nam. Tuy không tìm thấy di cốt trên đất Việt nhưng bộ xương người Mongoloid Lưu Giang 68.000 năm trước và cốt sọ Australoid 63.000 năm trước ở hang Tampaling Bắc Lào là dấu tích của sự kiện quan trọng này. Trên đất Việt Nam, bao gồm cả thềm Biển Đông, tổ tiên chúng ta đã gặp gỡ, sinh sôi. 50.000 năm trước, khi nhân số tăng lên, người Việt cổ lan tỏa ra Sundaland, chiếm lĩnh các đảo Đông Nam Á, đi về phía Tây làm chủ đất Ấn Độ. Khoảng 40.000 năm cách nay, do khí hậu ấm lên, người Việt cổ đi lên Hoa lục. Lần theo bước thiên di này qua tiếng nói, ta biết chắc rằng, người vùng Thanh Nghệ đã đặt chân lên Quảng Đông, trở thành cư dân đầu tiên trên đất Trung Hoa. Rồi từ đây, người Việt mang mã di truyền Australoid và tiếng Việt cổ "trọ trẹ" Thanh Nghệ lan ra khắp Hoa lục. Việc phát hiện xương người ở hang Điền Nguyên có ý nghĩa lớn lao:

i. Với 40.000 năm tuổi và "có chung nguồn gốc với tổ tiên của nhiều người châu Á và người Mỹ bản địa ngày nay," mảnh xương Điền Nguyên là di vật vô giá của Tổ tiên dân cư Đông Á và người Mỹ bản địa. Điều này phù hợp với nhận định của di truyền học cho rằng: người từ Việt Nam đi lên Trung Quốc và làm nên dân cư Đông Á. Đồng thời cũng xác nhận cuộc hành trình của người Việt cổ từ Hoa lục lên Siberia rồi vượt eo Bering sang chinh phục châu Mỹ 30.000 năm trước.

ii. Thông tin "tỷ lệ gen Neanderthal và Denisovan trong con người hiện đại sớm này không cao hơn so với những người sống trong vùng này ngày nay" cho thấy, người Điền Nguyên là hậu duệ của dòng người di cư từ châu Phi theo ven biển Ấn Độ tới Việt Nam 70.000 năm trước. Trên đường đi, họ gặp và giao phối với người Đứng thẳng Neanderthal và Denisovan ở nơi nào đó và nhận gen của những người này mang tới Việt Nam. Tại

Việt Nam, những dòng người di cư đã gặp gỡ, hòa huyết sinh ra người Việt cổ mang 1-2 % gen Neanderthal và Denisovan. Rời Việt Nam, con cháu người Việt mang theo trong mình 1-2% gen của người Đứng thẳng như một "dấu ấn nòi giống" đi khắp châu Á sang châu Mỹ, mà người Điền Nguyên là một trong những dòng con cháu ấy.

iii. Việc người hiện đại có mặt 40.000 năm trước ở hang Điền Nguyên Nam Hoàng Hà đã xác nhận kết quả nghiên cứu của di truyền học cho rằng 40.000 năm trước, người từ Việt Nam đi lên Hoa lục.

Trở lại với 70.000 năm trước. Trong khi dòng chính "rẽ ngang" vào Việt Nam thì có những người trong đoàn di cư từ châu Phi tiếp tục đi tới Úc mà bằng chứng là sọ người Australoid 68.000 năm tuổi ở Hồ Mungo. Số lượng cốt sọ cũng như công cụ đá hiếm hoi trên đất Úc có tuổi trên 60.000 năm, cho thấy, người tới Úc không nhiều, không tạo nên đông đảo dân cư ở châu lục này. Khảo cổ học và nhân chủng học cho hay, chủ thể của dân cư bản địa Úc, có tuổi dưới 50.000 năm, mang trong mình một lượng máu Mongoloid của chủng Indonesian, là hậu duệ của cuộc di cư ra khỏi Việt Nam 50.000 năm trước.

Một câu hỏi: vì sao, những nhóm di cư riêng lẻ không dừng lại ở Malaysia, Borneo, ở Sundaland mà hầu như tất cả dồn về Việt Nam? Do một chi phối bí ẩn nào của Tạo hóa? Hay do ước vọng vươn tới của con người: không dừng lại khi còn có thể đi? Đó sẽ mãi là điều bí ẩn! Có lẽ là, chỉ khoảng vài nghìn người tới Việt Nam 70.000 năm trước nhưng 38.000 năm cách nay đã làm cho số dân Đông Nam Á chiếm 60% nhân loại. Không chỉ vậy, 40.000 năm trước, từ Hoa lục, người Việt qua Tây Tạng, vào Trung Á rồi chiếm lĩnh châu Âu, cùng với người Europid làm nên tổ tiên người châu Âu.

Trong khi *Ra khỏi Sundaland* chỉ là giấc mơ thì *Ra khỏi Việt Nam chiếm lĩnh thế giới* là sự thật hiển nhiên. Điều huyền bí là tại sao lại như vậy? Ngẫu nhiên chăng hay là ý nguyện sâu xa của Tạo hóa, muốn trao gửi cho dân tộc Việt một sứ mệnh thiêng liêng? Châu Phi là nôi của loài người còn Việt Nam là vườn trẻ của nhân loại, khi những đứa trẻ từ châu Phi tìm tới, gặp gỡ nhau, rồi tỏa ra muôn phương làm nên nhân loại.

Sài Gòn, xuân 2019

Tài liệu tham khảo:

1. Atkinson, Q. D., Gray, R. D. & Drummond, A. J. *mtDNA variation predicts population size in humans and reveals a major Southern Asian chapter in human prehistory*. Mol Biol Evol 25, 468–474 (2008).

2. S.W. Ballinger et al. *Southeast Asian mitochondrial DNA Analysis reveals genetic continuity of ancient Mongoloid migration*.
https://www.ncbi.nlm.nih.gov/pmc/articles/PMC1204787/

3. J.Y. Chu et al. *Genetic Relationships of Populations in China*.
https://www.pnas.org/content/95/20/11763

4. Bing Su & đồng nghiệp: Y-chromosome evidence for a northward migration of modern human into Eastern Asia during the last Ice Age. American Jurnal of Human Genetics 1999; 65; 1718-1724

5. Stephen Oppenheimer. *Out of Eden Peopling of the World* (http://www.bradshawfoundation.com) và Journey of Mankind the Peopling of the World http://www.bradshawfoundation.com/journey/

6. Herawati Sudoyo. *Tracing the origin of Indonesian people through genetics*. October 17, 2017 9.37pm AEDT,
http://theconversation.com/tracing-the-origin-of-indonesian-people-through-genetics-85827

7. Dyna Rochmyaningsih. *Out of Sundaland assumption díproded.* Jakartaglobe October 28, 2014
https://jakartaglobe.id/news/sundaland-assumption-disproved/

8. Hugh McColl et al. *The prehistoric peopling of Southeast Asia.* http://www.himalayanlanguages.org/files/driem/pdfs/2018e.pdf

9. A relative from the Tianyuan Cave.
https://www.mpg.de/6842535/dna-Tianyuan-cave)

10. https://baike.baidu.com/m/%E7%94%B0%E5%9B%AD%E6%B4%9E%E4%BA%BA).

11. Hà Văn Thùy. *Góp phần nhận thức lại lịch sử văn hóa Việt*. (NXB Hội Nhà văn, H, 2016)

LUẬN VỀ VÔ MINH

Minh 明 là sáng. Vô minh 無明 là tăm tối. Vô minh được xem là gốc của mọi bất thiện trong thế gian. Đó là tình trạng tâm thức không thấy sự vật «như nó là,» cho ảo giác là sự thật, làm cho con người mê lầm tưởng đó là sự thật mà không thấy tự tính. Vô minh xuất phát từ quan điểm chấp trước tiên thiên của ý thức, từ đó mà xây dựng lên một thế giới của riêng mình, cho thế giới đó những tính chất của chính mình và ngăn trở không cho con người thấy thế giới đích thực. Vô minh là cách nhìn thế giới sai lạc, cho thế giới là thường còn, mà thế giới thực chất là vô thường. Vô minh là một kiến giải điên đảo, cho rằng thế giới độc lập với ý thức (tâm) mặc dù thế giới và ý thức chỉ là một. Như thế vô minh có hai khía cạnh: *một là nó che đậy thế giới đích thực, hai là nó xây dựng cái ảo ảnh, cái giả. Hai mặt này luôn luôn dựa vào nhau...*

Trong quan niệm phương Đông, Minh và Vô minh là hai mặt của cùng sự vật, gắn bó nhau trong mối quan hệ song trùng lưỡng hợp. Vô minh khiến cho Minh có ý nghĩa. Ngược lại, sự tương phản của Minh làm cho Vô minh thể hiện ra phẩm chất của mình. Chiều hướng của cuộc sống là làm sao giảm bớt sự Vô minh để ngày một tốt đẹp hơn. Muốn hiểu được minh triết Việt thiết tưởng cũng cần hiểu được sự vô minh trong con người Việt.

Minh triết cho rằng, con người là tiểu vũ trụ, là sinh mệnh duy nhất do trời đất thành tạo, được trao phó sứ mệnh thiêng liêng. Trong suốt cuộc đời đạp đất đội trời, con người phải tự tìm hiểu cái sứ mệnh mà tạo hóa trao cho mình để rồi đem hết tâm lực thực hiện sứ mệnh của mình. Do vậy, sự vô minh của con người là không biết mình là ai, không biết tổ tiên gốc gác từ đâu ra để rồi sống hoang dã như cây cỏ, nổi trôi như bèo bọt giữa biển lớn cuộc đời, để cho những năm tháng phí hoài.

Cũng vậy, một dân tộc vô minh là dân tộc không biết mình là ai. Không biết tổ tiên gốc gác từ đâu ra. Không biết tiền nhân trải qua lịch sử thế nào, sáng tạo những thành tựu văn hóa gì… Do vậy cam phận là dân tộc vị thành niên, thiểu năng trí tuệ, sống vật vờ bên rìa thế giới văn minh.

Ngày nay, nhờ thành tựu của khoa học thế giới, ta biết rằng, 70.000 năm trước, người Khôn ngoan Homo sapiens từ châu Phi di cư tới Việt Nam. Tại đây, những nhóm người riêng lẻ gặp gỡ, hòa huyết sinh ra người Việt cổ mang mã di truyền Australoid. Rồi từ Việt Nam, con người lan tỏa ra các đảo Đông Nam Á, chiếm lĩnh Ấn Độ và đi lên khai phá Hoa lục. Người Hòa Bình mang theo công cụ đá mới, đồ gốm, giống kê, giống lúa, giống gà, giống chó… cùng tộc danh ***Người Việt*** đi lên xây dựng nền kinh tế nông nghiệp rực rỡ ở lưu vực Dương Tử và Hoàng Hà. Việt Nam là nơi phát tích của con người và văn minh phương Đông. Người Việt làm nên chủ thể của dân cư Trung Quốc. Tiếng Lạc Việt là chủ thể tạo nên ngôn ngữ Trung Hoa. Chữ tượng hình Giáp cốt văn của người Việt là chủ thể làm nên chữ viết Trung Hoa. Văn hóa Trung Hoa được xây dựng trên cơ sở văn hóa Việt…

Nhưng từ đầu Công nguyên, Việt Nam bị người Hán đô hộ. Do mất đất đai, người Việt Nam mất luôn chủ quyền rồi từ đó mất chữ viết và lịch sử. Sau một nghìn năm nô lệ, khi giành lại quyền tự chủ, người Việt Nam tìm cách viết cuốn sử của mình. Tài liệu để viết sử một phần nhỏ lấy từ những truyền thuyết được lưu giữ trong ký ức cộng đồng. Phần nhiều hơn rút ra từ sách sử của người phương Bắc. Dòng đầu tiên cuốn Đại Việt sử ký toàn thư chép: *"Thời Hoàng Đế dựng muôn nước, lấy địa giới Giao Chỉ về phía Tây Nam, xa ngoài đất Bách Việt. Vua Nghiêu sai Hy thị đến ở Nam Giao để định đất Giao Chỉ ở phương Nam. Vua Vũ chia chín châu thì Bách Việt thuộc phần đất châu Dương, Giao Chỉ thuộc về đấy. Từ đời Thành Vương nhà Chu [1063-1026 TCN] mới gọi là Việt Thường thị , tên Việt bắt đầu có từ đấy."*

Nay đọc lại, ta không khỏi chạnh lòng vì sự ngộ nhận đáng tiếc. Hồng Bàng thị lập nước Xích Quỷ năm 2879 TCN. Vào năm 2698 TCN nhà nước Hoàng Đế của Hiên Viên thị mới xuất hiện. Ra đời sau Xích Quỷ 181 năm thì làm sao mà Hoàng Đế "dựng muôn nước"?! Sự vô minh bắt đầu từ đấy. Chuyện bi hài cười ra mước mắt. Một dân tộc từng sinh ra toàn bộ dân cư châu Á, từng sáng tạo nền văn hóa rực rỡ, bị đánh tráo, biến thành con cháu của con cháu minh, học trò của chính học trò mình!

Cũng do không biết tổ tiên gốc gác nên cha ông ta tuy luôn nói tới "đồng bào – một bọc"mà không biết rằng, từ xa xưa các sắc dân sống trên đất Việt Nam: Thái, Mường, Mèo, Dao, Chăm, Ê đê, Khmer, Hoa… là cùng một tộc, là đồng bào để rồi sau khi giành được độc lập, học theo thói trịch thượng Đại Hán, các chính quyền quân chủ Việt Nam cho rằng, chỉ người Kinh mới là người Việt còn tất cả đều là man di. Từ đó gây ra những điều đáng buồn, đáng trách với đồng bào thiểu số, để lại những vết hằn đau đớn trong lịch sử. Một sự vô minh cười ra nước mắt: Tổ tiên xưa làm ra chữ Khoa đẩu. Suốt trong thời kỳ chiếm đóng, kẻ thống trị dốc sức triệt phá để độc tôn chữ Hán. Khi được độc lập, cha ông ta không ngờ rằng chữ của người Mường, người Thái là chữ của Tổ tiên nên học theo thiên triều gọi một cách khinh thị là Man tự của dân man mọi nên không dùng. Để rồi buộc phải tạo ra chữ Nôm, một thứ chữ không những cực kỳ khó học mà càng cột dân tộc lệ thuộc hơn vào chữ Hán! Từ thời Lê cho đến sau này, thiết chế nhà nước ngày càng phụ thuộc hơn vào Trung Quốc. Nhà Nguyễn càng tỏ ra vô minh hơn khi thay Bộ Luật Hồng Đức vừa dân tộc vừa tiến bộ bằng Bộ Luật Gia Long sao chép từ Luật nhà Thanh. Không chỉ vậy, triều đình còn tự nguyện biến mình thành người Hán. Sách sử chính thức của triều Nguyễn Đại Nam thực lục chép: "... *Tai nghe nhiều thì quen, mắt thấy nhiều thì thuộc, cứ thế [người Miên] dần dà hòa nhập với phong tục người Hán; nếu lại có thêm sự giáo hóa của chính quyền, dùng văn hóa Hoa Hạ để biến đổi các dân tộc man di, xem ra sau vài chục năm thì có thể làm cho họ chẳng khác gì người Hán."* Ở đây triều Nguyễn tự xưng là "Hán", "Hạ", "Hán dân", khoe mình là dòng chính thống [đích hệ] của văn hóa Trung Hoa!

Cũng do không biết cội nguồn gốc gác nên giữa thế kỷ XX, từ tài liệu của người Pháp, sử gia Đào Duy Anh chép vào cuốn Lịch sử cổ đại Việt Nam: "Thoạt kỳ thủy, trên đất nước ta có người Melanésien sinh sống. Khoảng 2000 năm TCN, do người Arien xâm lăng đất Ấn Độ, người Indonésien từ Ấn Độ chạy sang chiếm Đông Dương, tiêu diệt hoặc đẩy người Melanésien ra các đảo Đông Nam Á. Sau cùng, khoảng năm 333 TCN, nước Sở diệt nước Việt, người Việt tràn xuống chiếm Bắc Việt Nam, làm nên dân tộc Việt Nam hôm nay." Không chỉ áp đặt cho chúng ta một lịch sử sai lạc mà còn vu vạ cho dân tộc ta cái tội tổ tông là tàn bạo diệt chủng người thổ trước!

Tội ác được tạo nên từ sự vô minh. Vinh quang hiển hách cùng công lao vĩ đại của nhà Triệu đã nghìn năm được ghi trong tâm khảm dân tộc. Dù cuối thời Lê, Ngô Thì Sỹ có nông nổi đưa ra ý kiến phản biện thì sử gia nhà Nguyễn vẫn giữ nguyên vai trò nhà Triệu và nước Nam Việt trong chính sử. Nhưng khi giành độc lập sau 80 năm nô lệ, sử gia Việt Nam dân chủ cộng hòa, nhân danh triết thuyết cách mạng học đòi từ ngoại bang, đã quy kết Triệu Đà là kẻ xâm lăng rồi trục xuất Nam Việt khỏi chính sử. Không nghi ngờ tinh thần dân tộc của những người này. Nhưng không thể không thấy rằng, do vô minh, họ không hiểu cả dân tộc và lịch sử. Họ quy kết Lê Văn Hưu, Ngô Sỹ Liên quan điểm ***viết sử phản dân tộc.*** Do kiến văn hạn chế, họ cho Triệu Đà là người Hán rồi trút lên ông cùng họ Triệu lòng hận thù mù quáng. Do kiêu ngạo, họ cho mình hơn trí tuệ tiền nhân. Không chỉ phản đối các sử gia tiền bối, họ còn xúc phạm Nguyễn Trãi, người viết trong áng thiên cổ hùng văn Bình Ngô đại cáo ***Trải Triệu Đinh Lý Trần*** nối đời dựng nước. Họ cũng phủ định quan điểm của Hồ Chí Minh: ***Triệu Đà là vị hiền quân, quốc danh Nam Việt trị dân năm đời.*** Nhưng vô minh nhất là họ xúc phạm hồn thiêng của hàng vạn người dân Việt đổ máu xương bảo vệ Nam Việt và các thế hệ người Việt hàng nghìn năm không ngớt khói hương kính ngưỡng Triệu Đà. Quả là vô minh khi họ cố tình không hiểu lòng dân trong câu ***Thương dân dân lập đền thờ, hại dân dân đái trôi mồ thối xương***. Phải xót xa mà nói rằng, việc làm này gây đại hoạ, làm đảo lộn lịch sử, biến một dân tộc văn hiến trở thành man rợ, bất nhân thất đức nhục mạ, báng bổ Tổ tiên. Cũng từ đây dẫn tới vô minh tệ hại khác là xuyên tạc giá trị tuyệt vời minh triết của truyền thuyết Mỵ Châu-Trọng Thủy. Do tối tăm không hiểu ý nghĩa của đoạn văn *"Những con trai ăn phải máu nàng Mỵ Châu sinh ra ngọc. Ngọc ấy khi đem rửa bằng nước giếng chàng Trọng Thủy trầm mình sẽ trở nên tuyệt vời trong sáng,"* người ta biến chuyện tình đẹp nhất thế gian thành câu chuyện cảnh giác rẻ tiền: *Tôi kể ngày xưa chuyện Mỵ Châu, trái tim lầm chỗ để trên đầu!*

Cũng do vô minh mà trong cuộc vận động cách mạng giải phóng dân tộc, khẩu hiệu đầu tiên được nêu lên là ***Trí, phú, địa, hào, đào tận gốc trốc tận rễ***. Họ không hiểu rằng, xa xưa, từ những người săn bắn hái lượm, tổ tiên ta sớm định cư để cấy trồng. Từ cộng đồng vô sản sản ban đầu, theo quy luật tiến hóa của cuộc sống, sẽ xuất hiện những người giỏi giang hơn, làm ăn khá giả hơn, dần trở nên giầu có. Đất nước của dân nghèo dần xuất hiện phú ông, chủ đất và những hương chức dẫn dắt làng xóm. Ở trình độ cao hơn, trong xã hội trọng xỉ - tôn trọng người cao tuổi với kinh nghiệm sống và sản xuất phong phú, việc học ra đời và trí thức xuất hiện. Trí thức là đỉnh cao phát triển của cộng đồng, như ánh sáng trí tuệ dẫn dắt dân tộc đi lên. Từ thực tế xã hội phương Đông, Lê Quý Đôn tổng kết: ***"Phi nông bất ổn, phi công bất phú, phi thương bất hoạt, phi trí bất hưng."*** Vì vậy tiêu diệt trí thức cũng có nghĩa là tiêu diệt bộ phận ưu tú nhất trong cộng đồng. Sự vô minh đã gây ra tội ác hủy diệt dân tộc!

Một câu hỏi đau đớn gợi lên trong mỗi chúng ta là: vì sao tổ tiên sáng tạo nền văn hóa rực rỡ như thế mà vô minh bao trùm dân Việt tệ hại đến vậy? "Nghìn năm nô lệ giặc Tàu, trăm năm nô lệ giặc Tây" là suy tư thường trực, thậm chí trở thành ca từ của bài hát nổi tiếng. Nhưng có điều, di hại của cái lịch sử ô nhục đó chưa bao giờ được đưa lên bàn nghị sự để mổ xẻ cho ra lẽ. Đó là phức cảm của một cộng đồng nhược tiểu, tổ tiên ăn lông ở lỗ mông muội, tuy dám gồng mình đánh chết bỏ để giải phóng đất đai hết lần này đến lượt khác nhưng lại cam phận ngoan ngoãn cúi đầu dưới cái bóng văn hóa ngoại bang. Không chỉ nghìn năm tự nguyện làm học trò nhỏ của văn hóa Trung Hoa mà cũng trăm năm cúi đầu ngoan ngoãn chấp nhận sự dạy bảo của những thầy Tây. Công việc của người trí thức Việt chỉ là học rồi nhờ những điều học được để vinh thân phì gia, để được danh giá với đồng bào. Hiếm, hiếm lắm trong suốt lịch sử có những người sáng tạo, vượt qua những ông thầy Tàu thày Tây, thậm chí dám cãi lại họ… Cái thói quen thụ động gia nô, nhược tiểu ấy buồn thay lại trở thành nhân cách Việt. Vào thập kỷ 1920 học giả thực dân Pháp của Viễn Đông Bác cổ dạy rằng: "Tiếng Việt vay mượn 70% từ ngôn ngữ Hán." Người Việt tin thế và dạy cho nhau suốt thế kỷ. Không chỉ vậy, có vị giáo sư tỏ ra giỏi hơn thầy, đã phát minh "lớp từ Hán cổ và lớp từ Hán Việt-Việt hóa" trong tiếng Việt, khiến cho mức độ vay mượn của tiếng Việt còn tệ hại hơn! Thật quái đản, dân ở cái xứ sông nước phải vẽ mình để tránh giao long lẽ nào không có thuyền có buồm mà phải mượn chữ "buồm" từ những kẻ chăn dê cưỡi ngựa trên đồng cỏ phương Bắc?! Hơn hai chục năm trước, có nhà nghiên cứu trẻ rụt rè viết rằng, chữ "Kẻ," chữ "Mơ" là từ thuần Việt liền bị cây đa Huệ Thiên dáng cho đòn chết tươi: "Kẻ nguyên là chữ Cái, Giới, Giái. Còn Mơ được biến âm từ Mai của Tàu, cả Bút, Viết cũng Tàu. Khang Hy Đại từ điển ghi…Tất cả đều là Hán, 100% made in China." Đọc ông người ta tự hỏi, tổ tiên ta xưa không có được tiếng nào riêng của mình sao? Có người nổi quạu: "Vậy trước khi gặp người Hán, tổ tiên ta gọi tứ khoái bằng gì?" Mang tiếng đọc nhiều biết rộng mà sao "học dả" lại không hiểu rằng, sách Thuyết văn giải tự, cuốn tự điển đầu tiên của Trung Quốc là cuốn sách trình bày cách đọc và giải nghĩa tiếng Việt?

Sang đầu thế kỷ này khi khoa học đọc cuốn thiên thư ADN được tạo hóa ghi trong máu huyết đồng bào châu Á, khám phá rằng đất Việt là nơi phát tích của dân cư phương Đông, tiếng Việt là chủ thể làm nên ngôn ngữ Trung Hoa thì một "trí thức" Việt vẫn viết những dòng không chỉ nhục mạ tổ tiên mà còn phản khoa học như thế này: *"Sớm nhất là sau năm 81 BC, bắt đầu ở Cửu Chân và sau đó tại quận Giao Chỉ và Nhật Nam người Hán thâm nhập Việt Nam. Từ đó ngôn ngữ Việt được khoác lên bộ áo ngoài rực rỡ nhất, lòe loẹt nhất, chiếm đến 70% từ vựng Việt Ngữ."* (1) Một người khác, Tiến sỹ Hán Nôm Trần Trọng Dương ăn theo "học dả" Hoa Kỳ L. Kelley, cho rằng truyền thuyết Lạc Long Quân-Âu Cơ là "diễn xướng từ tiểu thuyết Liễu nghị truyện của Tàu"(!)

Trong một Hội thảo khoa học ở Hà Nội, vị giáo sư triết học tặng tôi tập tài liệu "Tư duy tổng hợp"do ông biên dịch theo một chương trình được Nhà nước tài trợ. Với vẻ trân quý, ông dặn: "Anh ráng đọc rồi góp ý cho tôi nhé!" Đọc xong, từ Sài Gon, tôi gửi ông điện thư: "Người Việt là tổ sư của tư duy tổng hợp. Nếu nghiên cứu kỹ lối tư duy của tổ tiên rồi viết, bác sẽ là thầy của những giáo sư này thay vì làm học trò của họ!" Đau ở chỗ, do vô minh không biết mình là ai, sở trường sở đoản thế nào nên luôn nghĩ mình ngu hơn thiên hạ, lại biếng lười không dám suy nghĩ độc lập nên bất cứ điều gì cũng dịch của thiên hạ ra để học! Ai ai cũng tự nguyện làm học trò, biến cả dân tộc truyền đời thành học trò mà nhiều khi bi hài làm học trò của chính học trò mình!

Do vô minh, nhiều người không biết rằng, do sống bằng nông nghiệp, dân phương Đông quan tâm đồng đều tới các yếu tố khác nhau của môi trường nên hình thành thói quen tư duy tổng hợp. Từ đây sáng tạo nguyên lý Âm Dương rồi Dịch lý, đỉnh cao của trí tuệ nhân loại. Trong khi đó người phương Tây theo phương thức sống du mục trọng động nên hình thành thói quen tư duy phân tích: phát hiện nhanh những yếu tố khác nhau của môi trường. Tập quán này dẫn người phương Tây theo xu hướng thành triết gia duy lý và nhà khoa học. Sự thật lịch sử đã chia Đông Tây thành hai thế giới khác nhau về văn hóa. Mỗi bên có mặt mạnh và mặt yếu của mình. Nhưng hơn 300 năm nay văn minh phương Tây thống trị thế giới đã chèn ép văn hóa phương Đông khiến cho dân phương Đông mặc cảm về sự thấp kém của mình rồi tôn phục văn minh phương Tây. Điều này khiến cho phương Đông bị tha hóa, đánh mất bản sắc. Không biết rằng, tư duy tổng hợp phương Đông có nhiều lợi thế để phát huy làm nên sự tốt đẹp không chỉ cho phương Đông mà cho cả thế giới. Do vậy, rất nhiều dân phương Đông đôn đáo học theo phương Tây rồi rơi vào bi kịch "giở trăng giở đèn" không còn giữ được bản sắc phương Đông nữa nhưng cũng chẳng bao giờ tiến bằng phương Tây. Đúng như điều cổ nhân đã dạy: "Hộ đoản chung đoản, canh trường bất trường"- theo cái ngắn thi cuối cùng sẽ ngắn. Trồng cái dài cũng chẳng được dài!

Do vậy, công việc hiện nay của người Việt là giải vô minh, nhận lấy ánh sáng minh triết. Giải vô minh, trước hết là phải viết lại sử Việt nhằm hiểu thực chất cội nguồn dân tộc từ đâu ra, có quá trình vận động thế nào để có mặt trên đất nước ta như ngày hôm nay. Từ đó ngõ hầu tìm lại bản sắc của mình, thế mạnh của mình để vững tin trên con đường đi tới. Đó là công việc to lớn và khó khăn nhất mà trước đây chưa thể làm. Rất mừng là, sang kỷ nguyên mới, nhờ trí tuệ nhân loại, chúng ta đã tìm ra lịch sử chân thực của dân tộc. Một lịch sử vô cùng vẻ vang: đất Việt Nam là nơi phát tích của dân cư châu Á. Từ đây, lớp lớp người Việt đi ra chiếm lĩnh thế giới và xây dựng văn hóa Việt rực rỡ mà đỉnh cao là minh triết Việt. Minh và vô minh là hai mặt của cuộc đời. Chỉ bằng sự giác ngộ, phá chấp, con người xua dần cái tối tăm để sống trong ánh sáng Minh triết, đó chính là Đạo Việt mà tổ tiên tu tập hàng vạn năm truyền lại cho chúng ta.

Sài Gòn, Xuân Kỷ Hợi.

1. Trương Thái Du. *Nguồn gốc Vân Nam của trống đồng Việt ?* https://nghiencuulichsu.com/2018/12/13/nguon-goc-van-nam-cua-trong-dong-viet/.

DI CHỈ CỒN CỔ NGỰA
VÀ VẤN ĐỀ TIỀN SỬ NGƯỜI VIỆT
(Thảo luận với TS. Marc Oxenham)

Chúng tôi biết đến Tiến sỹ Marc Oxenham của Đại học Quốc gia Úc vào mùa Xuân năm 2005, khi ông công bố trên BBCNews kết quả khai quật di chỉ Mán Bạc tỉnh Ninh Bình với nhận định gây tranh cãi: "Nông nghiệp từ phương Bắc đưa xuống." Nay đọc bài *Giữa tìm kiếm thức ăn và canh tác: phản ứng chiến lược đối với tăng nhiệt tối đa Holocene ở Đông Nam Á**, chúng tôi cảm phục tác giả vì sự gắn bó lâu dài với khảo cổ học Việt Nam. Trong bài báo của mình, ông đã mổ xẻ tới tận cùng di chỉ Cồn Cổ Ngựa rồi đưa ra những nhận định:

1."Quá trình thuần hóa lúa gạo phát triển đồng thời và độc lập ở Đông Á, ở Thung lũng Trung và Hạ Dương Tử từ 9000 trước, mặc dù phải đến 6000 năm, có lẽ muộn nhất là 5000 năm cách nay ở vùng hạ lưu thung lũng Yangtze, thay vì săn bắn hái lượm, đã phát triển."

2."Cùng thời với quá trình thuần hóa kéo dài hàng thiên niên kỷ này là sự tập trung của những người hái lượm ở phía nam thung lũng Yangtze. Những quần thể này là hậu duệ của người đã vào Đông Nam Á, Melanesia, Úc và miền nam Trung Quốc thông qua tuyến đường phía nam sớm nhất là 65.000 năm trước."

3. "Những người nông dân đầu tiên này có kiểu hình (cranio-facally và răng) khác biệt về mặt di truyền với những người hàng xóm săn bắn hái lượm phía nam của họ, và có lẽ là hậu duệ của người hiện đại (AMH) tới từ phía đông Siberia 40.000 trước…"

4. Cây trồng và động vật được thuần hóa đã có mặt từ 5.000 năm trước ở miền nam Trung Quốc, và 4.000 năm trước ở miền bắc Việt Nam, kèm theo một nền văn hóa vật chất mới và một quần thể khác biệt về kiểu hình và di truyền. Áp lực kép của biến đổi khí hậu tối đa sau Holocene và sự di cư của dân cư nông nghiệp từ miền trung Trung Quốc có thể đóng vai trò quan trọng trong sự sụp đổ của một lối sống rất thành công và bền vững trên một khu vực rộng lớn ở miền nam Trung Quốc và miền bắc Việt Nam.

5. Việc chôn cất tại khu vực đá mới của Mán Bạc ở miền bắc Việt Nam cho thấy rằng người dân bản địa và người nhập cư thời kỳ đồ đá mới đã cùng sinh sống và trao đổi cả gen và kỹ năng sống.

6. không có sự chuyển đổi tại chỗ từ săn bắn và hái lượm vào nông nghiệp ở miền nam Trung Quốc và miền bắc Việt Nam, mà là sự thay thế của một lối sống và dân số liên quan của nó với người khác.

7. Họ sống ở vùng khí hậu ấm áp hơn bây giờ, có lẽ ủng hộ sự phát triển và lan rộng của các loại cây có giá trị kinh tế, như Canarium, cao lương và cây lấy củ, với số lượng có thể duy trì dân số săn bắn hái lượm lớn. Cho dù một số hình thức văn hóa thuần chay hoặc quản lý thực vật hoang dã đã xảy ra vẫn chưa được biết, nhưng chúng tôi nghĩ rằng nó có thể xảy ra.

8. Việc chuyển đổi sang canh tác không mang lại lợi ích tương đối cũng như khó khăn cho các cộng đồng cổ đại ở khu vực này trên thế giới.

Từ nhận định trên, hai vấn đề được đặt ra:

I. Khảo cổ học có vai trò ra sao trong khám phá tiền sử người Việt?

Khảo cổ học là khoa học bắt đầu và kết thúc với vật cổ. Một khi không có vật cổ, khảo cổ học chấm dứt! Suốt thế kỷ XX, chúng ta chỉ biết cốt sọ cổ nhất của người Việt tại di chỉ Sơn Vi 32.000 năm. Những câu hỏi bức xúc được đưa ra: Phải chăng người Sơn Vi là người hiện đại xuất hiện sớm nhất trên đất Việt Nam? Họ từ đâu tới? Không lời đáp! Rồi khi phát hiện bộ xương người Lưu Giang Quảng Tây 68.000 năm và cốt sọ hang Tampa Lin Bắc Lào 63.000 năm, xuất hiện thêm cật vấn: "Họ là ai, từ đâu ra, có quan hệ thế nào với người Sơn Vi và những người Việt cổ khác?" Khảo cổ học im lặng!

Những năm cuối thế kỷ XX, bùng nổ thông tin gây chấn động: "Người hiện đại Homo sapiens xuất hiện ở châu Phi 200.000 năm trước. Khoảng 60.000 năm trước, theo ven biển Ấn Độ Dương, người từ châu Phi di cư tới Việt Nam. Nghỉ lại ở đây 10.000 năm để gia tăng nhân số, 50.000 năm trước, người từ Việt Nam lan tỏa ra các đảo Đông Nam Á và chiếm lĩnh Ấn Độ. 40.000 năm trước, do khí hậu phía Bắc được cải thiện, người từ Việt nạm đi lên khai phá Hoa lục. 30.000 năm trước, từ Siberia vượt qua eo Bering, chinh phục châu Mỹ." (1) Giới khảo cổ học choáng váng. Tuy nhiên, khám phá từ DNA không thể nghi ngờ! Như vậy, thực tế cho thấy, con người đã có mặt tại Việt Nam từ 70.000 năm trước. Nhưng thổ nhưỡng và khí hậu khắc nghiệt đã xóa đi mọi dấu vết của họ, khiến cho 40.000 năm đầu tiên chìm vào bóng đêm!

Người từ châu Phi tới Việt Nam là ai? Chưa bao giờ di truyền học trả lời câu hỏi rất quan trọng này. Dựa trên bằng chứng khảo cổ là những cốt sọ, nhân học đưa ra lời đáp: "Thời đá mới trên đất Việt Nam xuất hiện hai đại chủng Australoid và Mongoloid cùng các loại hình hỗn chủng giữa chúng. Họ hòa huyết với nhau và con cháu họ hòa huyết tiếp sinh ra bốn chủng người Việt cổ Indonesian, Melanesian, Vedoid và Negritoid, cùng thuộc nhóm loại hình Australoid. Sang thời kim khí, người

Mongoloid phương Nam xuất hiện và trở thành chủ thể dân cư. Người Australoid biến mất khỏi đất này không hiểu do di cư hay đồng hóa?"(2) Hơn 20 năm, những dòng chữ nằm im lìm trong cuốn sách in bằng thứ giấy bổi đen và hầu như không được trích dẫn! Tuy nhiên, đây là khám phá quyết định chiều hướng của lịch sử: những con người được sinh ra ở Việt Nam 70.000 năm trước làm nên dân cư và văn minh phương Đông!

Điều không bình thường là, gần hết thập kỷ thứ hai của thế kỷ XXI, chưa có bất cứ nghiên cứu nào về khoảng thời gian 40.000 năm ngoài vòng khảo cổ! Tổ tiên Việt đã sống thế nào trong suốt thời gian dằng dặc ấy? Không giải được câu hỏi này, không thể nói gì về tiền sử người Việt! Khi không có hiện vật khảo cổ, là lúc trí tưởng tượng bắt đầu. Có thể là kịch bản như thế này:

70.000 năm trước, trên đường sang phương Đông, một dòng người châu Phi theo bờ Tây của đảo Borneo, bước vào đồng bằng Sundaland, rồi đi lên hướng Bắc. Lúc này đang trong Kỷ Băng hà, mực nước biển thấp hơn hôm nay 130 mét. Đông Nam Á là lục địa mênh mông. Không hiểu vì sao họ không tỏa ra chiếm lĩnh vùng đất màu mỡ này mà đi tiếp tới miền Trung Việt Nam rồi dừng lại. Chúng tôi đoán, chỉ đoán thôi, có khoảng 2000 đến 3000 người thuộc hai đại chủng Australoid và Mongoloid tới được Việt Nam. Sau hành trình 15.000 năm gian nan, tới đây họ đã gặp "địa đàng ở phương Đông" với khí hậu ấm áp, rừng cây xanh tươi, nhiều muông thú, hoa trái, sông suối nhiều ốc, sò, tôm, cá… Những nhóm nhỏ khoảng 15-20 người gặp nhau khi cùng săn bắn và hái lượm. Tình yêu đến và những đứa trẻ ra đời. Theo năm tháng, dân số tăng lên. Một số ít sống trong hang động còn phần lớn dựng những túp lều bằng cây lá dưới tán rừng.

Ban đầu, theo tập tục truyền lại từ tổ tiên, họ đập vỡ những hòn sỏi, chế tác những chiếc búa đá cũ dùng cho săn hái. Nhưng rồi, từ cuộc sống định cư, vào thời gian rảnh rỗi, người phụ nữ bắt đầu chăm sóc những vạt rau đầu tiên bằng cách nhặt bỏ cỏ dại, tưới nước, bón phân. Họ cũng chọn rồi chăm sóc những cây cho quả bằng cách chặt dây leo, tỉa bớt cành và cây dại xung quanh, cho cái cây "của mình" nhận được nhiều ánh sáng hơn. Người hái lượm phát hiện ra khoai sọ, một loại cây cho củ ngon, lành mà lại dễ trồng, rồi kê, cao lương... Cứ như thế, từng chút một, những vạt rau, những vườn cây quả, những luống khoai lang khoai sọ ra đời, bổ sung lượng thức ăn quan trọng vào cuộc sống săn hái.

Không phải khảo cổ mà di truyền học khám phá, trong quá khứ có hai lần số lượng lớn người rời Việt Nam chiếm lĩnh thế giới. Lần đầu vào 50.000 năm trước, đi ra các đảo Đông Nam Á và Ấn Độ. Đợt sau, 40.000 năm trước, đi lên Hoa lục rồi sang châu Âu và qua eo Bering chinh phục châu Mỹ. Di cư là kết quả của bùng nổ dân số. Vậy thì nguyên nhân nào làm nên hai cuộc bùng nổ dân số vĩ đại trên? Cố nhiên không phải do lượng thú hoang tăng đột biến, cung cấp nguồn dinh dưỡng lớn. Chỉ có thể là lượng thức ăn lớn nhận được từ những cây trồng "bán thuần hóa" đã tạo ra năng lượng cho cuộc bùng nổ dân số! Vậy là, trong 40.000 năm âm thầm ấy, người Việt không chỉ săn bắn hái lượm mà sở hữu số lớn thực vật "bán thuần hóa"tạo ra khối lượng thức ăn quan trọng.

Khám phá cuộc di cư lần thứ nhất, di truyền học phản bác quan niệm của khảo cổ và nhân học cho rằng "1.500 năm TCN, người Arian xâm lăng Ấn Độ, đẩy người Indonesian từ đất Ấn sang xâm chiếm Đông Dương." Khám phá cuộc di cư thứ hai, di truyền học bác bỏ quan niệm định hình của thế kỷ XX "người từ Trung Quốc đi xuống làm nên dân cư và văn hóa Việt Nam."

Năm 2013, nhờ thành tựu kỳ diệu của di truyền học, khoa học tìm ra chủ nhân hang Điền Nguyên, xác nhận việc người Việt đặt chân tới bờ Nam Hoàng Hà 40.000 năm trước. Trong khi đó, khảo cổ học, từ khai quật hàng chục di chỉ trên lưu vực Dương Tử và Hoàng Hà, khám phá 20.000 năm trước, người Việt chế tác công cụ gốm đầu tiên và 12.400 năm trước thuần hóa thành công lúa nước... Công cụ đá mới, đồ gốm, kê, lúa, rồi gà, chó, lợn… theo chân người Việt đi lên lưu vực Hoàng Hà, sáng tạo những văn hóa khảo cổ nổi tiếng Giả Hồ, Ngưỡng Thiều... Tại Ngưỡng Thiều, người Việt cổ mã di truyền Australoid hòa huyết với người Mongoloid sống du mục trên bờ Bắc, sinh ra người Việt hiện đại Mongoloid phương Nam. Người Mongoloid phương Nam tăng số lượng, trở thành chủ thể dân cư lưu vực Hoàng Hà…

Đúng là, từ giữa thiên niên kỷ III TCN, người lưu vực Hoàng Hà di cư xuống phía Nam. Nguyên nhân sự kiện này từ đâu? Hầu hết học giả thế giới cho rằng, đó là sự mở rộng của nông nghiệp. Vậy, động cơ nào thúc đẩy con người làm việc đó? Phải chăng là để thực hiện giấc mơ "khai hóa văn minh?" Hoàn toàn không có chuyện lãng mạn như vậy! Phải hiểu thực chất của vấn đề, là nguyên nhân lịch sử. Sau 40.000 năm làm chủ Hoa lục, người Việt tạo dựng nhà nước Lương Chử hùng mạnh với nền văn hóa rực rỡ. Hơn ai hết, họ mong muốn cuộc sống hòa bình. Nhưng rồi chiến tranh khốc liệt xảy ra vào năm 2698 TCN, khi những bộ lạc du mục hung hãn trên bờ Bắc Hoàng Hà do họ Hiên Viên cầm đầu, đánh vào Trác Lộc, chiếm giang sơn của người Việt, lập nhà nước Hoàng Đế. Hàng triệu người mất đất, phải rời bỏ ruộng vườn chạy về phía nam. Cuộc chiến khốc liệt và dai dẳng đã hằn lên những nếp nhăn trong Kinh Thư, cuốn sử mở đầu của Trung Quốc: "Phạt Tam Miêu, đầy Tam Miêu tam phục, ngũ phục…" Lời vua Nghiêu dạy bề tôi: "Ngươi phải ghi nhớ, không được để Tam Miêu quấy rối Trung Quốc!" Cuốn Kỳ môn độn giáp đại toàn thư ghi: "Tích nhật Hoàng Đế chiến si Vưu, Trác Lộc kinh kim vị nhược hưu."(Ngày trước Hoàng Đế đánh Si Vưu, trận Trác Lộc đến nay chưa chấm dứt.) Thư tịch cũng chép: vua Thuấn đánh bại bộ tộc Đan Chu (丹朱-người Việt đã bị chinh phục) ở Trung Nguyên và bộ tộc Hoan Đâu (驩兜) người Miêu Man (苗蠻) (người Việt tự do ngoài vương quốc) rồi đầy đến vùng suối Đan (丹淵), núi Sùng (崇山). Dân hai bộ lạc di dời về phía nam, cuối cùng đến miền sông Uất (鬱水)-sông Tả (左江)… Đấy là ở thời Nghiêu Thuấn, "thời đại

Hoàng Kim", được ngợi ca là "chúa thánh tôi hiền." Từ sau thời Chu, hàng triệu người Tiên Ti, Hung nô vào chiếm đất, mặc sức chém giết... đẩy những đợt sóng người Việt chạy về nam tìm đường sống. Hoàn toàn không phải chuyện mở rộng nông nghiệp lãng mạn mà là cuộc chạy trốn cái chết. Một câu hỏi cần đặt ra: phải chăng những người chạy giặc này "đem nông nghiệp xuống phía nam"? Chuyện lầm lẫn, đảo lộn trắng đen dai dẳng hàng thế kỷ. 12.000 năm trước, cây lúa được thuần hóa đầu tiên tại Tiên Nhân Động, Hang Dốc Đứng, Nam Dương Tử rồi theo chân người mở đất tới Giả Hồ Hà Nam 9000 năm trước. Một sự thật hiển nhiên không ai chối cãi. Vậy mà hơn 6000 năm sau, những người nông dân Hà Nam chạy loạn trở về bên Tiên Nhân Động lại được trao cho cái vinh hạnh "đem nông nghiệp xuống phương Nam!" Tại sao người ta giữ mãi cái ý tưởng sai lầm thô thiển lâu dài đến vậy?

Dù cánh tay của nhà khảo cổ không với tới khoảng thời gian 40.000 năm sâu thẳm chìm trong bóng tối thì khảo cổ học cũng góp công đầu trong việc khám phá tiền sử người Việt. Trong khoảng 150 năm, từ giữa thế kỷ XIX đến cuối thế kỷ XX, do độc hành nên khảo cổ học có những bước sai lầm chuệch choạc. Nhưng sang thế kỷ mới, được dẫn dắt bởi di truyền học, khảo cổ đóng góp tuyệt vời cho việc khám phá tiền sử phương Đông.

II. Cồn Cổ Ngựa có vai trò thế nào với tiền sử người Việt?

Trong khi đồng thuận với nhận định 2,4,5,7 chúng tôi xin thảo luận với tác giả những vấn đề sau:

1. Nhận định thứ nhất: "Quá trình thuần hóa lúa gạo phát triển đồng thời và độc lập ở Đông Á, ở Thung lũng Trung và Hạ Dương Tử từ 9000 trước, mặc dù phải đến 6000 năm, có lẽ muộn nhất là 5000 năm cách nay ở vùng hạ lưu thung lũng Yangtze, thay vì săn bắn hái lượm, đã phát triển."

Chúng tôi cho rằng nhận định trên không phù hợp với thực tế. Từ nhiều bằng chứng khảo cổ, di truyền và ngôn ngữ học cho thấy, 40.000 năm trước, người từ Việt Nam đi lên Quảng Đông. Sau khi tăng số lượng, người từ Quảng Đông lan tỏa ra khắp Đông Á. Cây lúa từ Động Người Tiên, Hang Dốc Đứng theo chân người mở đất đi lên Giả Hồ 9000 năm trước, Hà Mẫu Độ, Ngưỡng Thiều 7000 năm trước… Như vậy, cây lúa từ cái nôi ở Nam Dương Tử, lan tỏa ra toàn Đông Á, tới những nơi khác nhau theo thời gian khác nhau. Do được người Lạc Việt thuần hóa đầu tiên ở Tiên Nhân Động rồi mang đi theo bước chân mở đất, cây lúa ở Đông Á phát triển không đồng thời và không độc lập.

2. Nhận định thứ 3. "Những người nông dân đầu tiên này có kiểu hình (cranio-facally và răng) khác biệt về mặt di truyền với những người hàng xóm săn bắn hái lượm phía nam của họ, và có lẽ là hậu duệ của người hiện đại (AMH) tới từ phía đông Siberia 40000 trước…"

Nhận định như vậy có hai điều sai:

a. Không phải những người từ miền Trung Hoàng Hà xuống Nam Dương Tử khoảng giữa thiên niên kỷ III TCN là "nông dân đầu tiên." Họ là hậu duệ của những nông dân mang lúa, kê, đồ đá mới và gốm từ Nam Dương Tử lên xây dựng kinh tế nông nghiệp tại lưu vực Hoàng Hà 9000 năm trước.

b. Họ cũng không phải là hậu duệ của người Hiện đại xuất hiện ở "phía đông Siberia 40.000 trước." Cứ liệu di truyền và khảo cổ học cho thấy, "người phía đông Siberia 40.000 trước" là con cháu của người Điền Nguyên từ Việt Nam lên.

3. Nhận định thứ 6. "không có sự chuyển đổi tại chỗ từ săn bắn và hái lượm vào nông nghiệp ở miền nam Trung Quốc và miền bắc Việt Nam, mà là sự thay thế của một lối sống và dân số liên quan của nó với người khác."

Về nhận định này, chúng tôi thấy: Giống như trong quá khứ lâu dài từ 50.000 - 40.000 năm trước, người Việt vừa săn bắn hái lượm vừa sở hữu "nền nông nghiệp rau, củ, quả bán thuần hóa." Phương thức sống phức hợp này tạo ra khối lượng thức ăn lớn, góp phần làm bùng nổ dân số. Thuần hóa lúa nước là tiến bộ về kinh tế và văn hóa. Tuy nhiên, do được đảm bảo từ nguồn lương thực khác, trồng lúa không phải là nhu cầu sống còn của dân cư phía nam. Vì vậy, trồng lúa chậm được mở rộng. Nhưng từ 4500 năm trước, do khí hậu biến đổi, số lượng thú săn giảm, hiệu quả săn bắn thấp, nhu cầu lương thực thay thế tăng lên. Cũng lúc này, xuất hiện những người nông dân từ phía bắc xuống. Được trợ lực của những người này, dân săn bắn hái lượm chuyển tới vùng thuận lợi cho trồng lúa. Những khu dân cư kết hợp săn bắn và trồng lúa ra đời. Phương thức sống được thay đổi.

Tuy nhiên, đây hoàn toàn không phải là sự thay thế "dân số liên quan của nó với người khác." Chỉ số đa dạng sinh học cao nhất châu Á của người Việt Nam cho thấy, người Mongoloid phương Nam Núi Thái – Trong Nguồn trở về, chuyển hóa di truyền người Nam Dương Tử và Đông Nam Á từ Australoid sang chủng Mongoloid phương Nam. Di chỉ Mán Bạc tỉnh Ninh Bình là thí dụ thuyết phục về quá trình như vậy. Đó là sự chuyển hóa di truyền kéo dài mà không phải là thay thế dân cư.

4. Nhận định 8. Việc chuyển đổi sang canh tác không mang lại lợi ích tương đối cũng như khó khăn cho các cộng đồng cổ đại ở khu vực này trên thế giới.

Theo chúng tôi, nhận định này cũng không phù hợp thực tế. Cồn Cổ Ngựa, Đa Bút… là những đại diện cuối cùng của văn hóa đá mới. Tại đây, nền văn minh đá đã đạt trình độ cao nhất của nó. Những thành tựu quan trong nhất về văn hóa tinh thần của người Việt đã thành tựu. Cụ thể là nguyên lý âm dương, ngũ hành, Dịch lý, thiên văn, địa lý, phong thủy… đã trưởng thành. Nhu cầu về một nền văn minh mới xuất hiện. Việc người vùng Núi Thái-Trong Nguồn trở về, mang nguồn gen mới thay máu cho dân cư cùng với phương thức sống mới năng động đã nâng cao đời sống vật chất và tinh thần của con người trên đất Việt Nam để bước sang nền văn minh kim khí Phùng Nguyên.

Phân tích trên cho thấy, dù là nhà chuyên môn giầu kinh nghiệm, gắn bó lâu dài với khảo cổ Việt Nam thì Tiến sỹ Marc Oxenham cũng mới chỉ thấy cây mà chưa thấy rừng, thiếu cái nhìn quán xuyến về lịch sử văn hóa Việt.

III. Kết luận

Dù không thể với tay tới tận cùng thời gian tồn tại của người Việt thì khảo cổ học vẫn đóng góp phần công lao to lớn trong việc khám phá tiền sử phương Đông. Nhất là sang thế kỷ mới, được dẫn dắt bởi tri thức di truyền học và sự hỗ trợ của công nghệ hiện đại, khảo cổ học đã thu được những thành tựu tuyệt vời. Trong bối cảnh chung đó, chuyên luận của Tiến sỹ Marc Oxenham cùng đồng nghiệp, giống như việc giải mã trang sách cổ, làm sáng tỏ một giai đoạn vô cùng có ý nghĩa của quá khứ người Việt. Đó là buổi giao thời, khi người Việt hiện đại Mongoloid phương Nam – con cháu của lớp người ra đi 40.000 năm trước - từ Núi Thái-Trong Nguồn trở về, làm thay máu đồng bào và đổi mới kỹ năng sống, góp phần đưa tộc Việt từ văn minh đá chuyển sang văn minh kim khí của thời đại Phùng Nguyên-Đông Sơn rực rỡ.

Có lý do để nói rằng, sau hơn thế kỷ hoạt động, khảo cổ học dường như đã hoàn thành việc khám phá văn hóa vật thể của người Việt. Nếu không kể "khám phá": "tiền sử người Việt kéo dài dến 800.000 năm" gây "chấn động" của thày trò giáo sư Phan Huy Lê, thì khó còn điều gì để nói! Tuy nhiên, khảo cổ học đã bất lực trong việc khám phá văn hóa tinh thần - cống hiến lớn lao nhất của người Việt cho nhân loại. Hy vọng sẽ có những nhà văn hóa, những sử gia uyên bác lịch lãm hoàn thành sự nghiệp trọng đại này. Nhân đây chúng tôi xin gửi tới Tiến sỹ Marc Oxenham cùng cộng sự của ông lời cảm ơn chân thành.

Sài Gòn, 23.10. 2019

* Marc Oxenham. *Between foraging and farming: strategicresponses to the Holocene Thermal Maximum in Southeast* Asiahttps://www.researchgate.net/publication/327171760_Between_foraging_and_farming_Strategic_respOnses

Tài liệu tham khảo:

1. Y.J. Chu et al. *Genetic relationship of populations in China*

Proceedings of the ..., 1998 - National Acad Sciences.

2. Nguyễn Đình Khoa. *Nhân chủng học Đông Nam Á*. NXB. DH&THCN. H, 1983.

MỘT GIẢ THUYẾT VỀ NHÀ NƯỚC VĂN LANG

Trong khi tìm lại cội nguồn, chúng tôi gặp vấn đề khó khăn nhất, bí ẩn nhất là ***nhà nước Văn Lang***. Thư tịch Trung Hoa, kho tàng vô giá giúp tìm lại quá khứ không ghi chép dù chỉ một lần. Chúng ta chỉ gặp ở truyền thuyết rồi từ truyền thuyết được ghi thành văn bản muộn mằn về sau trong các sách đậm màu huyền thoại: *Lĩnh Nam chích quái, Việt điện u linh*… Đã có thời theo chủ thuyết duy vật lịch sử, chúng ta không tin vào truyền thuyết. Nhưng rồi sự thật cho thấy, có những việc của truyền thuyết lại thật hơn nhiều trang sử. Truyền thuyết nói với ta rằng, "Hùng Vương lên ngôi, đặt tên nước là Văn Lang…" Ta hiểu đó là nhà nước xuất hiện trước khi dân tộc bước vào thời có sử, một giai đoạn có ý nghĩa quyết định đối với lịch sử dân tộc. Nếu không hiểu thấu đáo về thời kỳ này, mọi cuốn sử trở nên thiếu cơ sở. Để chứng minh Văn Lang có thật, các nhà chép sử Việt Nam hiện đại đã dựa vào sách Đại Việt sử lược của tác giả khuyết danh, dựng lên nhà nước Văn Lang được thành lập 700 năm TCN tại đồng bằng Bắc Bộ. Một Văn Lang như thế đã vào chính sử, hiện lên sách giáo khoa và trong tin tưởng của nhiều thế hệ người Việt. Nhưng rồi khi tình cờ khảo sát địa chất thủy văn đồng bằng sông Hồng, chúng tôi bỗng phát hiện chuyện động trời: *700 năm TCN, đồng bằng sông Hồng còn chìm trong nước biển của vịnh Hà Nội.* Chỉ tới 300 năm TCN, khi nước biển rút, phần quan trọng nhất của đồng bằng mới hiện ra để người dân tới khai thác (1). Những địa danh như Văn Lang, Giao Chỉ… mới hình thành từ đầu Công nguyên. Làm sao mà có một nhà nước ở nơi như vậy? Nhưng truyền thuyết, tâm linh dân tộc luôn hướng về nhà nước buổi ban đầu… Chúng tôi xin đưa ra một giả thuyết về nhà nước Văn Lang.

40.000 năm trước, đang trong Kỷ Băng hà, nhưng lúc này phía Bắc bớt lạnh. Người từ Việt Nam đi lên Quảng Đông. Tiếp tục săn bắn hái lượm trên băng giá nhưng người Việt cũng trồng nhiều loại rau, củ, quả theo phương thức bán thuần hóa. Nhờ đó nguồn thức ăn được cung cấp nhiều thêm, đời sống được cải thiện và nhân số gia tăng. Người Việt lan tỏa ra khắp Hoa lục. Khoảng 20.000 năm trước, tại Tiên Nhân Động tỉnh Giang Tây, cách biên giới Việt Nam hôm nay hơn trăm cây số, người Việt chế ra đồ gốm đầu tiên, bước vào giai đoạn ăn chín uống sôi. Trong số thực vật hoang dại được dùng làm thức ăn, ngày càng nhiều thêm hạt của loài lúa hoang Oryza nivara. Cùng với thu hoạch hạt lúa tự nhiên, con người tiến hành thuần hóa lúa. 12.400 năm trước, tại đây, cây lúa trồng Oryza sativa ra đời. Có được cây lúa trồng với năng suất cao và chất lượng tốt hơn là bước tiến quan trọng của canh tác nông nghiệp. Cùng với cây kê và giống gà, giống chó được thuần hóa từ trước, người Việt đưa nông nghiệp lên lưu vực Dương Tử và Hoàng Hà. 9000 năm trước, văn hóa nông nghiệp Giả Hồ, Hà Nam được xây dựng. Cùng với dụng cụ đá mài bóng tinh xảo, người Việt chế tác đồ gốm đen trình độ nghệ thuật cao, mỏng như vỏ trứng. Lượng lúa dư thừa, rượu gạo được nấu, đem ngâm với táo gai và mật ong thành rượu vang. Nghề nuôi tằm xuất hiện. Khai quật ngôi mộ 8500 năm trước, các nhà khảo cổ tìm được protein tơ tằm cho thấy lụa được dùng cho may mặc. Phát hiện những chiếc sáo bốn lỗ, sáu lỗ và tám lỗ làm bằng xương chim hạc, có chiếc đến nay còn thổi được, cho thấy hoạt động âm nhạc của người xưa. Cũng lần đầu tiên tại đây tìm thấy những chữ tượng hình như chữ Nhật, chữ Mục, chữ Bát, số 20… khắc trên xương thú hay yếm rùa. Văn hóa Giả Hồ là văn hóa tiêu biểu sớm nhất của người Việt. 7000 năm trước xuất hiện di chỉ văn hóa nông nghiệp lớn Hà Mẫu Độ vùng cửa sông Dương Tử. Cũng 7000 năm trước ra đời văn hóa nông nghiệp trồng kê Ngưỡng Thiều ở miền Trung Hoàng Hà. Đây là di chỉ văn hóa lớn, đồ đá, đồ gốm tinh xảo. Ở phía Đông Nam trồng lúa, phía Tây Bắc do khí hậu khô của vùng cận sa mạc nên kê là cây trồng chủ lực với những nhà kho chứa hạt kê trong những chum vại lớn. Đặc biệt tại di chỉ Bán Pha (Bonfo) tỉnh Sơn Tây, tìm thấy nghĩa trang với di cốt người Mongoloid phương Nam (South Mongoloid) rất gần với người Trung Quốc hiện đại. Các nhà khoa học cho rằng đây chính là tổ tiên của người Hán.

Một câu hỏi: người ngưỡng Thiều từ đâu ra? Học giả Zhou Jixu, sau khi khảo cứu dân cư gần gũi quanh vùng, cho rằng đó chỉ có thể là người từ phương Nam lên. (2) Nhưng trong sách Nhân chủng học Đông Nam Á, nhà nhân học hàng đầu của Việt Nam Nguyễn Đình Khoa khẳng định: suốt trong thời kỳ đồ đá, Nam Trung Quốc và Đông Nam Á chỉ duy nhất chủng Australoid mà không có người Mongoloid. (3) Do vậy không thể có người Mongoloid từ phương Nam lên. Từ khảo cứu của mình, chúng tôi nhận định: ***người Mongoloid phương Nam Ngưỡng Thiều chỉ có thể là sản phẩm lai giữa người Việt chủng Australoid sống ở bờ Nam và người Mông Cổ phương Bắc (North Mongoloid) sống trên bờ Bắc Hoàng Hà.*** Do người mẹ Việt sinh ra tại Nam Hoàng Hà, bú sữa mẹ Việt, nói tiếng Việt và sống trong văn hóa Việt, người Mongoloid phương Nam là người Việt, sau này được nhân học đặt tên là ***người Việt hiện đại***. Người Việt trên lưu vực Hoàng Hà nhanh chóng chuyển sang chủng Mongoloid phương Nam.

Thời kỳ này người Việt đã trưởng thành về văn hóa: chế tác đồ đá, đồ gốm tinh xảo, nông nghiệp trình độ cao. Khai quật khu mộ 6500 năm trước tại dốc Tây Thủy trấn Bộc Dương Hà Nam mà nhiều khả năng là mộ Phục Hy, cho thấy những dấu hiệu trưởng thành của dịch lý. Dựa theo truyền thuyết, ta có thể tin, ***vị tổ đầu tiên có tên tuổi*** của tộc Việt ra đời cùng với tổ mẫu Nữ Oa.

Trong những văn hóa khảo cổ trên đất Trung Quốc, văn hóa Lương Chử có ý nghĩa đặc biệt. Đây là vùng đất thấp cửa sông Dương Tử, rất thuận lợi cho việc đánh cá, chăn nuôi gia súc và trồng lúa nên nhiều nhân tài vật lực khắp nơi dồn về, trở thành trung tâm kinh tế văn hóa phát triển cao nhất của phương Đông thời cổ.

Khoảng 3300 năm TCN, nơi đây trở thành kinh đô của nhà nước rộng lớn: phía Bắc giáp sông Hoàng Hà, phía Đông giáp biển Đông, phía Tây giáp Ba Thục-Tây Tạng, phía Nam vươn đến miền Trung Việt Nam. Nhà nước này do Thần Nông, vị vua thần và cũng là tổ của người Việt xây dựng. Theo truyền thuyết, Đế Minh là cháu của Thần Nông truyền ngôi cho Đế Nghi. Đế Nghi sinh ra hai con là Đế Lai và Lộc Tục. Đế Nghi cho con cả là Đế Lai cai quản vùng đất thuộc lưu vực Hoàng Hà, từ Sơn Đông đến Thiểm Tây. Năm 2879 TCN Lộc Tục cai quản giang sơn phía Nam, lấy hiệu là Kinh Dương Vương, đặt tên nước là Xích Quỷ. Kinh Dương Vương truyền ngôi cho con là Lạc Long Quân. Lạc Long quân truyền ngôi cho con là Hùng Vương. Hùng Vương lên ngôi, đặt tên nước là Văn Lang. Việc phát hiện hầm ngọc Lương Chử ở Uông Bí Việt Nam chứng tỏ nhà nước Xích Quỷ là có thực và Việt Nam thuộc về nhà nước Xích Quỷ. Thời gian này lục địa Đông Á có ba trung tâm kinh tế văn hóa là vương quốc của Đế Lai ở lưu vực Hoàng Hà, nhà nước của Kinh Dương Vương thuộc lưu vực Dương Tử và nhà nước của Tàm Tùng ở vùng Ba Thục. (4)

Năm 2698 TCN, người Mông Cổ do Hiên Viên dẫn đầu đánh vào Trác Lộc, chiếm miền Trung Hoàng Hà của người Việt, lập nhà nước Hoàng Đế. Đế Du Võng (con Đế Lai) tử trận, nhà nước của Đế Lai tan rã. Một phần bị Hoàng đế chiếm, phần còn lại chia thành các tiểu quốc hay bộ tộc tiếp tục kháng chiến lâu dài. Do chiến tranh, một bộ phận người Việt di cư xuống Nam Dương Tử. Thời gian này, lo củng cố và mở rộng lãnh thổ chiếm được trên lưu vực Hoàng Hà nên Hoàng Đế chưa dám ngòm ngó phương Nam. Nhà nước Xích Quỷ chi viện cho đồng bào phía Bắc kháng chiến.

Khảo cổ học phát hiện, năm 2300 TCN do nước biển dâng, kinh đô Lương Chử và phần đất phía biển bị nhấn chìm. Các nhà khảo cổ cho rằng nhà nước Lương Chử tan rã. Nhưng đó là nhận định không thực tế. Bởi lẽ, một nhà nước có trình độ phát triển cao, với diện tích rộng, dân đông, giầu có không lẽ gì chỉ vì mất kinh đô mà sụp đổ? Trong thực tế lịch sử, việc dời đô là điều bình thường của các quốc gia. Sự việc có thể xảy ra như sau. Nước biển dâng lên từ từ nên vương triều cùng người dân sẽ chủ động dời đô. Khảo cổ chỉ phát hiện vật quý trong các mộ táng chứng tỏ đã có một cuộc di tản thành công. Trong vương quốc Xích Quỷ cố nhiên không chỉ có duy nhất đô thị Lương Chử mà phải có nhiều thành phố khác. Hùng Vương (Không ai biết là thứ bao nhiêu) và triều đình phải chọn một địa điểm thích hợp nhất.

Lúc này nhà nước Hoàng Đế ở phía Bắc chuyển sang thời Đào Đường dưới sự cai trị của Đế Nghiêu. Qua năm đời vua từ Hoàng Đế, Chuyên Húc, Thiếu Hạo, Đế Khốc đến Đế Nghiêu, phía Bắc theo phong tục Mông Cổ đã khác phía Nam. Người phía Bắc xem dân phía Nam là ngoại nhân, ngoại tộc, là Nam Man với ý coi thường. Thấy dân phía Nam mặc váy nên gọi là người Việt Thường (越裳) hay Việt Thường thị. Văn Lang cử sứ giả tới thăm Đào Đường và biếu rùa thần. Việc này được ghi trong sử nhưng do quen với danh xưng Việt Thường nên sách ghi Việt Thường thị mà không ghi quốc danh Văn Lang. Sách Thông chí của Trịnh Tiều thời Tống (1127-1279) viết: "Đời Đào Đường, phương Nam có Việt Thường thị qua hai lần sứ dịch sang chầu, dâng con rùa thần; có lẽ nó được đến nghìn năm, mình nó hơn ba thước, trên lưng có văn Khoa đẩu ghi việc từ khi trời đất mới mở mang trở về sau. Vua Nghiêu sai chép lấy, gọi là quy lịch." Cuốn Thượng Thư đại truyện được viết đầu thời Hán chép: "Năm Tân Mão đời Chu Thành Vương (1063 –

1026 TCN) có Việt Thường thị phía nam Giao Chỉ đến kinh đô nhà Chu giao hảo, tặng chim bạch Trĩ."

Đó là hai đoạn văn hiếm hoi xác nhận là có họ (hay nước) Việt Thường xuất hiện từ thời vua Nghiêu (2300 năm TCN) tới thời Chu (1063 năm TCN). Hậu Hán thư cho biết: "Sau khi triều Chu suy yếu, nước Việt Thường đã dần dần đoạn tuyệt việc qua lại," ta hiểu vì sao Việt Thường không còn được ghi trong sách sử. Công việc bây giờ là phải giải mã những thông tin này.

Để hiểu được Việt Thường thị thì trước hết phải xác định được vị trí của nhà nước này. Dựa theo sách Thượng thư đại truyện: "Ở phía Nam Giao có nước Việt Thường," sách Cựu Đường thư thời Hậu Tấn (thế kỷ thứ X) cho rằng Việt Thường là ở miền quận Cửu Đức, tức là từ Hà Tĩnh, Quảng Bình trở vào. Sách Văn hiến thông khảo thời Nguyên (thế kỷ thứ XIV) lại chú rõ thêm rằng nước Việt Thường xưa, tức là nước Lâm Ấp, sau là Chiêm Thành. Chính những sách này dẫn hậu thế lạc đường.

Thừa nhận việc Việt Thường thị cống rùa và chim trĩ cho triều đình Trung Quốc là có thể tin được nhưng chúng tôi cho rằng, Việt Thường thị không thể ở miền Trung Việt Nam vì những lẽ sau:

Các tài liệu nói tới địa danh Giao Chỉ thời Đào Đường (2300 năm TCN) rồi thời Chu (1063 năm TCN) cho thấy, ***địa danh Giao Chỉ lúc đó đã có rồi***. Trong khi địa danh Giao Chỉ ở Việt Nam chỉ xuất hiện, vào đời Hán Vũ Đế, năm 111 TCN, ***sau hơn 2000 năm***. Điều này cho thấy: ***Giao Chỉ thời Đào Đường và thời Chu hoàn toàn không phải là Giao Chỉ ở Việt Nam!*** Vì không có Giao Chỉ trên đất Việt thời Nghiêu, thời Chu nên cũng không thể có Việt Thường thị phía nam Giao Chỉ.

"Giao Chỉ nguyên nghĩa là một khái niệm nói về vùng đất phía nam vương quốc của Đường Nghiêu – Ngu Thuấn. Giao Chỉ đầu thời Chu chính là đất Sở (Hồ Bắc, Trung Quốc). Giao Chỉ cũng còn gọi là Cơ Chỉ hoặc Cơ Sở, nó hàm nghĩa luôn tên nước Sở thời Xuân Thu và Chiến Quốc. Giao Chỉ nửa cuối thời

Chiến Quốc ở phía nam nước Sở. Giao Chỉ thời Tần là Tượng Quận, thời Tây Hán là Bắc Bộ Việt Nam. Chỉ đến thời Đông Hán, Giao Chỉ mới biến thành địa danh cố định và xác thực trên địa đồ, đóng khung bởi kiến thức thiên văn Tần – Hán." (5)

Vậy là, ban đầu, Nam Giao chẳng phải địa danh cụ thể mà chỉ là "cái cột mốc di động" đánh dấu biên địa phương Nam của nhà nước Hoàng Đế, được chuyển dịch ngày càng xa theo đà bành trướng. Chỉ tới thời Đông Hán, khi không còn khả năng bành trướng nữa, "cột mốc"mới được đóng xuống Bắc Bộ Việt Nam thành địa danh cố định Giao Chỉ. Học giả thời Tấn, thời Nguyên sinh sau đẻ muộn, không thể tìm được Việt Thường, Giao Chỉ trên đất Tàu, mà cũng chẳng biết lai lịch cái tên Giao Chỉ, bèn đoán mò, viết đại rằng "Việt Thường là Lâm Ấp"! Phân tích trên xác nhận Việt Thường thị chỉ có ở Nam Dương Tử. Câu hỏi tại sao miền Trung Việt Nam vào thời Hán lại có huyện Việt Thường, có thể giải thích như sau. Sau khi Văn Lang bị diệt, dân cư văn Lang cũ di cư về Việt Nam, có những nhóm người đến miền Trung. Những người này lấy tên Việt Thường đặt cho nơi cư trú mới. Sau đó dân cư đông lên thành xã rồi thành huyện. Nhà Hán lấy tên đất Việt Thường làm tên huyện. Cũng do có huyện Việt Thường ở miền Trung mà nhiều người, trong đó có các học giả Trung Quốc cho rằng có Việt Thường thị ở miền Trung Việt Nam. Họ càng tin hơn vì có địa danh Giao Chỉ ở đồng bằng Bắc Bộ.

Từ đó ta có thể ***suy đoán*** (vâng, suy đoán) rằng, kế tục Xích Quỷ, nhà nước Văn Lang vẫn hiện diện ở phía Nam Dương Tử. Từ năm 2300 TCN, kinh Đô Lương Chử bị chìm, Vua Hùng dời đô tới nơi nào đó trong nước. Chúng tôi đoán nhiều khả năng về vùng Hồ Động Đình. Sở dĩ chúng tôi có ý tưởng này vì trong truyền thuyết Lạc Long Quân-Âu Cơ có nhắc tới Cánh Đồng Tương, sông Tiền Đường, hồ Động Đình (Lạc Long Quân gặp tiên ở Hồ Động Đình và câu hát ru: *Gió Động Đình mẹ ru con ngủ/ Trăng Tiền Đường thức đủ năm canh/ Bổng bồng bông, bổng bồng bông/ Võng điều mẹ ẵm con rồng cháu tiên.)* Nhưng xác định cụ thể nơi nào là điều không đơn giản. Tìm trên "Bản đồ di chỉ đá mới ở Nam Trung Quốc," chúng tôi thấy có tới 48 vị trí được ghi số từ 1 tới 48. Chúng tôi chú ý tới năm vị trí, từ 16 tới 20, ở phía Tây và Nam Hồ. Nhưng cụ thể là đâu? Do tìm lại kinh đô cũ của Tổ tiên là việc thuộc về tâm linh, chúng tôi bèn hỏi con lắc cảm xạ. Con lắc chỉ vị trí số 19 là di chỉ Thành Đầu Sơn (6). Đó là di chỉ khảo cổ thuộc huyện Lý tỉnh Hồ Nam, vùng đất cao bên sông Dương Tử. Một thành phố lớn, có người ở từ 6500 năm trước và phát triển rực rỡ nhất khoảng 4300 năm cách nay, dân cư khoảng từ 30 đến 50.000 người, được học giả Trung Quốc nhận định là kinh đô của quốc gia. Kiểm tra tất cả địa điểm còn lại, con lắc không cho thấy vị trí nào khác, chúng tôi cho rằng, nhiều khả năng các Vua Hùng đóng đô ở đây khoảng 1500 năm từ thời vua Nghiêu (2300 TCN) qua thời Thành Vương nhà Chu (1063 TCN) tới lúc thành phố bị bỏ hoang vào khoảng 800 năm TCN. Để chắc chắn hơn, chúng tôi in một bản đồ, gửi đến nhà ngoại cảm bậc thầy. Ông dùng máy đo năng lượng cảm xạ dò tìm rồi trả lời: "Số 19 anh ạ!" Một điều kỳ diệu nữa là khi tôi dò tìm kinh đô cũ của nhà nước Xích Quỷ quanh vùng Thái Hồ thì tới vị trí số 10, con lắc quay thuận. Đối chiếu vào danh sách thì đó chính là Lương Chử! Phải chăng chính Tổ tiên linh thiêng đưa đường dẫn lối cho tôi?

Thành Đầu Sơn kinh đô Văn Lang cổ?

Kinh đô Thành Đầu Sơn suy tàn vào khoảng 800 năm TCN, nguyên nhân có thể do biến động từ phía Bắc, Vua Hùng dời kinh đô về Việt Nam?

Khảo cổ học cho thấy, khoảng năm 2100 TCN, nước biển rút, vùng Lương Chử khô ráo trở lại, dân các nơi kéo về sinh cơ lập nghiệp, làm nên văn hóa Mã Kiều. Theo sử thì vào thời gian này, ông Thiếu Khang hậu duệ của vua Vũ tới đây, cắt tóc vẽ mình theo tục người Việt, sống chan hòa với dân Việt, được tôn làm thủ lĩnh, lập ra tiểu quốc Việt. Vì ở xa Trung Nguyên, lại nhỏ bé nên không có tiếng tăm gì. Vào thời vua Câu Tiễn, đánh thắng nước Ngô, làm bá chủ Trung Nguyên, nước Việt tranh chấp ngày càng tăng với Văn Lang của Vua Hùng. Tiếp đó, nước Sở mạnh lên, uy hiếp không chỉ nước Việt mà cả Văn Lang. Trước tình thế nguy cấp, vua Hùng buộc phải di tản. Nhưng ngài đi về đâu? Khảo khắp các di chỉ đá mới ở Nam Trung Hoa, không thấy nơi nào, chúng tôi dựa theo Ngọc phả Hùng Vương viết "Đoàn người từ biển đổ bộ vào Rào Rum-Ngàn Hống (Sông Lam – Núi Hồng)… " Hỏi con lắc "Có đúng vậy không?" Con lắc quay thuận. Như vậy, khoảng 800 năm TCN, đoàn thuyền của Vua Hùng tới đóng đô ở vùng Núi Hồng Sông Lam. Từ đây, vua Hùng tiếp tục lãnh đạo nước Văn Lang gồm Việt Nam và Quảng Đông, Quảng Tây ngày nay. Rồi nước Sở diệt nước Việt, thôn tính cả đất của Văn Lang vùng Lĩnh Nam. Tiếp đó là cuộc xâm lăng của Tần Thủy Hoàng. Vua Hùng Duệ vương lãnh đạo dân Lạc Việt liên kết với Thục Phán đánh quân Tần. Sau chiến thắng, Thục Phán chiếm ngôi của vua Hùng, lập nước Âu Lạc rồi dời đô về Cổ Loa. Là người gốc Việt thuộc bộ tộc Tần, tổ tiên di cư lên Trung Nguyên lập nước Triệu. Khi Triệu bị diệt, ở tuổi 20, Triệu Đà bị xung lính xuống đánh Lĩnh Nam, làm huyện lệnh Long Xuyên. Trên đất Văn Lang cũ ở Lĩnh Nam, Triệu Đà nhân nhà Tần sụp đổ, lập nước Nam Việt rồi sáp nhập Âu Lạc vào Nam Việt. Cai trị Nam Việt, Triệu Đà vẫn theo tục cũ của người Việt nên được dân ủng hộ. Gần trăm năm Nam Việt, nhà Triệu đã củng cố quan hệ quốc gia vốn có từ lâu của dân cư Văn

Lang dưới thời các vua Hùng. Khi bị người Hán xâm lăng, dân Văn Lang vẫn hướng về nước cũ.

Năm 39, Hai Bà Trưng là hậu duệ của vua Hùng, có uy tín với dân Văn Lang cũ, đã liên lạc với những lạc hầu lạc tướng vùng Lĩnh Nam, phất cờ khởi nghĩa và được hưởng ứng tích cực. Trong 65 thành trì đi theo nghĩa quân thì phần nhiều trên đất Lĩnh Nam. Xin dẫn một tài liệu quý của Giáo sư Trần Đại Sỹ, "Về Thiên Đài nơi tế cáo của Đế Minh" (7):

"Tại thư viện Hồ Nam tôi tìm được một tài liệu rất cũ, giấy hoen ố, nhưng chữ viết như phượng múa rồng bay, gồm 60 trang. Đầu đề ghi: Thiên đài di sự lục. Trinh quán tiến sĩ Chu Minh Văn soạn. Trinh quán là niên hiệu của vua Đường Thái Tông, từ năm Đinh Hợi (627) đến Đinh Mùi (647) nhưng không biết Chu đỗ tiến sĩ năm nào ? Tuy sách do Chu Minh-Văn soạn, nhưng dường như bản nguyên thủy không còn. Bản này do người sau sao chép lại vào đời Thanh Khang Hy. Nội dung sách có ba phần. Phần của Chu Minh Văn soạn, phần chép tiếp theo Chu Minh Văn, của một sư ni tên Đàm Chi, không rõ chép vào bao giờ. Phần thứ ba chép pháp danh các vị trụ trì từ khi lập chùa tới thời Khang Hy (1662-1772). Chu Minh Văn là tiến sĩ đời Đường, nên văn của ông thuộc loại văn cổ rất súc tích, đầy những điển cố cùng thành ngữ lấy trong Tứ thư, Ngũ kinh cùng kinh Phật. Nhân viên quản thủ thư viện thấy tôi đọc dễ dàng, chỉ lướt qua là hiểu ngay, ông ta ngạc nhiên khâm phục vô cùng. Nhưng nếu ông ấy biết rằng, tôi chỉ được học loại văn đó vào hồi sáu, bảy tuổi thì ông sẽ hết phục. Tài liệu Chu Minh Văn cũng nhắc lại việc Đế Minh đi tuần thú phương Nam, kết hôn với nàng tiên sinh ra Lộc Tục. Vua lập đàn tại núi này để tế cáo trời đất, vì vậy đài cũng mang tên Thiên đài, núi cũng mang tên Thiên đài sơn, Minh Văn còn kể thêm: « Cổ thời trên đỉnh núi chỉ có Thiên đài thờ vua Đế Minh, vua Kinh Đương. Đến thời Đông Hán, một tướng của vua Bà tên Đào Hiển Hiệu được lệnh rút khỏi Trường sa. Khi rút tới Quế dương ông cùng nghìn quân lên Thiên đài lễ, nghe người giữ đền kể sự tích xưa. Ông cùng quân sĩ nhất định tử chiến, khiến Lưu Long thiệt mấy vạn người mới chiếm được núi. Về đời Đường để xóa vết tích Việt Hoa cùng Nam Bắc, các quan được sai sang đô hộ Lĩnh Nam mới cho xây chùa tại đây ».

Tôi biết vua Bà là vua Trưng, còn tướng Đào Hiển Hiệu là em con chú của Bắc bình vương Đào Kỳ. Ngài Đào Kỳ lĩnh chức Đại Tư mã thời vua Trưng. Tướng Đào Hiển Hiệu tước phong quốc công, giữ chức Hổ nha đại tướng quân. Nữ tướng Hoàng Thiều Hoa chỉ huy trận rút lui khỏi Trường sa, hồ Động Đình, đã sai Hiển Hiệu đi cản hậu, đóng nút chặn ở Thiên đài, đợi quân Lĩnh Nam rút hết, sẽ rút sau. Nhưng Hiển Hiệu cùng chư quân lên núi thấy di tích thời Quốc tổ, Quốc mẫu, đã không chịu lui quân, tử chiến, khiến quân Hán chết không biết bao nhiêu mà kể tại đây. Ngoài cổng chùa có hai đôi câu đối:

Thoát thân Nam thành xưng sư tổ,
Thọ pháp Tây thiên diễn Phật kinh.

Hai câu này ngụ ý ca tụng Thái tử Tất Đạt Đa đang đêm ra khỏi thành đi tìm lẽ giải thoát sau đó đắc pháp ở Tây thiên, đi giảng kinh.

Tam bảo linh ứng, phong điều vũ thuận,
Phật công hiển hách quốc thái dân an.

Hai câu này là ngụ ý nói: Tam bảo linh thiêng, khiến cho mưa thuận, gió hòa đó là công lao của nhà Phật khiến quốc thái dân an.

Nơi có dấu vết Thiên đài còn đôi câu đối khắc vào đá:

Thiên đài đại đại phân Nam, Bắc.
Lĩnh địa niên niên dữ Việt Thường.

Nghĩa là: Từ sau vụ Đế Minh tế cáo ở đây, đài thành Thiên đài, biết bao đời phân ra Nam, Bắc. Núi Ngũ-lĩnh năm này qua năm khác với dòng giống Việt Thường. Chỗ miếu thờ của Đào Hiển Hiệu có đôi câu đối:

Nhất kiếm Nam hồ kinh Vũ đế,
Thiên đao Bắc lĩnh trấn Lưu Long.

Nghĩa là:

Một kiếm đánh trận ở phía Nam hồ Động đình làm kinh tâm vua Quang Vũ nhà Hán. Ý chỉ nữ tướng Phật Nguyệt đánh bại Mã Viện ở phía Nam hồ Động đình. Một nghìn tay đao do Hiển Hiệu thủ ở Bắc núi Ngũ lĩnh trấn Lưu Long.

Kết luận:

"Như vậy việc Đế Minh tế cáo trời đất là có thật. Vì có Thiên-đài nên thời Lĩnh-Nam mới có trận hồ Động-đình. Hai sự kiện đó chứng tỏ lãnh địa thời vua Trưng cũng như Văn Lang xưa quả tới Ngũ lĩnh, hồ Động Đình".

Lời kể trong chuyến đi điền dã của học giả Trần Đại Sỹ cho ta thấy, tại tàn tích của Thiên Đài còn dòng chữ khắc trên đá: *Lĩnh địa niên niên dữ Việt Thường*. Đài đá được xây thời Đế Minh. Nhưng dòng chữ phải được khắc sau này vì là chữ có sau thời Xích Quỷ. Có thể đoán rằng vào thời Đường, người dân Việt vùng Lĩnh Nam đã khắc câu đối để tưởng nhớ Quốc Tổ và hướng về nước cũ. Điều này khẳng định người Việt Thường từ xa xưa là chủ của đất Lĩnh Nam. Dòng chữ cũng gián tiếp nói rằng, đất Lĩnh Nam thuộc về nước Văn Lang của các Vua Hùng. Tác giả Trần Đại Sỹ còn cho biết, tại Nam Trung Quốc có tới 200 ngôi đền thờ Vua Bà. Những chứng cứ vững chắc cho thấy Lĩnh Nam là đất xưa của nước Văn Lang.

Vào đời Đường, Lý Triều Uy sáng tác tiểu thuyết Liễu Nghị truyện (柳毅傳). Tóm tắt như sau: *"Liễu Nghị là một nho sinh thi trượt, trên đường gặp một thiếu phụ chăn dê xinh đẹp nhưng dáng vẻ tiều tụy. Người phụ nữ ấy nói rằng mình là con gái của Long Vương ở hồ Động Đình, vốn lấy con trai thứ của Kinh Xuyên, nhưng bị bạc đãi, bắt đi chăn dê, nên muốn nhờ Liễu Nghị chuyển thư đến cho cha để báo tình cảnh của mình. Liễu Nghị đem thư xuống Long cung. Em trai Long Vương là Tiền Đường giận quá nên giết con trai của Kinh Xuyên, cứu cháu về, rồi định gả cho Liễu Nghị. Nghị từ chối, xin về, được Long vương ban cho nhiều vàng bạc châu báu. Sau Liễu Nghị lấy vợ, lần nào lấy xong vợ cũng chết. Con gái Long Vương thấy vậy bèn nhớ lại duyên cũ, muốn báo đáp bèn hóa làm người con gái xinh đẹp mà lấy Liễu Nghị làm chồng. Sau hai vợ chồng đều thành tiên."* Liễu Nghị truyện được coi là một truyện truyền kỳ sớm nhất của Trung Quốc. Từ cuối đời Đường, truyện đã được lưu hành rộng rãi trong dân gian. Dựa vào lời Ngô Sĩ Liên trong sách Toàn thư: "Xét Đường kỷ chép: thời Kinh Dương có người đàn bà chăn dê, tự xưng là con gái út của Động Đình Quân, lấy con thứ của Kinh Xuyên, bị bỏ, viết thư nhờ Liễu Nghị tâu với Động Đình Quân. Thế thì Kinh Xuyên và Động Đình đời đời làm thông gia với nhau đã từ lâu rồi," một số học giả cho rằng, Lĩnh Nam chích quái liệt truyện đã chép lại từ tiểu thuyết thời Đường rồi sau đó Ngô Sỹ Liên đưa vào sử.

Tuy nhiên, chúng tôi cho rằng đó là sự suy diễn theo cách nhìn thiếu chiều sâu lịch sử. Trong khi thực tế là, câu chuyện về Lạc Long Quân-Âu Cơ đã được tiến sĩ Chu Minh Văn ghi lại trong ***Thiên đài di sự lục*** vào năm Trinh Quán thời Đường Thái Tông (627-647). Cũng theo thời gian, câu chuyện đã thành truyền thuyết trong dân gian người Việt, từ Nam Dương Tử tới Việt Nam. Từ câu chuyện dân gian, khi dành lại quyền tự chủ, người tại Việt Nam ghi thành truyện Hồng Bàng thị trong Lĩnh Nam chích quái rồi vào sử. Trong khi đó, vùng Hoa Nam đã thuộc về Trung Quốc, người dân dù nhớ nguồn cội cũng không thể ghi vào sử. Dựa vào câu chuyện tình, nhà nghệ sỹ viết thành tiểu thuyết. Do điều kiện lịch sử cụ thể, tiểu thuyết ra đời trước. Nhưng cho rằng người Việt chép lại tiểu thuyết Trung Hoa để tạo dựng nên nguồn cội của mình là cái nhìn chưa thấu đáo. Ngày nay với khám phá mới về tiền sử người Việt cùng với đoạn ghi chép của Chu Minh Văn, điều này càng trở nên rõ ràng.

Trước đây đọc sử, không ít người thắc mắc là vì sao dân Vân Nam rất gần Việt Nam mà không tham gia khởi nghĩa Hai Bà Trưng trong khi dân Lưỡng Quảng đi theo đông đảo? Nay có thể trả lời: dân Lưỡng Quảng cùng trong nước Văn Lang với Việt Nam còn Vân Nam thuộc về nhà nước Ba Thục vốn có sự phân cách từ xưa.

Có một câu hỏi cần được trả lời: *Việt Thường thị quan hệ thế nào với nhà nước Văn Lang*? Ta biết, nhà nước đầu tiên của phương Đông là nhà nước của bộ lạc nên được gọi theo tộc danh mà chưa có quốc danh. Khi thấy sách cổ viết Bào Hy thị, Thần Nông thị thì mọi người hiểu là nhà nước của bộ lạc Phục Hy, Thần Nông. Chỉ tới Kinh Dương Vương, lúc này quốc gia đã lớn, bao gồm nhiều bộ lạc vì vậy lấy tên một bộ lạc làm tên quốc gia tỏ ra không ổn nên dùng tên Xích Quỷ làm tên nước chung cho mọi bộ lạc thành viên. Khi dời đô tới vùng hồ Động Đình, trong nội bộ, dân vẫn gọi nhà nước Văn Lang và Hồng Bàng thị. Nhưng chính trị phương Bắc vào thời Đào Đường đã ổn định, người Hoa Hạ nhìn xuống phía Nam, thấy sắc dân Việt chuyên mặc váy nên dùng tên Việt Thường để gọi. Rồi tộc danh này trở thành tên nước, ghi trong sách sử. Sau khi Văn Lang bị thôn tính, người dân Việt Thường cũ không nhớ được tên Văn Lang và Hồng Bàng thị mà chỉ biết tới Việt Thường được ghi trong sách sử nên nhận mình là người Việt Thường để rồi làm thành câu đối khắc lên Thiên Đài. Người khắc cũng biết rằng, tên Việt Thường (người Việt mặc váy) là tục danh mang tính kỳ thị, phải do ngoại nhân gọi, không thể do tổ tiên tự đặt. Tuy nhiên đó là tên duy nhất có trong sách sử nên không thể không dùng. Trong khi đó, tại Việt Nam, dân vẫn quen gọi quốc danh Văn Lang và Hồng Bàng thị. Chính vì hai danh xưng khác nhau nên phần đông dân Văn Lang không biết mình còn có tộc danh Việt Thường. Trong khi người Việt ở Nam Dương Tử không nhớ tổ tiên mình là Hồng Bàng thị với quốc hiệu Văn Lang. Tuy nhiên, do cùng sống trên một đất nước của các vua Hùng nên khi nhà tan, nước mất, những "dân ấp dân lân" đã cùng nổi dậy cứu nước. Rõ ràng, người xưa biết việc này và Ngô Sỹ Liên ghi vào sử "Nước Việt ta lần đầu tới thăm nhà Chu và tặng chim trĩ trắng" là chính xác. Việc Hoàng Đế Quang Trung đòi nhà Thanh trả hai tỉnh Quảng Đông, Quảng Tây cũng cho thấy sự thật lịch sử này. Nhưng tác giả Đại Việt sử lược do không đủ thông tin nên chỉ công nhận Văn Lang theo ranh giới hiện có vì vậy cho rằng "700 năm TCN, lập nước Văn Lang với 15 bộ trên đất Bắc Việt Nam." Đáng tiếc là các cán bộ chép sử ngày nay đã chép sai theo.

Trên đây là suy đoán của chúng tôi về nước Văn Lang dựa trên tất cả thông tin có được cho đến hôm nay. Một con rồng bay trên mây đang mất hút về phía chân trời. Thợ vẽ bất tài là tôi ráng hết sức chỉ vẽ được đến vậy. Xin bạn đọc lượng thứ. Trước đây, trong bài *Việt Thường thị ở đâu, Văn Lang ở đâu?* Có viết Việt Thường cử sứ giả tới nhà Đào Đường là nước Việt tiền thân của Việt Vương Câu Tiễn. Nay chúng tôi thấy đó là sai lầm vì tiểu quốc của Thiếu Khang chỉ xuất hiện cuối đời nhà Hạ, khoảng năm 2100 TCN, xin được cải chính.

Sài Gòn, 11.4.2020

Tài liệu tham khảo:

1. Hà Văn Thùy. *Xóa bỏ huyền thoại "Nhà nước Văn Lang 2700 năm trước"* https://nghiencuulichsu.com/2019/09/06/xoa-bo-huyen-thoai-nha-nuoc-van-lang-2700-nam/

2. Zhou Jixu. *The Rise of Agricultural Civilization in China: The Disparity between Archeological Discovery and the Documentary Record and Its Explanation.* SINO-PLATONIC PAPERS Number 175 December, 2006

3. Nguyễn Đình Khoa. *Nhân chủng học Đông Nam Á.* NXB DH&THCH, H, 1983

4. Hà Văn Thùy. *Nhà nước Xích Quỷ từ huyền thoại đến hiện thực.* NXB Hội Nhà văn, H, 2017.

5. 城头山古文化遗址

https://baike.baidu.com/m/%E5%9F%8E%E5%A4%B4%E5%B1%B1%E5%8F%A4%E6%96%87%E5%8C%96%E9%81%97%E5%9D%80/5087595?fromtitle=%E5%9F%8E%E5%A4%B4%E5%B1%B1&fromid=759871

6. Trương Thái Du. *Một cách tiếp cận những vấn đề cổ sử Việt* Nam. http://123doc.org/document/1905966-mot-cach-tiep-can-nhung-van-de-co-su-viet-nam-truong-thai-du-pha-n-1-pdf.htm)

7. Trần Đại Sĩ. *Về Thiên-đài nơi tế cáo của Đế Minh.* - http://www.vietnamvanhien.net/NuiNguLinh.pdf

TIẾNG TRUNG QUỐC
MỘT BIẾN THỂ THOÁI HÓA CỦA TIẾNG VIỆT

Năm 1838, tác giả cuốn *Nam Việt-Dương Hiệp Tự vị* (Dictionarium Annamitico-Latinum), Giám mục Taberd tuyên bố: "Tiếng Annam là một dạng suy thoái của ngôn ngữ Hán." Năm 1912, trong công trình "Các nghiên cứu về ngữ âm lịch sử của tiếng An Nam" (Etudes sur la phonétique historique de la langue annamite: Les initiales), Viện sỹ Henri Maspéro khẳng định, tiếng Việt vay mượn khoảng 75% từ ngôn ngữ Hán.

Có người đề xuất ý kiến xác lập *họ ngôn ngữ Annam* đã bị phản bác với lý do: "Không xứng đáng vì vay mượn quá nhiều từ nước ngoài." Ý tưởng này được thay bằng họ ngôn ngữ Môn-Khmer. Hơn nửa thế kỷ, các học giả tiên phong như Trần Trọng Kim, Ngô Tất Tố… đã học theo để dạy cho lớp lớp con dân Việt.

Những lời lẽ có gang có thép của các học giả danh tiếng đã chi phối lâu dài học thuật nhân loại. Cho đến nay, trong giáo trình của các đại học hàng đầu thế giới vẫn ghi con số tròn trĩnh: "Tiếng Việt Nam vay mượn khoảng 60% từ ngôn ngữ Trung Quốc." Đó là đòn trời giáng đánh vào lịch sử, văn hóa, vào phẩm giá danh dự của tộc Việt. Nhưng không ai ngờ rằng đó là một trong những sai lầm nghiêm trọng của phương Tây trên con đường "khai hóa" phương Đông.

Trong 20 năm đầu của thế kỷ XX, khoa học cho thấy sự thật ngược lại: ***Tiếng Việt là chủ thể làm nên ngôn ngữ Trung Hoa.*** Con người và tiếng nói Trung Quốc được hình thành theo quá trình như sau: 40.000 năm trước, người Việt cổ mà chủ yếu là người Lạc Việt chủng Indonesian từ Việt Nam đi lên chiếm lĩnh vùng đất Quảng Đông ngày nay. Tại đây người Việt tăng nhân số rồi lan tỏa ra toàn bộ Hoa lục. 9000 năm trước xây dựng văn hóa Giả Hồ, 7000 năm trước xây dựng văn hóa Ngưỡng Thiều trên lưu vực Hoàng Hà… Với một nghĩa nào đó thì người Quảng Đông là tổ tiên của người Trung Quốc. Lẽ đương nhiên, tiếng Quang Đông (mà gốc là tiếng Thanh-Nghệ) là nguồn cội của tiếng nói Trung Quốc. Do vậy, tiếng Việt Quảng Đông cũng thăng trầm cùng với lịch sử Trung Quốc.

Năm 2698 TCN, người Mông Cổ do Hiên Viên dẫn đầu đánh chiếm miền Trung Hoàng Hà của người Việt, lập nhà nước Hoàng Đế. Tuy chiến thắng quân sự nhưng do nhân số ít và văn hóa kém phát triển, người Mông Cổ bị người Việt đông đảo đồng hóa cả về máu huyết lẫn văn hóa, trong đó nổi bật là tiếng nói. Người Mông Cổ học tiếng nói phong phú của người Việt. Nhưng là người cai trị, họ buộc dân bản địa phải nói theo cách nói Mông Cổ với thành phần phụ (tính từ, trạng từ) đứng trước.

Thành phần chính (danh từ, động từ) đứng sau. Mặt khác, do cấu tạo của thanh quản, người Mông Cổ không phát âm được một số âm và âm tiết, như âm "b", "đ", "v", "r" rung, "ng", "nh" v.v… nên buộc phải nói ngọng tiếng Việt. Kẻ thống trị áp đặt cách nói ngọng lên xã hội khiến cho toàn bộ cư dân vương triều cùng nói ngọng.

Theo dòng chảy lịch sử, từ sau thời Chu, nhiều triệu dân Hung Nô, Tiên Ti từ phía bắc tràn vào Trung Quốc, khiến cho ngôn ngữ biến chuyển theo tiếng nói các sắc dân phía Bắc. Tới thời Đường, do tiếng nói các vùng trong đất nước quá khác biệt tới mức không hiểu được nhau nên triều đình buộc các viên quan khi lâm triều phải nói tiếng của kinh đô Tràng An. Dân gian gọi là ***tiếng nói của vua quan*** và lần đầu tiên thuật ngữ

quan thoại ra đời. Quan thoại thời Đường được gọi là Đường âm. Sau thời Đường là sự thống trị lâu dài của người Mông Cổ rồi Mãn Thanh khiến cho tiếng nói Trung Quốc ngày càng xa gốc Việt để gần hơn tiếng nói của dân phương Bắc. Đến thời nhà Thanh,_tiếng người Mãn Thanh nói ở Bắc Kinh được dùng làm quan thoại, gọi là Mandarin. Madarin (nói trại của Mãn đại nhân) là dấu ấn của một thời nô lệ. Thật sự, đó giọng người nước ngoài nói ngọng tiếng Trung Quốc, bị áp đặt thành tiếng nói chính thức của dân tộc Trung Hoa.

Như vậy, trải gần 5000 năm, tiếng Trung Quốc từ tiếng Việt ban đầu trở thành quan thoại như ngày nay. Đó là quá trình thoái hóa liên tục, thể hiện trên các mặt:

a. Nghèo hóa.

a.1. Nghèo về từ vựng

Ta biết, tiếng Lạc Việt cũng như mọi ngôn ngữ từ tổ tiên châu Phi khác, đều ***đa âm và không thanh điệu***. Ban đầu tiếng Việt Quảng Đông cũng như vậy và đó cũng là tiếng nói của dân cư lưu vực Hoàng Hà. Nhưng khi chế tác chữ vuông, do chữ vuông đơn lập, mỗi chữ chỉ ghi được một âm nên những tiếng muốn được ký tự buộc phải bỏ bớt phần phụ như *blời* phải bỏ b để thành *lời => trời => thiên*; *krong* phải bỏ bớt k để thành *rong: rồng, long…* Mặt khác tiếng nói có từ lâu nên rất nhiều còn chữ làm ra lại ít nên không đủ chữ ký âm hết tiếng nói khiến cho một số tiếng không được ký tự, chỉ được dùng truyền miệng trong dân gian. Lâu dần những tiếng như vậy bị rơi rụng. Người ta thống kê được khoảng 30% từ vựng gốc Việt ở lưu vực Hoàng Hà bị biến mất.

a. 2. Nghèo về âm điệu.

Tiếng Việt trên Hoa lục liên tục chuyển hóa từ đa âm, vô thanh sang đơn âm hữu thanh. Căn cứ vào sách *Thuyết văn giải tự* là cuốn tự điển tiếng Việt đầu tiên được soạn vào triều Hán thì ở thời điểm này, tiếng Việt có sáu thanh. Cho tới thời Đường, khi Đường âm ra đời và được mang sang dạy ở Việt Nam thì Đường âm (ở Việt Nam được gọi là chữ Nho) vẫn có sáu thanh điệu. Nhưng quan thoại Bắc Kinh hiện nay chỉ còn bốn thanh điệu. Do số thanh điệu giảm nên khoảng cách giữa các từ thu hẹp khiến cho tiếng Trung Quốc có nhiều từ đồng âm, khi nói rất khó phân biệt.

b. Ngọng hóa

Cho đến đời Hán, khi cuốn Thuyết văn giải tự ra đời, tiếng nói của người Trung Quốc vẫn là tiếng Việt chuẩn, được gọi là Nhã ngữ (tiếng nói thanh nhã). Đến thời Đường, với Đường âm, thì tiếng nói vùng kinh đô Tràng An vẫn là tiếng Việt chuẩn. Nhưng sau đó, do dân phương Bắc tràn vào và nhất là sau thời đô hộ của người Nguyên, Thanh, người Trung Quốc buộc phải nói theo quan thoại Mandarin. Nếu quan thoại thời Đường là tiếng Việt chuẩn của kinh đô Tràng An thì ***quan thoại Bắc Kinh là cách nói ngọng tiếng Việt của người ngoại quốc được áp đặt cho toàn dân Trung Quốc nói theo***.

Như vậy, về thực chất, tiếng Trung Quốc ngày nay là sự ngọng nghịu, méo mó xấu đi của tiếng Việt.

c. Bất tiện hóa.

Quy luật sinh tồn của ngôn ngữ là có sinh và có diệt: có chữ mất đi và chữ mới ra đời. Nhưng chữ Trung Quốc là chữ đơn lập, không ghép vần, nên việc chế ra chữ mới cực kỳ khó. Để thích ứng với điều này, người Trung Quốc buộc phải dùng từ đồng âm là dùng một chữ để ghi nhiều tiếng khác nhau. Việc này khiến cho một từ có rất nhiều nghĩa khiến cho người nghe không hiểu đúng ý người nói. Nhiều khi phải viết ra mới hiểu được nhau.

"Thống kê chữ đồng âm khác nghĩa trong Tự điển Tân Hoa bản thứ 10, chúng tôi thấy 10.000 đơn tự trong sách chỉ có cả thảy 415 âm tiết (không xét thanh điệu), trong đó 22 âm tiết có 1 chữ4; còn lại 393 âm tiết có nhiều chữ khác tự hình, khác nghĩa. Tổng số chữ Hán khoảng 80-100 nghìn; đem chia cho

393, suy ra mỗi âm tiết có hàng chục chữ đồng âm. Như [yi] có 135 chữ, [xi] – 123, [ji] – 122, [yu] – 118, [fu] – 98... Nếu dùng "Từ Hải" để thống kê, do sách có gần 20 nghìn đơn tự nên riêng âm [yì] (thanh điệu huyền) đã có 195 chữ đồng âm [SĐD tr.442]. Thật bất tiện khi nghe hoặc khi đánh máy một âm [yì], phải từ 195 chữ chọn ra một chữ cần thiết." (1)

Mặt khác, để tạo từ mới phải dùng cách đa âm hóa, làm ra những từ có hai đến ba chữ. Điều này khiến cho câu văn dài dòng. Thể hiện rõ nhất là khi lồng tiếng cho phim Hồng Kông. Người Hồng Kông nói tiếng Quảng Đông nên chỉ cần 10 từ là đủ ý. Khi chuyển sang tiếng Bắc Kinh, phải dùng đến 14 – 15 từ, buộc người biên tập phải cắt bớt để cho lời thoại phù hợp với nhịp của miệng diễn viên.

Trong khi đó ở Việt Nam, do giữ được chữ Nho và Đường âm nên bảo tồn được toàn bộ tiếng nói của người Việt ở thời Đường. Mặt khác, do sáng tạo ra chữ Nôm nên Việt Nam cũng giữ được hầu hết những tiếng không được ký tự bằng chữ Nho, không để mai một. Do có chữ quốc ngữ là chữ ghép vần nên người Việt ghi chép được tất cả mọi tiếng Việt. Tiếng Việt cũng giữ được sáu thanh. Nhờ vậy, tiếng Việt không chỉ phong phú về từ vựng mà còn giầu về âm điệu, với sức biểu cảm lớn, xứng đáng là mẹ của các ngôn ngữ phương Đông (L'Annamite mère des langues) như đề xuất của nhà ngôn ngữ Henri Frey từ cuối thế kỷ XIX.

Kết luận:

Từ giữa thế kỷ XIX, học giả phương Tây đem nhiều công sức khảo cứu lịch sử văn hóa phương Đông. Tuy nhiên, do nhận định rằng dân cư châu Á là do người Đứng thẳng Homo pekinensis sinh ra nên Trung Hoa là trung tâm phát tích của con người và văn hóa phương Đông. Con người và văn hóa Việt Nam là sản phẩm đồng hóa của Trung Hoa. Kết quả là tiếng Việt vay mượn hơn 70% ngôn ngữ Trung Hoa... Những tri thức sai lầm như vậy đã định hình trong bộ nhớ của nhân loại.

Tuy nhiên, sang thế kỷ XXI, khoa học khám phá sự thật ngược lại: người từ Việt Nam đi lên khai phá Trung Hoa và xây dựng ở đó nền văn minh phương Đông rực rỡ. Do người Việt sinh ra dân cư Trung Hoa nên tiếng Việt là chủ thể của tiếng nói Trung Hoa, chữ Việt là chủ thể làm nên chữ viết Trung Hoa... Đúng là, theo thống kê, trong tiếng Việt có 70% tiếng Hán. Nhưng thực tế, đó là những tiếng Việt được ký tự nên tồn tại trên đất Trung Hoa. Tiếng Việt Nam bảo tồn được toàn bộ 100% tiếng nói của người Việt, trong đó có 70% tiếng mà người Trung Quốc giữ được cùng 30% tiếng mà người Trung Quốc đã đánh mất!

Ngôn ngữ học do các học giả phương Tây xây dựng đã giúp rất nhiều cho khoa học ngôn ngữ phương Đông. Tuy nhiên, sai lầm của nó cũng vô cùng lớn khi xác định sai, nguồn gốc cũng như mối quan hệ giữa các ngữ trong khu vực. Những cái được gọi là gia đình ngôn ngữ Hán-Tạng, Môn-Khmer... không phù hợp thực tế. Hy vọng rằng, nhân loại, trong đó người Việt Nam, sẽ sớm ***khảo cứu lại*** ngôn ngữ phương Đông để trả lại vai trò mẹ các ngữ (mère des langues) cho tiếng Việt!

Sài Gòn, Xuân Canh Tý

Tài liệu tham khảo:

1. Nguyễn Hải Hoành. Lạm bàn về tính ghi ý của chữ Hán (Nhân đọc Nghiên cứu chữ Hán hiện đại của thế kỷ XX)

tiasang.com.vn › -van-hoa › Lam-ban-ve-tinh--ghi-y-cua-chu-Han-N...

GIẢI MÃ BÍ ẨN MONGOLOID

7000 năm trước, người Việt cổ chủng Australoid mang giống kê, giống lúa, giống gà, giống chó, công cụ đá mới và công nghệ gốm lên xây dựng văn hóa nông nghiệp Ngưỡng Thiều ở miền Trung Hoàng Hà. Phía bắc sông là đồng cỏ mênh mông, giang sơn của dân du mục cao to, nước da sáng, lùa mục súc làm bay lên những đám mây bụi màu vàng. Người Việt gọi láng giềng phương bắc của mình là NGƯỜI ĐỒNG CỎ. Sau này, khi tiếp thu giang sơn của tổ tiên Việt, người Hán gọi trại đi thành NGƯỜI MÔNG CỔ. Theo cách gọi của người Hán, thế giới dùng thuật ngữ MONGOLOID cho sắc dân sống trên đồng cỏ.

Người Mông Cổ có số phận đặc biệt. Suốt thời đồ đá chỉ là nhóm sắc tộc thiểu số sống ở vùng giá lạnh phía Bắc. Đông Á hầu như không có dấu chân họ. Nhưng như có phép thần, sang thời kim khí, thay thế người Australoid chủ nhân 40.000 năm của phương Đông, họ làm cú lội ngược dòng ngoạn mục, trở thành tộc người duy nhất chiếm lĩnh Đông Á và cũng là tộc người đông nhất thế giới. Nguyên nhân của hiện tượng này là gì? Đây là bí ẩn lớn của lịch sử nhân loại mà nhiều thế hệ học giả chưa tìm ra lời đáp. Stephen Oppenheimer dựa vào dấu vết di truyền, đưa ra thuyết "hai gọng kìm": Từ vùng đất giữa Pakistan và Ấn Độ, vào trước thời băng hà cuối cùng, người Mongoloid ven theo rặng Hymalaya lên chiếm lĩnh vùng đất phía bắc Trung

Quốc. Gọng kìm thứ hai, men theo bờ biển Đông Nam Á để đổ bộ vào Đông Á.(1) Pete Bellwood cho rằng, từ sắc dân Semang Malaysia, người Mongoloid đi vào châu Á. Tuy nhiên chính ông cũng không thật tin vào thuyết của mình khi thấy quá nhiều bằng chứng xác nhận người nông dân Trung Quốc từ Đồng bằng Trung tâm di cư xuống phương Nam. Như vậy cho đến nay, số phận chủng Mongoloid vẫn còn nguyên bí ẩn.

Trong chuyên luận này, tôi xin trình bày cách lý giải khác.

Từ năm 2005 khi bắt tay vào tìm lại cội nguồn dân tộc Việt, tôi đã gặp "vấn đề Mongoloid." Đó là một cửa ải buộc phải vượt qua nếu muốn đi tiếp. Từ toàn bộ tri thức sinh học, cổ nhân học, khảo cổ và di truyền học có được, tôi đưa ra giả thuyết:

"70.000 năm trước, hai đại chủng người tiền sử Australoid và Mongoloid từ châu Phi theo con đường phương Nam tới Việt Nam. Họ đi theo từng nhóm nhỏ khoảng 15 đến 20 người. Tới Việt Nam, đại đa số họ gặp gỡ, hòa thuyết cho ra bốn chủng người Việt cổ là Indonesian, Melanesian, Vedoid và Negritoid, cùng thuộc nhóm loại hình Autraloid. Trong khi đó, có một số nhóm Mongoloid, không hiểu vì lý do nào, đã riêng rẽ đi lên Tây Bắc Việt Nam và dừng lại trước băng hà. Họ sống cô lập, khép kín tại đây trong suốt 30.000 năm. Khoảng 40.000 năm trước, khi khí hậu phía bắc ấm lên, họ theo hành lang phía Tây Hoa lục đi lên cao nguyên Tibet và chiếm lĩnh đất Mông Cổ. Họ sống bằng săn hái cho tới khi Kỷ Băng hà chấm dứt, vùng Mông Cổ trở thành đồng cỏ, họ thuần hóa gia súc rồi chuyển sang phương thức sống du mục. Trong khi đó, cũng khoảng 40.000 năm trước, người Việt cổ từ Việt Nam đi lên Quảng Đông rồi chiếm lĩnh toàn bộ Hoa lục."

Để hình thành giả thuyết trên, tôi đã dựa vào những bằng chứng:

1. Khảo sát 70 cốt sọ cổ tìm được ở Việt Nam từ thời đồ đá tới thời kim khí (32.000 tới 2000 năm trước), giáo sư Nguyễn Đình Khoa xác định: *"Trong thời đồ đá, hai đại chủng*

Australoid và Mongoloid có mặt ở Việt Nam. Họ hòa huyết với nhau rồi con cháu họ hòa huyết tiếp sinh ra bốn chủng người Việt cổ là Indonesia, Melanesia, Vedoid và Negritoid, cùng thuộc nhóm loại hình Australoid. Sang thời kim khí, người Mongoloid xuất hiện và trở thành chủ thể dân cư. Người Australoid biến mất, không hiểu do di cư hay đồng hóa?" (2). Tài liệu trên nói người Mongoloid và Australoid xuất hiện ở Việt Nam khoảng 30.000 năm trước. Nhưng với những khám phá di truyền học từ đầu thế kỷ XXI, ta hiểu rằng hai đại chủng di cư tới Việt Nam 70.000 năm cách nay.

2. Nhiều tài liệu di truyền nói rằng, người Mông Cổ phương Bắc cũng từ Đông Nam Á đi lên (3). Nói Đông Nam Á cũng có nghĩa là nói Việt Nam vì Việt Nam là nơi người hiện đại có mặt sớm nhất trên đất liền châu Á.

3. Khảo cổ học phát hiện di cốt người Mongoloid ở Lưu Giang Quảng Tây 68.000 năm tuổi. Chứng cứ này không chỉ xác nhận việc người Mongoloid di cư tới Việt Nam 70.000 mà còn cho thấy, họ đã có mặt tại Tây Bắc Việt Nam.

Từ ba gợi ý trên, tôi đưa ra ý tưởng là, tới Việt Nam, trong khi phần đông gặp gỡ nhau thì có những nhóm "lạc đàn": người Australoid đi sang phương Tây, để lại cốt sọ 63.000 năm trước ở hang Tampaling, Bắc Lào. Cũng có thể có những nhóm Mongoloid riêng lẻ đi tới Tây Bắc Việt Nam mà bộ xương Mongoloid Lưu Giang là nhân chứng. Chính từ đây họ đi lên Mông Cổ. Do giữ được bộ gen Mongoloid thuần chủng nên sau này được gọi là người Mongoloid phương Bắc.

Sau khi xây dựng văn hóa Giả Hồ 9000 năm trước trên đất Hà Nam, 7000 năm trước người Việt tiến vào cao nguyên Hoàng Thổ, tạo lập văn hóa Ngưỡng Thiều. Tại Ngưỡng Thiều Nam Hoàng Hà, diễn ra tiếp xúc giữa hai sắc dân Mông-Việt qua trao đổi vật phẩm. Chuyện chung đụng nam nữ, kể cả những vụ cướp phá hãm hiếp xảy ra. Từ đó những con lai Mông-Việt ra đời.

Tới đây cần mở ngoặc để nói sâu hơn về di truyền học.

70.000 năm trước, trên đất Việt Nam, hai chủng người Mongoloid và Australoid hòa huyết với nhau. Theo quy tắc di truyền, khi chủng A lai với chủng B sẽ cho ra ở F1 là 25% số cá thể mang genome A, 25% cá thể mang genome B và 50% mang genome AB. Theo nguyên tắc này, trong bốn chủng người Việt cổ được sinh ra đầu tiên (F1), thì người Indonesian là Mongoloid điển hình. Sau đó con cháu họ hòa huyết tiếp. Nhưng do số lượng người Australoid đông áp đảo nên trong các thế hệ sau, gen Australoid trội và Indonesian mang mã di truyền Australoid. Kết quả là toàn bộ người Việt cổ được xếp vào *nhóm loại hình Australoid.* Không những vậy, cuộc hòa huyết cũng khiến cho người Indonesian thành chủng đa số, chiếm 60% dân cư. Tuy cùng là Australoid nhưng trong chủng Indonesian, lượng máu Mongoloid cao nhất khiến cho nhiều tính trạng rất gần với chủng Mongoloid. Điều này làm cho học giả Pháp của Viện Viễn Đông Bác Cổ khi định loại một số cốt sọ đã lầm lẫn giữa hai chủng.

Tôi phải nói kỹ về nguyên tắc di truyền là để dẫn tới ý sau. Người Indonesian mang lượng gen Mongoloid cao nhất trong các chủng người Việt cổ. Do vậy, khi nhận thêm gen Mongoloid của người Mông Cổ phương Bắc thì như giọt nước tràn ly, lượng máu Mongoloid trong bào thai tăng lên, khiến đứa trẻ ra đời mang mã di truyền của chủng Mongoloid phương Nam. Đến lượt mình, khi lớn lên, có bạn tình Indonesian, chúng làm cho con của mình cũng mang mã di truyền Mongoloid phương Nam. Điều này xảy ra như phản ứng dây chuyền, khiến cho số lượng người Mongoloid phương Nam tăng lên nhanh chóng.

Sở dĩ tôi đưa ra ý tưởng người Mongoloid phương Nam được sinh ra từ sự tiếp xúc Mông -Việt bên sông Hoàng Hà là vì, tại di chí Bán Pha tỉnh Sơn Tây thuộc văn hóa Ngưỡng Thiều, khảo cổ học phát hiện di cốt sớm nhất của người Mongoloid phương Nam 7000 năm trước. Các học giả Trung Quốc thừa nhận đó là tổ tiên người Trung Quốc nhưng không biết họ xuất hiện từ đâu? Học giả Zhou Jixu, một người ủng hộ quan niệm "người từ Tây Bắc du nhập, làm nên dân cư Trung

Quốc," cho rằng họ từ phía Nam lên (4). Nhưng điều này không đúng vì khảo cổ học xác nhận suốt thời đồ đá, Đông Nam Á không có người Mongoloid. Từ đó tôi đưa ra nhận định: ***Người Mongoloid phương Nam Ngưỡng Thiều chỉ có thể được sinh ra tại chỗ do hòa huyết giữa người Mông Cổ phương Bắc và người Việt chủng Australoid.*** Thực tế cũng cho thấy, khi lên chiếm lĩnh Hoa lục, các nhóm người Việt có xu hướng quần tụ nhau theo từng chủng tộc. Lưu vực Hoàng Hà là nơi tập trung của người Indonesian. Điều này giúp cho tốc độ lan truyền của gen Mongoloid tăng nhanh.

Về việc lan truyền của người Mongoloid phương Nam, nhiều học giả cho rằng, người nông dân Trung Quốc từ đồng bằng miền Trung ***"mở rộng lúa nước xuống phía Nam làm nên dân cư phương Nam."*** Theo tôi, sự thật như sau. Khoảng năm 2698 TCN, người Mông Cổ tấn công vào Trác Lộc bờ Nam Hoàng Hà, chiếm đất của ngời Việt, lập nhà nước Hoàng Đế. Do tị nạn chiến tranh, người Việt buộc phải di cư xuống Nam Dương Tử. Cuộc xâm lăng của Hoàng Đế khốc liệt và kéo dài nên nhiều lần di tản xảy ra, tạo thành những đợt sóng di cư, đưa người từ phía Bắc xuống Nam Trung Hoa và Việt Nam. Người di cư mang nguồn gen Mongoloid tới, chuyển hóa di truyền dân cư phương Nam sang chủng Mongoloid phương Nam. Khảo cổ xác nhận, từ 2000 năm TCN, toàn bộ dân cư Việt Nam là Mongoloid phương Nam. Tới đầu Công nguyên, hầu hết dân cư Đông Nam Á chuyển thành Mongoloid phương Nam. Thực tế, như nghĩa trang ở Mán Bạc tỉnh Ninh Bình 2000 năm TCN có hài cốt người Mongoloid bên cạnh hài cốt người Australoid (5), cho thấy, hai chủng người đã chung sống hòa thuận bên nhau. Điều này chứng tỏ không có việc chiếm đất thay thế dân cư mà là chuyển hóa di truyền diễn ra hòa bình. Một lý lẽ khác biện minh cho ý tưởng này là, nếu thay thế dân cư thì người Việt Nam phải là con cháu của người Đồng bằng miền Trung và do quy luật "chỉ số đa dạng sinh học của con cái thấp hơn cha mẹ" nên người Việt Nam phải có chỉ số đa dạng sinh học thấp hơn người Trung Quốc. Các nghiên cứu cho thấy chỉ số đa dạng sinh học của người Việt Nam cao nhất trong dân cư Đông Á nên không hề có chuyện thay thế dân cư. Thực tế lịch sử xác nhận, người nông dân phía Bắc là hậu duệ của người Việt đi lên lưu vực Hoàng Hà từ xa xưa, nay trở về nguồn cội nên chỉ số đa dạng sinh học thấp hơn người sống tại Việt Nam. Số lượng người trở về nhỏ nên không đủ để làm giảm chỉ số đa dạng sinh học của người Việt Nam.

Nhân học cũng khám phá: trong bốn chủng người Việt cổ ra đời 70.000 năm trước, thì với thời gian, hai chủng da đen Vedoid và Negritoid bằng cách nào đó hoàn toàn rời khỏi Việt Nam. Trên đất Việt chỉ còn hai chủng Indonesian và Melanesian. Khi được bổ sung nguồn gen Mông Cổ, *người Indonesian chuyển hóa thành chủng Mongoloid điển hình,* đó là sắc tộc Kinh, Thái, Tày, Mường, Dao, Hoa… Trong khi đó *chủng Melanesian trở thành dạng Indonesian hiện đại của chủng Mongoloid phương Nam,* gồm người Khmer, Chăm và các sắc dân Tây Nguyên.

Thay lời kết.

Nhận lượng gen nhỏ từ cộng đồng North Mongoloid thiểu số sống trên đồng cỏ phương Bắc, người South Mongoloid được sinh ra 7000 năm trước. Trong vòng 5000 năm, họ chuyển hóa di truyền người Australoid, trở thành chủ nhân độc tôn của phương Đông và là chủng người đông nhất thế giới. Sự bí ẩn thần kỳ đã diễn ra thật đơn giản. 70.000 năm trước, hai đại chủng người tiền sử Australoid và Mongoloid di cư tới Việt Nam. Trong khi đại đa số họ gặp gỡ hòa huyết, sinh ra người Việt cổ đầy tự hào hãnh diện làm nên văn hóa phương Đông rực rỡ và là cộng đồng lớn nhất nhân loại thì vì lý do nào đó mà ta chẳng bao giờ biết được, lại có nhóm người nhỏ nhoi lưu lạc tới vùng băng giá Tây Bắc Việt Nam rồi đi lên Mông Cổ để bảo tồn nguồn gen Mongoloid tinh khiết. 7000 năm cách nay, nhận nguồn gen từ nhóm người nhỏ nhoi ấy, chủng Mongoloid phương Nam ra đời rồi làm cuộc lội ngược dòng ngoạn mục, thay thế tổ tiên Australoid của mình, trở thành chủ nhân của đất đai và nền văn minh rực rỡ phương Đông. Ngẫu nhiên hay là có bàn tay sắp đặt kỳ diệu của Tạo Hóa? Xin bạn đọc cùng suy ngẫm?

Sài Gòn, Hè 2020.

Tài liệu tham khảo.

1. Stephen Oppenheimer. *Out of Eden: The peopling of the world.* Constable Robinson. 2003

2. Nguyễn Đình Khoa. *Nhân chủng học Đông Nam Á*. NXB DH&THCN. H,1983.

3. J.Y. Chu et al. *Genetic relationship of population in China*. Proc. Natl. Acad. Sci. USA 1998 N. 95 tr. 11763-11768.

4. Zhou Jixi: *The Rise of Agricultural Civilization in China*. SINO-PLATONIC PAPERS Number 175 December, 2006.

5. Marc F. Oxenham et al. *Man Bac: The Excavation of a Neolithic Site in Northern Vietnam*. https://www.jstor.org/stable/j.ctt24hcpx

TRUNG TÂM "SỬ HỌC BÊN LỀ": TẠM CƯ, INTERNET VÀ PHIÊN BẢN MỚI CỦA TIỀN SỬ VIỆT NAM

Liam C. Kelley*

TÓM LƯỢC

Cho đến gần đây, hầu như tất cả thông tin về quá khứ dân tộc Việt Nam được biên soạn bởi các học giả là cán bộ nhà nước, chủ yếu là giáo sư đại học, và được xuất bản bằng phương tiện truyền thông chính thống. Tuy nhiên, trong những năm gần đây, các cá nhân đã bắt đầu sử dụng Internet để đưa ra những quan điểm mới về quá khứ Việt Nam, và trong một số trường hợp đã cho in công trình của họ. Những nhà sử học nghiệp dư này đã tạo ra một câu chuyện mới về tiền sử người Việt. Bài tường thuật này trình bày một cái nhìn cực kỳ tích cực về lịch sử tổ tiên xa xưa của người Việt Nam, xem họ về cơ bản là người sáng lập nền văn minh Đông Á. Trong khi một số khía cạnh của câu chuyện này lần đầu tiên được đề xuất bởi nhà triết học Nam Việt Nam Lương Kim Định vào những năm 1960, thì các nhà sử học nghiệp dư Việt Nam ở hải ngoại vào đầu thế kỷ 21 đã thêm vào những gì họ lập luận là những phát hiện về khoa học của người Anh. Cuối cùng, các học giả ở Việt Nam đã truy cập những ý tưởng này thông qua Internet và tổng hợp chúng với các tác phẩm của các học giả làm việc tại Việt Nam. Sự truyền bá ý tưởng từ miền Nam Việt Nam vào cộng đồng người di cư và sau đó quay trở lại Việt Nam thông qua Internet mang đến một cái nhìn sâu sắc, hấp dẫn về cách thức giao tiếp trong kỷ nguyên số, đã cho phép một số tác giả từ các thế giới bị chia cắt trước đây của Việt Nam và cộng đồng hải ngoại tìm được tiếng nói chung để thúc đẩy một tầm nhìn về quá khứ xa xôi của dân tộc, xuất phát từ mong muốn chung để tạo ra một nền tảng văn hóa và Minh triết sẽ cho phép người Việt phát triển mạnh mẽ trong thời đại toàn cầu hóa.

GIỚI THIỆU

Vào ngày 14 tháng 7 năm 2012, một Hội nghị chuyên đề đã được tổ chức tại Văn Miếu ở Hà Nội để kỷ niệm 15 năm ngày mất của triết gia miền Nam Lương Kim Định.1 được tổ chức bởi Trung tâm Minh triết và Trung tâm Lý học phương Đông, và bao gồm cả những vị khách danh dự của Đảng Cộng sản, Quốc hội và học viện. Đây là sự kiện đầu tiên được tổ chức tại Cộng hòa Xã hội Chủ nghĩa Việt Nam để thảo luận về các tác phẩm và ý tưởng của Lương Kim Định. Sau lễ khai mạc, hội nghị chuyên đề này đã bắt đầu bằng một bài thuyết trình của nhân vật công cộng Hà Văn Thùy, người đã cho rằng: Từ nửa thế kỷ trước, Kim Định đã tuyên bố với dự cảm của một nhà tiên tri rằng người Việt chiếm Hoa lục trước người Trung Hoa và thiết lập một nền văn hóa Việt Nho và Minh triết. Cùng chung số phận với các nhà tiên tri khác, trong 50 năm qua, Kim Định đã bị gạt bỏ và chỉ trích! Tuy nhiên, bây giờ thời gian và khoa học cung cấp bằng chứng ủng hộ Kim Định. Các lý thuyết của ông về Việt Nho và triết lý An Vi đã trở thành kho báu không chỉ giúp người Việt tái khám phá bản thân ban đầu của họ để có thể làm mới đất nước Việt Nam, mà còn thắp lên ngọn đuốc trí tuệ giác ngộ để nó tỏa sáng nhân loại (Vũ 2012). Đối với bất kỳ ai ở ngoài Việt Nam đã nghiên cứu lịch sử Việt Nam thông qua các kênh học thuật chính thống, các ý tưởng bày tỏ ở đây rằng tổ tiên của người Việt chiếm lĩnh khu vực ngày nay là Trung Quốc và thiết lập một nền tảng văn hóa mà giờ đây có thể là kim chỉ nam cho loài người, sẽ là không quen. Cho dù người ta đã đọc các biên niên sử Việt Nam tiền kỳ bắt đầu bằng cách truy tìm một dòng dõi chính trị cổ xưa từ nhà cai trị thần thoại Trung Quốc cổ đại, Thần Nông, đến các nhà cai trị thần thoại Việt Nam, Vua Hùng, hay tri thức thời thuộc địa của các nhà sử học Pháp, bắt đầu trong khu vực của Việt Nam ngày nay với sự cai trị của Trung Quốc vào cuối thế kỷ thứ hai trước Công nguyên, hoặc thậm chí tri thức quốc gia từ Bắc Việt Nam trong những năm 1960 và 1970, đã tìm cách chứng minh rằng có một xã hội tinh vi ở đồng bằng sông Hồng trước khi tiếp xúc với người Trung Quốc; hoặc các tác phẩm của nhà sử học người Mỹ Keith Taylor, người có ý tưởng đã chuyển đổi từ quan điểm dân tộc chủ nghĩa Việt Nam sang cho rằng có quá ít bằng chứng để khẳng định chắc chắn về quá khứ xa xôi, trong đó không có tác phẩm nào được đưa ra rằng tổ tiên của người Việt đã chiếm lĩnh khu vực của Trung Quốc ngày nay và thiết lập nền tảng của những gì cho chúng ta một suy nghĩ như truyền thống văn hóa Đông Á (Ngô 1983 [1479]; Maybon và Russier 1909; Ủy ban Khoa học Xã hội Việt Nam 1971; Taylor 1983, 2013)

Tuy nhiên, bất cứ ai đã dành thời gian ở Việt Nam trong 20 năm qua, hoặc đọc các bài đăng trực tuyến về lịch sử Việt Nam, có khả năng đã gặp phải những ý tưởng trên. Là một nhà nghiên cứu về lịch sử Việt Nam, tôi gặp những ý tưởng như thế này bắt đầu từ những năm 2000. Cho dù đó là những câu hỏi tại các buổi nói chuyện chuyên nghiệp, đến những cuộc trò chuyện ngẫu nhiên trong quán cà phê, tôi liên tục gặp phải những ý tưởng không phải là một phần của khóa đào tạo học thuật mà tôi đã nhận được, nhưng rõ ràng là một phần của kiến thức lịch sử phổ biến ở Việt Nam, và nó rất quan trọng đối với một số người Việt Nam, cả trong và ngoài nước. Các chủ đề của lịch sử thay thế này mà tôi gặp phải tập trung chủ yếu vào thời tiền sử và sự hình thành văn hóa truyền thống Việt Nam. Để đưa ra một số ví dụ, tôi đã nói rằng người Việt Nam đã tạo ra một loại chữ viết (hiện đã mất) trước khi văn học Trung Quốc được chấp nhận bởi các thành viên của giới thượng lưu khoảng 2.000 năm trước.

Tôi cũng được cho biết rằng người Việt Nam đã tạo ra Kinh Dịch (mà hầu hết các học giả trên thế giới sẽ coi là một trong những văn bản đầu tiên của Trung Quốc) và người Trung Quốc sau đó đã đánh cắp nó, tuyên bố đó là của họ. Thật vậy, qua thời gian tôi nghe người ta nói nhiều hơn những điều này, ví dụ như thông báo cho tôi, và như Hà Văn Thùy đã nói trước đó, rằng người Việt sống ở Hoa lục trước khi người Trung Quốc ra đời. Cuối cùng, tôi cũng được nói nhiều lần rằng trồng lúa đã được người Việt phát minh ra, và điều này đã được chứng minh bởi một học giả phương Tây trong một cuốn sách tên là Eden in the East .

Càng nghe mọi người bình luận như vậy, tôi càng tò mò muốn biết những ý tưởng này đến từ đâu. Do đó, tôi bắt đầu tìm kiếm, và cuối cùng nhận ra rằng ý tưởng này lần đầu tiên được một nhà triết học với tên Lương Kim Định, người rất tích cực ở Nam Việt Nam vào những năm 1960 và đầu những năm 1970 đề cao. Các học giả từ miền Nam Việt Nam không được chính phủ Cộng sản Việt Nam hoan nghênh khi Chiến tranh Việt Nam kết thúc năm 1975, và Lương Kim Định cũng không ngoại lệ. Ông di cư sang Mỹ và sách của ông bị cấm. Làm thế nào sau đó, tôi tự hỏi, có thể là những ý tưởng của ông đã được biết đến và đang lưu hành ở Việt Nam thế kỷ 21? Và làm thế nào mà một hội nghị chuyên đề chính thức được tổ chức, tại Văn Miếu ở trung tâm Hà Nội, vào năm 2012 để thảo luận về ý tưởng của ông? Những câu hỏi như vậy dẫn đến nhiều vấn đề phức tạp nằm ngoài phạm vi của bài tiểu luận này.

Tuy nhiên, cuối cùng, chúng ta có thể nói rằng có một chủ đề chung liên kết các ý tưởng của Lương Kim Định, Hà Văn Thùy và nhiều người khác, và đó là một ý nghĩa mà các lực lượng như Tây phương hóa, và bây giờ toàn cầu hóa, là mối đe dọa hiện hữu đối với Xã hội Việt Nam, và một triết lý và văn hóa Việt Nam mới cần được tạo ra để chống lại mối đe dọa đó.

Hơn nữa, ở mức độ này hay mức độ khác, các cá nhân được thảo luận trong bài viết này cũng đều cho rằng một chính quyền Cộng sản, hoặc những trí thức công chức hiện tại, không có khả năng làm điều này. Chẳng hạn, Lương Kim Định đã tìm kiếm vào những năm 1960 để tạo ra một triết lý cho miền Nam Việt Nam sẽ chống lại ảnh hưởng của phương Tây và đó cũng sẽ là một phương án thay thế cho chủ nghĩa Cộng sản.

Cung Đình Thanh, một nhân vật quan trọng trong việc phát triển các ý tưởng được xem xét trong bài viết này mà chúng ta sẽ gặp trong phần tiếp theo, tin vào những năm 1990 từ quan điểm thuận lợi của mình ở Úc rằng sự cai trị của Cộng sản sẽ sớm chấm dứt ở Việt Nam và rằng đất nước sẽ cần một nền văn hóa mới cho một thời đại mới, nhưng là một nền văn hóa vẫn còn ăn sâu vào một cái gì đó thuộc về bản sắc Việt Nam có thể nhận dạng. Lúc đó chính phủ Việt Nam coi toàn cầu hóa là mối đe dọa và đang tìm cách chống lại tác động tiêu cực đã lường trước mà hội nhập Việt Nam vào thế giới sẽ mang lại cho văn hóa Việt Nam và xã hội bằng cách thúc đẩy các khía cạnh khác nhau của văn hóa truyền thống. Tuy nhiên, như chúng ta sẽ thấy bên dưới, Hà Văn Thùy đã viết vào năm 2005 rằng mặc dù chính phủ đã ban hành nhiều nghị quyết để "bảo vệ bản sắc văn hóa dân tộc," nhưng những nghị quyết này, theo ông, đã không có hiệu quả. Do đó, nhu cầu, ông cũng lập luận, để những người khác chịu trách nhiệm sáng tạo một nền văn hóa mới, có thể chống chọi được cuộc xâm lăng văn hóa của ảnh hưởng toàn cầu (Hà 2005).

Do đó, các cá nhân được thảo luận trong bài viết này đều quan tâm đến khả năng văn hóa và xã hội Việt Nam tồn tại khi tiếp xúc với các nền văn hóa nước ngoài. Hơn nữa, tất cả họ đều cảm thấy rằng bước đầu tiên để tăng cường văn hóa và xã hội Việt Nam bằng cách đưa ra một quan điểm mới về các giai đoạn sớm nhất của lịch sử. Bài viết này có ý nghĩa như một nỗ lực ban đầu để vạch ra ý tưởng của nhóm các cá nhân này liên quan đến quá khứ đó, hay những gì chủ yếu là tiền sử Việt Nam.

Những ý tưởng lịch sử mà họ đã phát triển đóng vai trò là bối cảnh mà từ đó họ thảo luận về những ý tưởng có thể phục vụ như một nền văn hóa và triết lý mới cho người Việt Nam. Lương Kim Định đã phát triển một số lý thuyết triết học, chẳng hạn như Việt Nho và An Vi dựa trên niềm tin rằng ý tưởng trong các tác phẩm như Kinh Dich được phát triển đầu tiên bởi tổ tiên của người Việt. Để thiết lập quan điểm này, Lương Kim Định đã phát triển một phiên bản tiền sử độc nhất vô nhị cho rằng tổ tiên của người Việt là những cư dân đầu tiên của lục địa châu Á và họ đã tạo ra nền tảng của những gì mọi người ngày nay sẽ gọi là truyền thống Trung Quốc của Văn hóa Đông Á. Trong 30 năm qua, người Việt Nam ở hải ngoại và ở trong nước đã phát triển câu chuyện tiền sử đó hơn nữa bằng cách kết hợp ý tưởng từ khảo cổ học và khoa học di truyền. Họ đã có thể làm điều này bởi vì Internet đã cung cấp cả thông tin và sự giao tiếp thuận lợi giữa người Việt ở hải ngoại và trong nước, những người trước đây bị cô lập với nhau.

Bài tiểu luận này sẽ theo dõi sự phát triển những ý tưởng giữa các thành viên của các xã hội khác nhau. Trong khi những ý tưởng tạo nên câu chuyện thay thế này của tiền sử người Việt đã đi từ miền Nam Việt Nam, đến cộng đồng người di cư, và bây giờ trở lại vào ý thức của người Việt thông qua Internet và thông qua nỗ lực của cả Việt kiều và người Việt trong nước, những cá nhân góp phần phát triển những ý tưởng lịch sử này phần lớn thuộc về khu vực lân cận của cuộc sống học tập ở Việt Nam, hoặc chắc chắn ở ngoài rìa của nghề sử học. Thật vậy, phân loại tương tự được áp dụng cho Lương Kim Định khi ông hoạt động ở miền Nam Việt Nam (Tạ 2008). Đồng thời, các cá nhân đã thảo luận trong bài viết này, đặc biệt là những người viết vào những năm 1990 và 2000, cũng rất quan trọng đối với việc hình thành các học giả tại trung tâm của đời sống học thuật chính thức tại Việt Nam. Điều này có thể được nhìn thấy trong một vài cách. Đầu tiên, một số tác giả tương phản với những gì được cho là đã viết bởi học giả quốc tế với những gì các học giả chính thống ở Việt Nam đã viết, và về cơ bản là chế giễu các học giả ở Việt Nam vì thiếu cập nhật. Tuy nhiên, như chúng ta sẽ thấy trong các cuộc thảo luận tiếp theo, có những vấn đề nghiêm trọng về cách các tác giả này hiểu và sử dụng tư liệu quốc tế. Thứ hai, họ có một yếu tố quan trọng của tri thức quốc gia hiện đại ở Việt Nam, phê phán cách tiếp cận trung tâm được cho là của Trung Quốc của các học giả thời thuộc địa - và cũng chỉ trích các học giả chính thống ở Việt Nam vì đã không đi quá xa khỏi mô hình đó bằng cách không nhận ra người Việt đóng góp cho nguồn gốc của nền văn minh Đông Á. Tuy nhiên, như chúng ta cũng sẽ thấy dưới đây, trong khi lập luận rằng tổ tiên của người Việt Nam là những người sáng lập các khía cạnh khác nhau của nền văn minh Đông Á thực sự vượt xa quan điểm thời thuộc địa khi thấy Việt Nam là một Tiểu Trung Quốc, thì bằng chứng cho lập luận này là vô cùng có vấn đề. Như vậy, trong khi "lịch sử thay thế" này, không dựa trên bằng chứng đáng tin, nó lại có cơ sở vững chắc trong các động lực xã hội đương đại và nó có thể phát triển một phần nhờ những động lực đó. Trong khi một số tác giả được thảo luận trong bài viết này chỉ trích công khai các nhà sử học "quốc doanh", lại không có phản hồi từ các nhà sử học đó. Đó có thể là trường hợp học giả chính thống không thấy cần phải trả lời các nhà sử học tay ngang, nhưng thực tế là các tác giả được thảo luận trong bài viết này đang hoạt động trên Internet so với các nhà sử học chính quy không có nghĩa là những ý tưởng mới về tiền sử Việt Nam không thể tồn tại và giữ vai trò ngày càng trung tâm trong đời sống Việt Nam hiện nay. Như vậy, tôi đề cập đến câu chuyện về tiền sử người Việt mà các tác giả này đã tạo ra như lịch sử "bên lề" của Nhật Bản để biểu thị rằng nó đã xuất hiện bên ngoài thế giới của các nhà sử học chính thống. Tuy nhiên, thực tế là những ý tưởng này hiện đang được thảo luận ở những địa điểm trung tâm như Đền thờ văn học, chỉ ra trung tâm của "sử học bên lề" này trong cuộc sống của một số người Việt ngày nay.

Trong bài báo này, chúng tôi sẽ theo dõi hành trình mà

những ý tưởng tạo nên lịch sử lề trái này đã thực hiện. Đó là một câu chuyện về cách các ý tưởng từ những "tay ngang" của nghề sử đã dần dần chiếm vị trí trung tâm trong một số phân khúc của xã hội Việt Nam ngày nay. Chúng tôi bắt đầu với những bài viết của Lương Kim Định.

LƯƠNG KIM ĐỊNH

Sinh năm 1914 tại tỉnh Nam Định ở miền bắc Việt Nam, Kim Định, như ông thường được nhắc đến, đã trở thành một linh mục Công giáo và sau đó vào cuối những năm 1940 hành trình đến Pháp, nơi ông đã dành thập kỷ tiếp theo để lấy bằng về triết học và Hán học. Kim Định sau đó trở về Việt Nam làm việc ở nhiều trường đại học miền Nam vào những năm 1960 và đầu những năm 1970 trước khi di chuyển đến Mỹ vào cuối cuộc chiến. Trong thời gian Kim Định làm việc ở miền Nam Việt Nam, ông đã xuất bản rộng rãi (Lương Kim Định n.d.).

Các tác phẩm mà Kim Định viết đúng ra không phải là lịch sử nhưng chúng chứa rất nhiều thông tin lịch sử và Kim Định đã tìm cách giáo dục độc giả của mình về quá khứ. Những gì ông cố gắng phổ biến là một triết lý mới. Viết vào những năm 1960 và đầu những năm 1970, Kim Định sợ rằng chủ nghĩa duy vật của phương Tây và chủ nghĩa Mác của Bắc Việt Nam có thể áp đảo cả xã hội miền Nam Việt Nam nếu một triết lý phù hợp cho đất nước không được phát triển. Khi tạo ra một triết lý mới, Kim Định đã cố gắng tìm cách nắm lấy logic phương Tây trong khi vẫn duy trì các khía cạnh của văn hóa truyền thống. Để đơn giản hóa một lập luận phức tạp được phát triển qua một loạt các ấn phẩm, Kim Định đã làm điều này trước tiên bằng cách lập luận rằng văn hóa Đông Á có chứa những ý tưởng khoa học, hợp lý. Ông lưu ý, ví dụ, như những ý tưởng có thể được tìm thấy trong Kinh Dịch, một trong những văn bản lâu đời nhất ở Đông Á và là một tác phẩm nền tảng cho triết học phương Đông.

Ý tưởng này mà người ta có thể tìm thấy logic trong Kinh

Dịch đã được thúc đẩy lần đầu tiên vào đầu thế kỷ 20 bởi trí thức cải cách Trung Quốc và nhà giáo dục Hồ Thích và sau đó được nhiều trí thức ở Đông Á khuyến khích. Tuy nhiên, Kim Định đã mang đến một diễn giải mới cho cuộc thảo luận này bằng cách lập luận rằng Kinh Dịch đã được tạo ra bởi tổ tiên của người Việt nam. Để đưa ra quan điểm này, Kim Định đã sử dụng các khái niệm một cách sáng tạo từ lĩnh vực nhân học cấu trúc mới để cho rằng các văn bản đầu tiên của Việt Nam đã tiết lộ một cấu trúc ý nghĩa sao chép các khái niệm trong Kinh Dịch (Lương 1973). Không đưa ra bằng chứng, ông cũng lập luận rằng đó là vì tổ tiên của người Việt Nam đã tạo ra Kinh Dịch khi họ là cư dân đầu tiên của lục địa châu Á và sau đó, người du mục Trung Quốc đã đánh đuổi dân nông nghiệp Việt Nam cho đến khi cuối cùng họ đến được đồng bằng sông Hồng. Trong quá trình đó, người Trung Quốc đã chiếm đoạt Kinh Dịch và tuyên bố nó là của riêng họ và là một phần của truyền thống của Nho giáo (Lương 1970: 51-63).

Trong khi Kim Định sử dụng sáng tạo các ý tưởng từ nhân học cấu trúc để đưa ra những lập luận như vậy, ông cũng đã phát triển một khái niệm về lịch sử của riêng mình được gọi là huyền sử. Các ghi chép bằng văn bản đầu tiên của người Việt về thời cổ đại đã không được ghi lại cho đến thế kỷ 15 sau Công nguyên và chứa thông tin mà các học giả cận đại coi là vô lý và các học giả thực dân Pháp cũng coi đó là huyền thoại. Tuy nhiên, đối với Kim Định, những tài khoản này đại diện cho một loại lịch sử mơ hồ, kết hợp cả thơ mộng cường điệu với tài liệu lịch sử thực tế mà các sử gia có thể giải thích ý nghĩa (Lương 1970: 26 -36). Những ý tưởng của Kim Định, đã truyền cảm hứng cho một số người Việt Nam, nhưng chúng rất khó để ghi lại, đặc biệt là lập luận của ông rằng tổ tiên của người Việt Nam là những người đầu tiên sống ở lục địa châu Á, rằng họ là các nhà nông nghiệp trước người Hán, rằng họ đã tạo ra Kinh Dịch, và họ bị đẩy về phía nam đến đồng bằng sông Hồng bằng cuộc xâm lược của người Hán.

Đây cũng là những vấn đề mà người ở Việt Nam dường như không nghĩ nhiều sau năm 1975 vì sách Kim Định bị cấm cùng với nhiều tác phẩm khác đã được xuất bản ở miền Nam Việt Nam. Tuy nhiên, ông tiếp tục xuất bản ở Hoa Kỳ cho đến khi qua đời vào năm 1997, và người Việt Nam ở hải ngoại tiếp tục quen thuộc với tài khoản lịch sử ban đầu của ông. Do đó, có lẽ không có gì đáng ngạc nhiên khi nó đến từ nơi định cư mà một phiên bản cập nhật, và khoa học hơn, của phiên bản Kim Định về lịch sử ban đầu đã xuất hiện vào đầu thế kỷ 21. Người đề xuất phiên bản khoa học hơn của mô hình Kim Định này là một người Việt nhập cư vào Úc tên là Cung Đình Thanh.

CUNG ĐÌNH THANH

Được sinh ra ở tỉnh Thái Bình miền Bắc Việt Nam vào năm 1937. Ông phải di cư vào Nam Việt Nam năm 1954 sau Hiệp định Genève, như tên của ông xuất hiện trong một danh sách các sinh viên lấy bằng tú tài năm 1956 tại Sài Gòn (Công báo Việt Nam Cộng Hòa 1957) .2 Sau đó, ông đã nhận được bằng cấp về luật cũng như bằng cấp về quản trị và lãnh đạo từ Đại học Connecticut. Khi trở về Nam Việt Nam, Cung Đình Thanh trở thành luật sư của Tòa án Kháng cáo và cũng giảng dạy tại Viện Hành chính Quốc gia. Sau đó, ông chuyển sang theo đuổi giáo dục và văn hóa, phục vụ như một tổng giám đốc của một số trường học, chỉnh sửa tạp chí Phát triển văn hóa và tham gia vào các tổ chức văn hóa khác nhau. Khi chiến tranh Việt Nam kết thúc năm 1975, Cung Đình Thanh đã ngừng tham gia vào tất cả các hoạt động này.

Năm 1989, ông di cư sang Úc và từ nhà mới ở New South Wales, ông dần dần hoạt động trở lại. Ông đã thành lập một tổ chức mang tên Cơ quan phát triển quốc tế Việt Nam, được dành riêng để thúc đẩy sự phát triển văn hóa Việt Nam. Con đường chính để thực hiện điều này là thông qua ấn phẩm in và trực tuyến của một tạp chí tên là Tư tưởng mà Cung Đình Thanh xuất bản từ năm 1999 cho đến khi ông qua đời năm 2006 (Ai, người ở Việt Nam 1974; Cung Đình Thanh n.d.). Trên số đầu tiên của Tư tưởng có một bức thư ngỏ của Cung Đình Thanh tên là Chim gọi đàn. Cung Đình Thanh bắt đầu bài tiểu luận này bằng cách lưu ý rằng ông rất vui khi thấy ý tưởng được thể hiện trong các hình thức truyền thông khác nhau vào thời điểm đó, rằng văn hóa có thể đóng một vai trò quan trọng trong việc lật đổ độc đoán và trong việc giải phóng các ý tưởng để mọi người có thể đóng góp tối đa của họ để phát triển quê hương. Không rõ trong số báo đó chính xác Cung Đình Thanh đã đề cập đến điều gì, nhưng khi việc sử dụng Internet ngày càng lan rộng trong những năm 1990, chắc chắn có nhiều thông tin liên lạc hơn, ít nhất là giữa những người Việt ở nước ngoài, và khi Chiến tranh Lạnh kết thúc, Việt Nam mở cửa ra thế giới bên ngoài, một trong những chủ đề được thảo luận rõ ràng là khả năng cai trị Cộng sản ở Việt Nam có thể chấm dứt.

Cung Đình Thanh tuyên bố trong bài tiểu luận này rằng một ngày như vậy không còn xa, nhưng điều này đặt ra một vấn đề lớn khi xã hội Việt Nam thiếu một sự thay thế rõ ràng cho hệ tư tưởng Mácxít. Trong bài Chim gọi đàn, Cung Đình Thanh kêu gọi những linh hồn có cùng chí hướng phát triển những ý tưởng có thể làm nền tảng cho một xã hội mới của Việt Nam, một xã hội có thể phát triển mạnh trong thế giới toàn cầu hóa. Để làm được điều này, Cung Đình Thanh đã đề xuất rằng một lịch sử tư tưởng Việt Nam cần được viết ra, và ông đã trình bày một phác thảo của một cuốn sách như vậy trong bài tiểu luận này. Tuy nhiên, ông nhận ra rằng sẽ cần có thời gian để tạo ra một tác phẩm như vậy và ông kêu gọi độc giả của mình hỗ trợ bằng cách chia sẻ ý tưởng và tri thức của họ (Cung 1999a) .3

Đàn chim đã nghe tiếng gọi, vì vấn đề thứ hai của Tư tưởng chứa đựng sự đóng góp của người đọc dưới dạng bản dịch tiếng Việt của một bài báo mà nhà nhân chủng học người Mỹ, trong Hội Địa lý Quốc gia năm 1971 (Solheim 1999), tiêu đề "Ánh sáng mới trên một miền quên lãng." Chủ đề chính của bài viết này đã được tóm tắt ngắn gọn trong một chú thích cho một trong những bức ảnh đi kèm trong đó nêu rõ rằng, tác giả, được ca ngợi là 'Mr. Đông Nam Á', bởi những người tiền sử, trong những trang này, lý thuyết cách mạng của ông mà người Đông Nam Á có thể là người đầu tiên làm đồ gốm, mài và đánh bóng các dụng cụ bằng đá, trồng lúa, và đúc đồng (Solheim 1971: 331). Điều này, tuy nhiên, hóa ra không đúng. Công trình khảo cổ sau đó đã chứng minh rằng cuộc cách mạng lý thuyết mà Solheim đề xuất là không chính xác, và vào cuối những năm 1970 các nhà khảo cổ và tiền sử phương Tây nhận ra điều này.

Tuy nhiên, thực tế là một học giả quốc tế đã đưa ra những tuyên bố khoa học, chỉ ra rằng nông nghiệp có thể đã xuất hiện lần đầu tiên ở Đông Nam Á rất quan trọng đối với Cung Đình Thanh. Cũng quan trọng với Cung Đình Thanh, như chúng ta sẽ thấy trong cuộc thảo luận sau đây, việc Solheim sử dụng một thuật ngữ được kết nối với Việt Nam để gắn nhãn những gì ông đề xuất là bằng chứng của các xã hội thời kỳ đầu ở Đông Nam Á, đó là Hoabinhian. Thực chất những gì Cung Đình Thanh đã làm là kết nối các tuyên bố khác nhau mà Solheim đã đưa ra để tuyên bố rằng người dân Việt Nam là những người đầu tiên trồng lúa. Để hiểu làm thế nào ông ấy làm điều này, trước tiên chúng ta cần đạt được một sự hiểu biết về chính xác những gì một số nhà khảo cổ học đã phát hiện vào những năm 1960 và chính xác những gì Solheim đã nói về những phát hiện của họ. Solheim tuyên bố trong Hội Địa lý Quốc gia rằng Đông Nam Á có thể là nơi thực vật được thuần hóa lần đầu tiên trước đó đã được đề xuất vào năm 1952 bởi nhà địa lý người Mỹ Carl O. Sauer trong sách Nguồn gốc và phân tán nông nghiệp của ông.

Sauer đã đưa ra đề xuất này dựa trên suy đoán chứ không phải bằng chứng khảo cổ học. Ví dụ, ông tuyên bố rằng: Tôi đã đề xuất Đông Nam là cái nôi của nông nghiệp sớm nhất châu Á. Nó đáp ứng các yêu cầu về đa dạng vật lý và hữu cơ cao, khí hậu ôn hòa với gió mùa, tạo ra mưa lớn và thời kỳ khô hạn, với nhiều vùng nước thuận tiện cho đánh cá, vị trí tại trung tâm của Thế giới cũ để liên lạc bằng nước hoặc bằng đường bộ. Không những vậy, diện tích cũng có vị trí tương đương hoặc được trang bị tốt như nhau cho sự phát triển của văn hóa nuôi cá (Sauer 1952: 24 -25). Nói cách khác, Sauer lần đầu tiên đưa ra một mô hình khái niệm cho bối cảnh môi trường nơi ông tin rằng nông nghiệp nên đã xuất hiện ban đầu, và sau đó ông tìm kiếm một nơi trên hành tinh phù hợp với mô hình đó và tìm thấy Đông Nam Á. Ông không thực sự tìm thấy bằng chứng khảo cổ học ủng hộ ý kiến của mình.

Tuy nhiên, vào thập niên 1960, hai học sinh của Solheim, Chester Gorman và Donn Bayard, ban đầu nghi ngờ rằng họ có thể đã tìm thấy bằng chứng khảo cổ như vậy ở Thái Lan khi họ điều tra hai địa điểm khảo cổ: Non Nok Tha ở phía Đông Bắc Thái Lan và hang Ma ở phía Tây Bắc Thái Lan. Tại Non Nok Tha, Bayard đã báo cáo rằng người ta đã tìm thấy hạt gạo mà anh ta tin rằng phải có ít nhất 3.500 BCE (Bayord 1970: 135). Trong khi đó, tại Hang Ma Gorman tìm thấy phần còn lại của cây họ đậu mà ông tuyên bố có thể đã được thuần hóa chứ không phải được thu thập, và có niên đại khoảng 7.000 BCE (Gorman 1969: 672). Trong bản báo cáo về cuộc khai quật của mình, Gorman gọi địa điểm Hang Ma là thuộc về Hoabinhian. Thuật ngữ này, từ Hoabinhian, đến từ Hòa Bình, tên của một tỉnh ở miền bắc Việt Nam, nơi những năm 1920, nhà khảo cổ học người Pháp Madeleine Colani đã phát hiện ra bằng chứng về sự cư trú sớm của con người. Đặc điểm quan trọng nhất của địa điểm khảo cổ này là phần còn lại của các công cụ bằng đá (Colani 1927). Sau đó, vào năm 1932, một cuộc họp những nhà tiền sử đã được tổ chức tại Hà Nội, nơi thuật ngữ Hoabinhian chỉ được dùng để chỉ những khu định cư đầu tiên của con người được phân biệt bằng cách sử dụng các dụng cụ bằng đá đẽo trên toàn hòn đá (Matthews 1966: 86). Một đặc điểm xác định khác của địa điểm Hòa Bình là không có bằng chứng về nông nghiệp, và do đó, thuật ngữ Hoabinhian sau đó được sử dụng để chỉ các địa điểm Mesolithic. Thời kỳ Mesolithic là giai đoạn trung gian giữa thời đại Cổ sinh và Đá mới và kéo dài từ khoảng 15.000 đến 5.000 BCE, thời điểm mọi người vẫn tham gia săn bắn và hái lượm hơn là nông nghiệp.

Cây họ đậu mà Gorman tìm thấy ở Hang Ma, một địa điểm cổ điển khác của Hoabinhian, cùng với các mẫu lúa mà Bayard tìm thấy ở Non Nok Tha, đã dẫn Solheim đưa ra một số giả thuyết táo bạo. Trong bài viết của mình trên National Geographic năm 1971, Solheim đã nói rằng ông đã đồng ý với Sauer rằng việc thuần hóa thực vật đầu tiên trên thế giới được thực hiện bởi những người thuộc nền văn hóa Hoabinhian (một thuật ngữ Sauer chưa sử dụng), ở đâu đó ở Đông Nam Á, và anh ta sẽ không ngạc nhiên khi thấy rằng điều này đã bắt đầu sớm nhất là vào năm 15.000 trước Công nguyên (Solheim 1971: 339). Solheim tuyên bố thêm rằng thay vì đó là trường hợp thành tựu công nghệ đã di chuyển về phía nam vào Đông Nam Á trong quá khứ, như được nhiều người tin, thì sự thật có thể là điều ngược lại. Trích dẫn: "Việc tái thiết truyền thống của tiền sử Đông Nam Á đã có sự di cư từ phía bắc mang lại sự phát triển quan trọng về công nghệ cho Đông Nam Á. Thay vào đó, tôi đề nghị rằng nền văn hóa thời kỳ đồ đá mới đầu tiên (nghĩa là thời kỳ đồ đá muộn) của Bắc Trung Quốc, được gọi là Yangshao, phát triển từ một nền văn hóa nhóm Hoabinhian di chuyển về phía bắc từ phía bắc Đông Nam Á vào khoảng thiên niên kỷ thứ sáu hoặc thứ bảy trước Công nguyên (Solheim 1971: 339).

Cuối cùng, một năm sau, vào năm 1972, Solheim đã xuất bản một bài báo trên tạp chí Khoa học Mỹ có tên là Cách mạng nông nghiệp sớm hơn, trong đó ông tuyên bố rằng "Cuộc cách mạng nông nghiệp, được cho là có đầu tiên xảy ra khoảng 10.000 năm trước đây trong xã hội thời kỳ đồ đá mới nổi của Trung Đông, dường như đã đạt được một cách độc lập hàng ngàn dặm ở Đông Nam Á (Solheim 1972: 34).

HÒA BÌNH

Trong khi đây là những tuyên bố thú vị, một lần nữa, cuối cùng họ đã chứng minh là sai. Như nhà khảo cổ học Miriam Stark đã ghi nhận (2014) trong một bài tiểu luận về Solheim, các cuộc điều tra dựa trên lĩnh vực tiếp theo, các phân tích của các sinh viên của ông và các cộng sự thân cận đã không ủng hộ rằng Đông Nam Á có nông nghiệp hoặc thuần hóa thực vật sớm nhất. Thật vậy, vào cuối những năm 1970, các học giả khác nhau đã xác định rằng các mẫu lúa mà Gorman và Bayard tìm thấy là lúa hoang, chứ không phải là lúa trồng, (Yen 1980; 1982). Ngày nay, sự đồng thuận về mặt học thuật giữa những người tiền sử trái ngược với những gì Solheim đề xuất, khi các chuyên gia cho rằng các công nghệ như trồng lúa và luyện kim đều di chuyển xuống phía Nam vào Đông Nam Á (Castillo 2011; Higham et al. 2015).

Trong khi Solheim đưa ra một số dự đoán táo bạo không thành hiện thực, thì những tuyên bố của ông từ đầu những năm 1970 đã gây ấn tượng rõ ràng với Cung Đình Thanh khi ông xuất bản một bài báo vào năm 1999 trong số thứ tư của Tư tưởng, nơi ông đã sử dụng thông tin về những phát hiện ban đầu của Gorman và những phát biểu sau đó của Solheim Lần để tranh luận về sự tồn tại của trồng lúa tại một địa điểm ở Hòa Bình tỉnh có tên là hang Xóm Trại. Không trích dẫn nơi anh lấy thông tin của mình, Cung Đình Thanh tuyên bố trong bài viết này rằng có những hạt gạo được tìm thấy tại hang Xóm Trại, giống như những mẫu lúa mà Gorman đã tìm thấy ở Hang Ma và Gorman đã đề xuất ban đầu cho thấy bằng chứng về việc thuần hóa (một đề xuất, như chúng ta đã thấy, đã bị mất uy tín vào cuối những năm 1970). Cung Đình Thanh nói rằng những gạo này các mẫu từ hang có niên đại khoảng 3.500 BCE. Sau đó, ông ngụ ý rằng có một truyền thống trồng lúa lâu đời hơn tại các địa điểm Hoabinhian bằng cách trích dẫn bài báo của Solheim, trên Hội Địa lý Quốc gia. Điều đó, tôi đồng ý với [Carl O.] Sauer rằng việc thuần hóa thực vật đầu tiên trên thế giới được thực hiện bởi những người thuộc nền văn hóa Hoabinhian (một lần nữa, một thuật ngữ mà Sauer không sử dụng), ở đâu đó ở Đông Nam Á. Tôi sẽ không ngạc nhiên nếu điều này đã bắt đầu sớm nhất là 15.000 BC (Cung 1999b; Solheim 1971: 339).

Nếu lúa được trồng ở Đông Nam Á vào năm 15.000 trước Công nguyên, thì điều đó sẽ sớm hơn nhiều so với bằng chứng cho việc trồng lúa ở Trung Quốc, và Cung Đình Thanh cố gắng chứng minh rằng đây là một kỹ thuật thực sự lan truyền từ thế giới Hoabinhian về phía bắc. Khi đưa ra quan điểm này, Cung Đình Thanh đã trích dẫn các nghiên cứu về việc trồng lúa ở Trung Quốc xuất bản vào những năm 1970 và đầu những năm 1980, như một chương sách năm 1983 về nguồn gốc của việc trồng ngũ cốc và cây họ đậu ở Trung Quốc của Zhang Deci (ChangTe-Tzu). Một nhà khoa học nông nghiệp và môi trường tại Viện nghiên cứu Lúa ở Philippines, Zhang đã làm việc với giả định rằng chi (Orzya) mà loài lúa hiện tại phát triển có nguồn gốc ở khu vực ngày nay là Nam Á, một lý thuyết đã bị thách thức bởi các nhà khoa học di truyền bây giờ cho rằng Orzya đã tiến hóa ở nhiều địa điểm từ một tổ tiên hoang dã chung (Kovach et al. 2007). Trong chương sách năm 1983, cũng như trong một bài viết trước đó vào năm 1976, Zhang đã thảo luận về các tuyến đường khác nhau bằng cách mà ông tranh luận hai loài phụ của Orzya, Orzya sativa Japonica và Orzya sativa Indica, lan sang Trung Quốc. Trong trường hợp của Orzya sativa Indica, Zhang nói rằng họ hàng hoang dã của loài phụ này ... có thể đã được mang đến từ Đông Dương và phân tán dọc theo bờ biển cho đến Hồ Bắc (Chang 1983: 72).

Sau đó, ông tuyên bố rằng, quá trình thuần hóa thực sự có lẽ lần đầu tiên diễn ra ở Trung Quốc (Chang 1983: 73, xem thêm Chang 1976a: 143 -145). Đây là một ý tưởng mà Zhang đã bày tỏ trước đó, nêu trong một bài báo năm 1976 rằng, các kỹ thuật văn hóa như vũng nước và cấy ghép được phát triển đầu tiên ở miền bắc và miền trung Trung Quốc và sau đó được truyền đến Đông Nam Á. 1976b: 425). Đó cũng là một ý tưởng được chấp nhận rộng rãi vào những năm 1990 và được trình bày ngay cả trong các tạp chí nổi tiếng như Khoa học (Normile 1997: 309). Do đó, Zhang Deci lập luận rằng các giống lúa hoang lan sang Trung Quốc, chứ không phải việc trồng lúa nước bắt đầu từ bên ngoài, rồi lan sang Trung Quốc. Tuy nhiên, điểm sau này chính xác là những gì Cung Đình Thanh tuyên bố dựa trên cách đọc (sai) của ông về Zhang. Cung Đình Thanh thực hiện điều này bằng cách đầu tiên làm việc với Zhang, nhưng ông đã bỏ qua điểm quan trọng mà Zhang đã viết về sự lây lan của lúa hoang thay vì trồng lúa nước. Khi làm như vậy, Cung Đình Thanh biến đổi lập luận của Zhang rằng lúa hoang lan ra phía bắc từ Đông Dương về phía lưu vực sông Dương Tử thành một lập luận rằng tập quán canh tác lúa nước lan rộng trên cùng một khu vực. Trong quá trình đó, Cung Đình Thanh cũng trích dẫn sai Zhang và thêm thắt thông tin lịch sử mới lạ. Để trích dẫn, Cung Đình Thanh nói rằng Zhang Deci đã khẳng định rằng loại gạo này (Orzya sativa Indica) đã được mang (đến Trung Quốc) từ Indonesia (sic, Zhang nói 'Đông Dương') và nó được phát triển dọc theo bờ biển từ Hà Bắc (sic, Zhang đã đề cập đến 'Hồ Bắc') đến khu vực phía nam sông Yangzi quanh Thượng Hải, đi qua tuyến đường quan trọng của tỉnh Chiết Giang, nơi mà sau này, trong thời Chiến Quốc, là nơi Vương quốc Yue (Việt) dưới thời vua Việt Câu Tiễn tọa lạc. Cung Đình Thanh tiếp tục nói rằng, như đã trình bày ở trên, một trong những trung tâm lúa nước đầu tiên [trồng trọt] được nhân loại biết đến là Hòa Bình, hiện ở Việt Nam. Do đó, trồng lúa nước đã có mặt ở vùng này 10.000 năm trước (Cung 1999b).

Kết luận mà Cung Đình Thanh đạt được không dựa trên bằng chứng. Vào thời điểm ông viết bài báo của mình vào năm 1999, những suy đoán của Gorman và Solheim về việc thuần hóa cây trồng sớm ở Đông Nam Á từ lâu đã bị mất uy tín và Cung Đình Thanh chỉ đơn giản là đã hiểu sai sự thật rằng Zhang Deci đã nói về sự lây lan của lúa hoang ở phía bắc trong quá khứ thay vì lúa nước thuần hóa. Thay vào đó, những gì Cung Đình Thanh làm trong bài viết này là tập hợp một lập luận dựa trên mối liên hệ giữa một số tên và tuyên bố xuất hiện trong các tác phẩm mà ông đã trích dẫn, đúng hơn bằng chứng học thuật thực tế. Cụ thể hơn, điều quan trọng đối với Cung Đình Thanh là Gorman đã tìm thấy hạt gạo tại Hang Thần, Solheim nói rằng thực vật trong vùng có thể đã được thuần hóa từ 15.000 BCE, cả Gorman và Solheim đều sử dụng thuật ngữ Hoabinhian và Zhang Deci đã nêu rằng một cách mà gạo lan sang Trung Quốc là về phía bắc dọc theo bờ biển từ Đông Dương. Điều không quan trọng đối với Cung Đình Thanh là hạt gạo mà Gorman tìm thấy hóa ra là hoang dã chứ không phải thuần hóa, giả thuyết của Solheim không bao giờ được chứng minh là đúng, rằng Gorman và Solheim đã sử dụng thuật ngữ Hoabinhian để chỉ các địa điểm ở Thái Lan, ở tỉnh Hòa Bình Việt Nam và Zhang Deci đã nói đến sự lan rộng về phía bắc của lúa hoang mà không phải lúa nước. Nói cách khác, bằng cách tập trung vào một số từ nhất định và báo cáo, Cung Đình Thanh đã tạo ra một lập luận rằng lúa đã được trồng ở Hòa Bình từ 10.000 năm trước và sau đó đã lan ra phía bắc đến đồng bằng sông Dương Tử.

Điều quan trọng ở đây là cách Cung Đình Thanh biến đổi thuật ngữ Hoabinhian, một thuật ngữ được các học giả quốc tế sử dụng theo nghĩa chung, thành một cách giới thiệu cụ thể hơn, thành Hòa Bình Việt Nam. Như đã đề cập ở trên, Hoabinhian là một thuật ngữ được quốc tế chấp nhận để cập đến các vật liệu còn sót lại của những người săn bắn thời Mesolithic, những người đã sử dụng các dụng cụ bằng đá và sống ở một khu vực địa lý kéo dài từ tỉnh Vân Nam, ngày nay là Trung 0Qu0ốc đến đảo Sumatra của Indonesia. Hơn nữa, thực tế là một số vật liệu nhất định được dán nhãn là Hoinhinh chỉ là bởi vì những mẫu vật đầu tiên của các công cụ bằng đá làm nổi bật văn hóa khảo cổ này đã được tìm thấy ở tỉnh Hòa Bình Việt Nam. Đến nay, các nhà khảo cổ học quốc tế chưa bao giờ xác định được một trung tâm của con người hay một nơi sinh ra của người văn hóa Hoabinhian. Cung Đình Thanh, tuy nhiên, thấy rõ Hòa Bình ở Việt Nam là trung tâm của mọi thứ Hoabinhian mà các học giả quốc tế đề cập bất kể nơi nào ở Đông Nam Á mà họ đang đề cập đến. Làm như vậy, Cung Đình Thanh không chỉ tin rằng lúa nước đã có mặt ở Hòa Bình 10.000 năm trước, nhưng điều đó có nghĩa là Hòa Bình có thể là một trong ba cái nôi trồng trọt trên thế giới , cùng với Nam Mỹ và Trung Đông, với Nam Mỹ cung cấp cho thế giới sắn, Trung Đông, lúa mì và Hòa Bình, lúa nước (Cung 1999b). Quan điểm Hòa Bình như một trung tâm văn minh là một trong những học giả được thảo luận dưới đây đã duy trì tương tự.

Do đó Cung Đình Thanh đã xem Hòa Bình không chỉ là trung tâm của thế giới Hoabinhian cổ đại, mà còn là nơi sinh của nghề trồng lúa nước. Sau khi thành lập công việc này, thông qua việc đọc sáng tạo các tác phẩm của các học giả quốc tế, Cung Đình Thanh tìm cách giải thích những yếu tố lịch sử nào sẽ cho phép kiến thức về canh tác lúa nước lan rộng từ Hòa Bình đến những nơi xa như đồng bằng sông Dương Tử . Làm điều này trong một bài viết khác ở số thứ ba của Tư tưởng, trong đó ông tìm cách kết nối việc thuần hóa thực vật ở Hòa Bình và một cuộc di cư về phía bắc của những người ở xa khu vực đó với một mực nước biển dâng cao trong quá khứ. Cụ thể, ông lập luận rằng có một xu hướng chung giữa loài người là di chuyển về vùng đất thấp và hướng ra biển. Do đó, sớm nhất là 30.000 năm trước, ông lập luận, người Việt cổ đã sống ở vùng đồng bằng sông Hồng.

Tuy nhiên, sau đó, mực nước biển bắt đầu tăng từ 20.000 đến 17.000 năm trước vào cuối kỷ Băng hà cuối cùng. Điều này, Cung Đình Thanh lập luận, thúc đẩy Việt cổ xưa trở lại chân đồi và núi, nơi họ buộc phải bắt đầu tham gia vào việc trồng cây. Ông nói rằng điều này dẫn đến sự xuất hiện của văn hóa Hòa Bình. Cung Đình Thanh cũng lập luận rằng mực nước biển dâng cao buộc người dân 8.000 năm trước Công nguyên phải di cư xa hơn nữa, và đây là nguyên nhân dẫn đến việc trồng lúa nước đến các nơi ở Thái Lan và đồng bằng sông Dương Tử (Cung 1999c).

TRI THỨC QUỐC TẾ

Cung Đình Thanh phụ thuộc vào tri thức của các học giả không phải là người Việt Nam, chỉ ra một khía cạnh quan trọng của không chỉ các tác phẩm của ông mà cả các học giả Việt Nam khác về cùng chủ đề này - sự phụ thuộc vào ý tưởng về sự vượt trội của tri thức quốc tế. Đây là một điểm xuất hiện rõ ràng trong một bài báo được xuất bản trực tuyến năm 2001 về cùng chủ đề nông nghiệp ở Hòa Bình của Tiến sĩ Nguyễn Thị Thanh, một bác sĩ y khoa ở Canada.

Sinh ra ở tỉnh Quảng Trị, miền Trung Việt Nam, Nguyễn Thị Thanh có bằng y khoa ở Paris năm 1965. Cô dạy một thời gian tại Đại học Moncton ở New Brunswick, Canada, nhưng sau đó trở về Nam Việt Nam, nơi cuối cùng cô thành lập phòng khám bệnh. Cô vẫn ở đó sau khi chiến tranh Việt Nam kết thúc. Một ghi chú tiểu sử ngắn gọn trên Internet nói rằng cô ấy sau đó đã bị giam cầm ba năm vì chống lại chế độ tham . Cuối cùng, vào năm 1988, Nguyễn Thị Thanh đã di cư đến Canada, nơi cô đã nhận bằng sáng chế cho một phương pháp mà cô đã phát triển để điều trị ung thư và nhiễm virus bằng thuốc diệt nấm (Vơ 2002). Năm 2001 Nguyễn Thị Thanh đã xuất bản một bài báo có tên là Việt Nam, Trung tâm lâu đời nhất về nông nghiệp lúa nước và công nghiệp đá trên thế giới trên một trang web của Cơ quan Thông tấn Công giáo Việt Nam, khi đó được đặt tại Huntington Beach, California.

Trong cuộc thảo luận trước đây, Nguyễn Thị Thanh theo mô hình mà Lương Kim Định đặt ra hàng thập kỷ trước, khi tưởng tượng rằng tổ tiên của người Việt Nam ban đầu cư ngụ trong khu vực ngày nay là Trung Quốc và rằng người Hán sau đó di cư vào, đã đưa tổ tiên của người Việt Nam về phía nam và chiếm đoạt kiến thức về nông nghiệp của họ. Trong tranh luận rằng tổ tiên của người Việt đã biết cách trồng cây, Nguyễn Thị Thanh, cũng như Cung Đình Thanh, chuyển sang các tác phẩm của Wilhelm Solheim, và trích dẫn một câu trích dẫn dài từ một bài báo năm 1967 trên tờ Khoa học, nơi Solheim cũng đã nói về những gì các học giả có thể đưa ra để kết luận vào một ngày nào đó tương lai. Để trích dẫn, Solheim đã viết rằng: “Tôi nghĩ hoàn toàn có thể khi chúng tôi phục hồi thêm dữ liệu từ Đông Nam Á, chúng tôi sẽ thấy rằng việc thuần hóa cây trồng đầu tiên ở thế giới đã đạt được bởi các dân tộc Hoabinhian vào khoảng 10.000 năm trước Công nguyên ... rằng miền Bắc và miền Trung Đông Nam Á có nền văn hóa tiến bộ trong đó đá mài và đánh bóng đá đầu tiên ở châu Á, nếu không phải là thế giới, đã phát triển và làm gốm. Không chỉ thuần hóa thực vật đầu tiên, như đề xuất của Sauer, cung cấp ý tưởng về nông nghiệp cho phương Tây (và sau đó là một số cây trồng ở Ấn Độ và châu Phi) mà Đông Nam Á lục địa tiếp tục là khu vực tiến bộ ở Viễn Đông cho đến khi Trung Quốc đã thay thế viêc này trong nửa đầu thiên niên kỷ thứ hai trước Công nguyên (Solheim 1967: 889).

Ngoài nghiên cứu của Sauer, Solheim còn đề cập đến công việc của các học giả khác trong bài báo trên tờ Khoa học mà ông tuyên bố đã chỉ ra tầm quan trọng của Đông Nam Á là một nguồn tiềm năng mở đầu của nông nghiệp thế giới. Tuy nhiên, khi làm như vậy, Solheim nhấn mạnh những điểm phù hợp với lập luận của ông và bỏ qua thông tin không phù hợp. Chẳng hạn, ông tuyên bố rằng nhà thực vật học Xô Viết Nikolai Ivanovich Vavilov, dường như là nguồn chính thể hiện sự nguyên thủy của Đông Nam Á trong nguồn gốc của nhiều loài thực vật canh tác (Solheim 1967: 898). Trong khi đúng là Vavilov lập luận rằng một số cây trồng đã được thuần hóa ở Đông Nam Á, và liệt kê một số ví dụ từ đảo Đông Nam Á chứ không phải từ đất liền, ông cho rằng Trung Quốc là trung tâm nông nghiệp sớm nhất và lớn nhất thế giới và nguồn gốc của các loại cây trồng canh tác (Vavilov1951: 21, 283030).

Ông cũng lưu ý rằng Trung Quốc được Ấn Độ theo sau về số lượng loài được thuần hóa, nhưng Ấn Độ đặc biệt quan trọng bởi vì đây chắc chắn là nơi sinh ra của lúa gạo (Vavilov 1951: 29). Solheim cũng đề cập đến trong bài viết này công trình của Kwang-chih Chang (Zhang Guangzhi), một nhà khảo cổ học cho rằng bằng chứng về việc đốt rừng trên Đài Loan khoảng 11.000 năm trước có lẽ là vì mục đích nông nghiệp chặt và đốt, và người dân thời đó có thể đã trồng củ và quả. Chang cũng xác định một loại đồ gốm từ thời kỳ đó mà ông gọi là Đồ gốm văn thừng vì nó được đánh dấu bằng văn thừng (Chang 1972: 63). Solheim liên quan đồ gốm này với một loại đồ gốm văn thừng khác được tìm thấy ở một số địa điểm của Hoabinhian và nói rằng, liên kết với đồ gốm này và các công cụ bằng đá - công cụ vảy đơn lẻ điển hình của Hoabinhian sẽ đóng vai trò là một số lượng lớn vỏ sò và xương động vật. Sau đó, ông đưa ra kết luận rằng, vì vậy chúng tôi có một cuộc săn lùng-thu thập văn hóa với các công cụ tốt để làm việc trong đất, một tình huống đầy hứa hẹn cho việc thuần hóa cây cho củ (Solheim 1967: 898)

Trong khi tình hình tại các địa điểm Hoabinhian thực sự có thể đã hứa hẹn cho việc thuần hóa cây củ, Solheim cũng như các học giả nào khác không thực sự cung cấp bằng chứng về nông nghiệp Hoabinhian. Tuy nhiên, Nguyễn Thị Thanh tuyên bố rằng Sauer, Solheim, Chang và Vavilov đều công nhận rằng Đông Nam Á, với Việt Nam dẫn đầu, có một nền văn hóa tiền sử phát triển từ rất sớm, và đó là sự phát triển, nhanh chóng, sáng tạo và sôi động như vậy như không có ai từng được chứng kiến ở bất cứ nơi nào khác trên thế giới. (Nguyễn 2001). Sau đó, bà tuyên bố cụ thể hơn về Hòa Bình rằng: Dựa trên khảo cổ học, mọi bí mật của thời tiền sử đã được tiết lộ. Và thế giới đã công nhận Việt Nam, tượng trưng cho văn hóa Hòa Bình, một cái tên đã được quốc tế hóa (Encyclopédie d hèArchéologie) và đã được thế giới xác nhận, là nơi có ngành nông nghiệp lúa nước và công cụ đá sớm nhất trên thế giới (Nguyễn 2001). Nói cách khác, đối với các học giả quốc tế, Nguyễn Thị Thành là trọng tài tối hậu của sự thật, và về cơ bản, cô tìm cách làm cho người Việt Nam xấu hổ không nhận ra những gì mà các học giả quốc tế đã nhận ra từ lâu.

Vấn đề ở đây, tất nhiên, là vào thời điểm Nguyễn Thị Thanh viết bài báo của mình, các học giả quốc tế từ lâu đã xác định rằng những phỏng đoán của Solheim và những người khác trong những năm 1950 và 1960 là không đúng. Do đó có một mâu thuẫn trong đồng thời chỉ ra chuyên môn của các học giả quốc tế và bỏ qua chuyên môn (cập nhật) của các học giả quốc tế. Tuy nhiên, mâu thuẫn đó rõ ràng được chấp nhận đối với Nguyễn Thị Thành và những người khác vì mong muốn của họ để miêu tả một quá khứ huy hoàng cho người Việt Nam.

DI TRUYỀN HỌC

Trong tạp chí Tư tưởng tháng 4 năm 2000, Cung Đình Thanh và một đồng nghiệp, Tiến sĩ Nguyễn Đức Hiệp, đã giới thiệu cho độc giả một chủ đề mới thú vị - những hiểu biết mà khoa học di truyền đưa ra để nghiên cứu về sự tiến hóa và di cư của con người. Vào thời điểm đó, Nguyễn Đức Hiệp đang làm việc như một nhà khoa học khí quyển ở New South Wales, Úc. Sinh ra tại Việt Nam, Nguyễn Đức Hiệp đã đến Úc vào năm 1974 để học và nhận bằng tiến sĩ kỹ thuật từ Đại học Tây Úc năm 1978 và một tiến sĩ khác về kỹ thuật điện của Đại học Sydney năm 1985 (Nguyễn 2016; Nguyễn Đức Hiệp n.d.). Trong số Tư tưởng tháng 4 năm 2000, Nguyễn Đức Hiệp lưu ý rằng có những khám phá nhất định có thể thay đổi đáng kể sự hiểu biết của chúng ta về quá khứ, chẳng hạn như khi vào thế kỷ 19, nhà phương Đông James Princep đã giải mã các sắc lệnh ban đầu được viết vào thế kỷ thứ ba trước Công nguyên bởi hoàng đế Ashoka, qua đó đưa ra một chương chưa từng được biết đến trong lịch sử Ấn Độ. Cái này, Nguyễn Đức Hiệp lập luận, đó chính xác là những gì khoa học di truyền hiện đang làm cho lịch sử di cư đầu tiên của con người (Nguyễn 2000).

Trong bài viết của mình, Nguyễn Đức Hiệp đã giới thiệu ngắn gọn với độc giả về công trình của L. Luca Cavalli-Sforza, một nhà khoa học di truyền tại Đại học Stanford, người đã xuất bản một cuốn sách và nhiều bài báo khác nhau vào những năm 1990 tiết lộ những gì khoa học di truyền có thể cho chúng ta biết về sự tiến hóa của loài người (Cavalli-Sforza 1997, 1998; Cavalli-Sforza et al. 1994). Trong những năm 1990, có hai lý thuyết chính liên quan đến sự tiến hóa của loài người. Một lập luận rằng Homo Erectus đã di cư ra khỏi châu Phi khoảng một triệu năm trước và sau đó tiến hóa thành Homo sapiens ở các địa điểm khác nhau. Sự hỗ trợ chính cho lý thuyết này đến từ lĩnh vực khảo cổ học. Tuy nhiên, trong suốt thập niên 1990, lý thuyết này đã mất đi tính thuyết phục khi các học giả như Cavalli-Sforza chứng minh rằng khoa học di truyền cho thấy những người bên ngoài lục địa châu Phi ngày nay đều là hậu duệ của một loài Homo sapiens di cư. ra khỏi châu Phi vào khoảng 70.000 năm trước.

Bằng chứng di truyền này ủng hộ lý thuyết chính khác về di cư của con người, lập luận rằng Homo sapiens đã tiến hóa ở châu Phi trước và sau đó di cư sang phần còn lại của thế giới, nơi cuối cùng họ đã thay thế con cháu của Homo erectus di cư sớm hơn. Trong khi thông tin di truyền này thuyết phục được nhiều người, có những học giả ở Trung Quốc tiếp tục cho rằng con người hiện đại đã tiến hóa độc lập ở Trung Quốc. Đáp lại yêu cầu đó, một nhóm các nhà khoa học di truyền do J. Y. Chu dẫn đầu đã kiểm tra giả thuyết này bằng cách kiểm tra bằng chứng DNA từ một số dân cư, chủ yếu là thiểu số ở Trung Quốc, Chu và đồng nghiệp của ông đặc biệt thú vị trong việc xem liệu có sự phân biệt giữa các dân tộc ở miền bắc và miền nam Trung Quốc không, và liệu thông tin này có thể chiếu sáng các mô hình di cư cổ đại. Kết quả nghiên cứu của họ đã được công bố vào năm 1998 (Chu và cộng sự) và Nguyễn Đức Hiệp đã dành phần lớn bài báo của mình để thảo luận về nghiên cứu này. Chu và các đồng nghiệp đã kết luận rằng dân số người Đông Á phải chịu sự đóng góp di truyền từ nhiều nguồn: Đông Nam Á, Altaic từ Đông Bắc Á và Trung Á hoặc Châu Âu. Tuy nhiên, họ không thể xác định được những đóng góp từ mỗi nguồn. Bộ dữ liệu chủ yếu đến từ các nhóm dân tộc thiểu số và do đó không đại diện đầy đủ cho toàn bộ dân cư Trung Quốc. Tuy nhiên, họ đã nhận ra sự khác biệt giữa dân cư miền bắc và miền nam Trung Quốc, và lập luận rằng dân miền nam Đông Á có thể có nguồn gốc từ dân ở Đông Nam Á di cư từ châu Phi, có thể qua Trung Á và dân cư miền Bắc chịu ảnh hưởng di truyền mạnh mẽ từ các quần thể Altaic từ phía bắc.

Trong khi Chu và các đồng nghiệp của ông không thể xác định liệu dân số Altaic có di cư vào hoặc có nguồn gốc trong khu vực, khi kiểm tra bằng chứng di truyền của họ cùng với thông tin từ các nghiên cứu khác nhau về đặc điểm sọ và răng của dân cư trong khu vực, họ kết luận rằng có khả năng là tổ tiên của dân số nói tiếng Altaic có nguồn gốc từ một dân số Đông Á có nguồn gốc từ Đông Nam Á, mặc dù dân số nói tiếng Altaic hiện tại không thể phủ nhận với những người đi sau đến từ Trung Á và Châu Âu (Chu et al. 1998: 11767).

LỊCH SỬ KHOA HỌC MỚI

Khi trình bày thông tin này, Nguyễn Đức Hiệp đã đưa ra nhận xét rằng thực tế là Hòa Bình là một trong những địa điểm khảo cổ lâu đời nhất ở Đông Nam Á, rằng do đó có bằng chứng thực sự và một nền tảng [để hỗ trợ cho ý tưởng rằng] người Hòa Bình di cư lên phía bắc và là tổ tiên của người dân Đông Á. (2000). Sau khi đưa ra quan điểm này, Nguyễn Đức Hiệp đã trích dẫn một số bài báo mà Cung Đình Thanh đã xuất bản trong các số trước đây của Tư tưởng đã lập luận về điểm này. Trong khi đó, trong cùng một vấn đề về Tư tưởng, Cung Đình Thanh đã đưa thông tin di truyền mới này vào bản phác thảo lịch sử ban đầu của mình trong một bài báo có tựa đề dựa trên những tiến bộ trong di truyền học (DNA), Có lẽ đã đến lúc chúng ta có thể khẳng định nguồn gốc của Con người Việt Nam?" (Cung 2000). Trong bài viết này, Cung Đình Thanh chỉ ra rằng các nghiên cứu trước đây về nguồn gốc của người Việt Nam đã dựa vào các văn bản hoặc bộ xương. Trong thời kỳ thuộc địa, có những học giả người Pháp đã giải thích các văn bản cổ của Trung Quốc để cho rằng người Việt Nam đã di cư về phía nam vào đồng bằng sông Hồng từ các khu vực ở Trung Quốc, và có những học giả Việt Nam người đã theo cách giải thích này. Trong thời kỳ thuộc địa, cũng có những nhà khảo cổ người Pháp đầu tiên đã tìm cách xác định chủng tộc của những cư dân đầu tiên trong khu vực dựa trên các cuộc kiểm tra các hộp sọ đã được khai quật tại các địa điểm khảo cổ. Đây là một thực tế mà các học giả Việt Nam tiếp tục tham gia vào những năm 1980, và trong khi các học giả khác nhau đưa ra các lý thuyết khác nhau, tất cả đều xoay quanh ý tưởng rằng người Việt Nam là sản phẩm của một mức độ pha trộn giữa các chủng tộc diễn ra trong khu vực thời cổ đại, như giữa người Indonesian từ các đảo Đông Nam Á và người Mongoloid từ phía Bắc. Cung Đình Thanh thừa nhận rằng từ lâu ông đã cố gắng tìm hiểu quá khứ thông qua các cách tiếp cận này nhưng khoa học di truyền hiện chứng minh rằng cả hai quan điểm đó đều không chính xác, vì cả hai đều cho rằng có một số người miền Bắc ảnh hưởng đến người Việt, trong khi bằng chứng di truyền chỉ ra điều ngược lại, rằng những người từ Đông Nam Á di cư về phía Bắc. Hơn nữa, Cung Đình Thanh nói rằng những người di cư về phía Bắc là thành viên của văn hóa Hòa Bình và rằng họ có thể đã di cư về phía Bắc chủ yếu từ chính khu vực Hòa Bình ở miền bắc Việt Nam, và họ chắc chắn đã đóng góp cho việc tạo ra đất nước Trung Quốc (Cung 2000).

Vào thời điểm Cung Đình Thanh viết bài này, các nhà khoa học di truyền chưa xác định được chính xác khi nào một cuộc di cư về phía bắc của các dân tộc vào Đông Á đã diễn ra. Trong một bài báo từ cuối năm 1999, một nhóm các nhà khoa học di truyền, bao gồm J. Y. Chu, đã lập luận đơn giản rằng, sự xâm nhập đầu tiên của người hiện đại vào khu vực phía nam của Đông Á là ~60.000 năm trước, tiếp theo là di cư về phía bắc trùng với các sông băng rút trong khu vực đó (Bing và cộng sự 1999: 1723). Tuy nhiên, các nghiên cứu tiếp theo đã đưa ra vấn đề hẹn hò với di cư phương bắc. Vào năm 2005, chẳng hạn, một nhóm các học giả di truyền đã đặt sự di cư về phía bắc của những người đầu tiên vào Đông Á vào khoảng 25.000.-30.000 năm trước, tức là trước thời kỳ Hoabinhian và rất lâu trước khi thuần hóa thực vật (Hong et al. 2008). Trong khi đó, vào năm 2008, một nghiên cứu khác đã xác định một cuộc di cư sớm hơn về phía bắc của người sớm vào Đông Á bắt đầu từ khoảng 60.000 năm trước (Hong et al. 2008). Phát hiện này có vẻ phù hợp với kết quả của một nghiên cứu từ năm 2011 đã kết luận rằng Đông Nam Á có hai khu vực phân tán chính, thứ hai dẫn đến dân tộc Đông Á (Reich et al. 2011).

Bức tranh hiện đang nổi lên là của những người đầu tiên đến Đông Nam Á trong hai lần phân tán và hai cuộc di cư về phía bắc vào Đông Á. Những sự kiện này đã xảy ra trước khi có bằng chứng về văn hóa Hoabinhian, và rất lâu trước khi có bất kỳ bằng chứng nào về việc thuần hóa thực vật hoặc nông nghiệp ở Đông Nam Á. Cuối cùng, hai cuộc di cư về phía bắc rất sớm này đã được theo sau bởi một phong trào về phía nam của những người mà ngày nay chúng ta gọi là Hán Trung Quốc trong hai hoặc nhiều thiên niên kỷ từ các khu vực ngày nay là miền bắc Trung Quốc đến các khu vực ở phía nam của Sông Dương Tử (Wen et al. 2004). Do đó, có hai sai sót rất cơ bản trong lập luận của Cung Đình Thanh. Đầu tiên là trong khi Solheim đưa ra giả thuyết rằng việc thuần hóa thực vật đầu tiên trên thế giới được thực hiện bởi những người thuộc nền văn hóa Hoabinhian, ở đâu đó thuộc Đông Nam Á, điều này đã không được chứng minh là đúng và điều không đúng đã rõ ràng vào thời điểm mà Cung Đình Thanh viết.

Lỗ hổng thứ hai là bằng chứng di truyền cho người dân Đông Á chứng minh rằng người di cư vào Đông Á từ lâu trước khi có bằng chứng về văn hóa Hoabinhian và rất lâu trước khi có bằng chứng về việc thuần hóa cây trồng và nông nghiệp ở Đông Nam Á, và do đó, những người di cư này không thể đến từ thế giới văn hóa Hoabinhian, như Cung Đình Thanh tưởng tượng nó. Điểm thứ hai này có thể chưa rõ ràng vào thời điểm Cung Đình Thanh viết, nhưng bây giờ, và như chúng ta sẽ thấy bên dưới, ý tưởng của Cung Đình Thanh dù sao hiện đang được quảng bá bởi một tác giả tại Việt Nam. Điều đó nói rằng, Cung Đình Thanh đã hình dung rõ ràng rằng ông đang trong quá trình tạo ra một lịch sử mới và khoa học hơn của người Việt Nam, và ông tuyên bố rằng Chúng tôi cảm thấy rằng đã đến lúc chúng ta phải đề xuất lại các lý thuyết về nguồn gốc của người Việt

Nam để phù hợp với những tiến bộ của khoa học hiện tại (Cung 2000).

ĐỊA ĐÀNG Ở PHƯƠNG ĐÔNG

Không lâu trước khi Cung Đình Thanh bắt đầu xuất bản các tác phẩm của mình vè tiền sử Việt, Stephen Oppenheimer, một bác sĩ nhi khoa người Anh có nhiều năm kinh nghiệm làm việc ở Đông Nam Á, đã xuất bản một cuốn sách có tựa đề Địa đàng ử phương Đông: Lục địa Đông Nam Á bị chìm (1998), trùng lặp với những gì Cung Đình Thanh sẽ viết. Trong tác phẩm này, Oppenheimer lập luận rằng Đông Nam Á, chứ không phải Trung Đông hay Trung Quốc, là cái nôi sớm nhất của nền văn minh. Ở đó, ông lập luận rằng cuộc cách mạng đá mới lần đầu tiên diễn ra và chính từ đó, kiến thức về nông nghiệp lan rộng đến các khu vực khác trên thế giới. Cuối cùng, Oppenheimer lập luận rằng bằng chứng cho việc này.

Cái nôi của nền văn minh Đông Nam Á đã biến mất phần lớn khi lãnh thổ nơi nền văn minh này được cho là xuất hiện, thềm lục địa Sunda, bị nhấn chìm vào cuối kỷ băng hà cuối cùng. Tuy nhiên, Oppenheimer chỉ ra nhiều dấu vết bằng chứng từ nhiều ngành khác nhau, từ khảo cổ học và ngôn ngữ học cho đến địa chất và thần thoại mà ông lập luận ủng hộ trường hợp của ông.

Khi viết về Đông Nam Á, Oppenheimer tập trung chủ yếu vào thế giới đảo và nói rất ít về Việt Nam. Lý thuyết chi phối về lịch sử ban đầu của đảo Đông Nam Á là dân số người nói tiếng Austronesian bắt đầu di cư vào khu vực từ Đài Loan bắt đầu từ khoảng 5.000 năm trước. Luận văn này ra khỏi luận án Đài Loan tranh luận rằng những người này di cư vào khu vực họ giới thiệu, trong số các thực hành khác, trồng lúa và sản xuất một số loại gốm (Bellwood 2004). Mặc dù đây là lý thuyết chính cho lịch sử ban đầu của khu vực, Solheim (1996) đã đưa ra một lời giải thích khác cho sự lan truyền của những người nói tiếng Austronesian, cho rằng họ đã nổi lên trong khu vực và lan ra khỏi khu vực của vùng mà ngày nay là Đông Indonesia vào thời điểm kết thúc kỷ băng hà cuối cùng trong suốt thời gian dài của kỷ băng hà cuối cùng. thiết lập mạng lưới giao dịch. Oppenheimer xây dựng trên lý thuyết Solheim, bằng cách lập luận rằng khởi đầu nông nghiệp xuất hiện ở Đông Nam Á và sau đó khi mọi người buộc phải di cư do mực nước biển dâng cao vào cuối kỷ băng hà cuối cùng, họ không chỉ lan truyền và ngôn ngữ của họ, mà cả kiến thức về nông nghiệp từ cái nôi của nền văn minh này. Tuy nhiên, bằng chứng cho thấy Oppenheimer xây dựng lập luận này là cực kỳ mỏng và có vấn đề. Ví dụ, đối với sự tồn tại của việc trồng lúa ở Đông Nam Á, Oppenheimer đã trích dẫn (1998: 68 -69) một báo cáo về một cuộc khai quật khảo cổ của một địa điểm hang động ở miền nam Thái Lan, trong đó đề cập đến việc hạt gạo gạo đã được tìm thấy ở một mức độ có niên đại khoảng 7.000 -9.000 năm trước. Báo cáo đó không cho biết liệu những hạt đó là từ gạo đã được thuần hóa hoặc hoang dã, nhưng Oppenheimer lưu ý rằng, nếu những ngày đó là đúng đối với gạo đã được thuần hóa, thì rõ ràng gạo được thuần hóa độc lập ở Đông Nam Á (Oppenheimer 1998: 83).

Xây dựng một lý thuyết dựa trên giả định là nguy hiểm, và trong trường hợp này, nó đã được chứng minh là thất bại, vì bằng chứng sớm nhất về gạo đã được thuần hóa ở Thái Lan hiện có từ 2.000 -1.500 trước Công nguyên, và đó là loại gạo mà các học giả tranh luận lần đầu tiên được thuần hóa trong khu vực thung lũng sông Dương Tử (Castillo 2011: 115 -116). Tuy nhiên, việc chỉ đề cập đến khả năng gạo có thể được thuần hóa lần đầu tiên ở Đông Nam Á là đủ để kích thích một số độc giả Việt Nam ở nước ngoài của cuốn sách Oppenheimer. Eden in the East dường như lần đầu tiên được giới thiệu với độc giả nói tiếng Việt vào năm 2000 trong một tạp chí ở California có tên Thế kỷ 21 (Ngô Thế Vinh), tuy nhiên tôi đã không thể tìm thấy bài đánh giá này.

Sau đó, vào tháng 8 năm 2001, một bài đánh giá đã được xuất bản trên tờ Tư tưởng và được tái bản vào tháng 12 năm Thế kỷ 21. Đánh giá này được viết bởi một nhà dịch tễ học tên là

Nguyễn Văn Tuấn. Sinh ra ở tỉnh Kiên Giang phía tây nam Việt Nam, Nguyễn Văn Tuấn đã rời khỏi đất nước này vào năm 1981 với tư cách là một người lái thuyền trên thuyền và cuối cùng ở Úc, nơi ông có bằng y khoa. Vào thời điểm ông viết bài phê bình về Eden in the East của Oppenheimer, Nguyễn Văn Tuấn là phó giáo sư dịch tễ học tại Đại học bang Wright ở Hoa Kỳ (Nguyễn Văn Tuấn leo n.d.). Khi xem xét Địa đàng ở phía Đông, Nguyễn Văn Tuấn nhấn mạnh ở cuốn sách ba điểm chính. Những điều này cho thấy rằng trong kỷ Băng hà vừa qua, một khu vực rộng lớn ở Đông Nam Á hiện đang chìm dưới mực nước biển, khoảng 9.000 - 10.000.000 năm trước, người dân ở khu vực này bắt đầu tham gia vào nông nghiệp và khi mực nước biển bắt đầu tăng lên khi kết thúc kỷ băng hà cuối cùng khoảng 8.000 năm trước, người dân từ khu vực này đã phân tán theo mọi hướng (Nguyễn 2001: 12). Hai điểm cuối này có tầm quan trọng đặc biệt đối với Nguyễn Văn Tuấn khi ông liên hệ chúng với lịch sử ban đầu của người Việt Nam. Một lần nữa, mặc dù Oppenheimer không tập trung vào lịch sử ban đầu của Việt Nam, Nguyễn Văn Tuấn lập luận rằng những phát hiện ở Địa đàng ở phương Đông có thể hỗ trợ cho một quan điểm mới về quá khứ của Việt Nam.

Để trích dẫn, ông nói rằng nhờ cuốn sách của Oppenheimer, chúng tôi có bằng chứng để tuyên bố rằng trước khi tiếp xúc với người Hán đến từ phía bắc (Trung Quốc), tổ tiên của chúng tôi đã tạo ra một nền văn minh khá tinh vi, nếu chúng ta không muốn nói là tinh vi nhất ở Đông Nam Á. . . Tổ tiên chúng ta đã phát triển và sử dụng công nghệ canh tác lúa trước người Hán, hoặc là những người dạy người Hán trồng lúa (không phải ngược lại). Và nó có thể tổ tiên của chúng ta là tổ tiên của người Hoa ngày nay. Đã đến lúc trả lại sự thật và vinh quang cho tổ tiên của chúng ta (Nguyễn 2001: 14). Cuốn sách của Oppenheimer, không ủng hộ những tuyên bố mà Nguyễn Văn Tuấn đưa ra ở đây, và có những độc giả Việt Nam dễ dàng nhận ra cái đó. Một người làm như vậy là người đàn ông ở Rouen, Pháp tên là Nguyễn Quang Trọng (2002).

Trả lời chi tiết về bài phê bình của Nguyễn Văn Tuấn, được đăng trên một tạp chí trực tuyến có trụ sở tại California, Nguyễn Quang Trọng thách thức Nguyễn Văn Tuấn trên từng điểm. Liên quan đến vấn đề phát triển nông nghiệp ở Đông Nam Á, Nguyễn Quang Trọng lưu ý rằng ngay cả bản thân Oppenheimer cũng không thực sự khẳng định điều này, vì anh biết rằng bằng chứng từ Thái Lan mà anh trích dẫn chưa được xác nhận. Hơn nữa, Nguyễn Quang Trọng cũng lưu ý rằng không có bằng chứng trực tiếp nào về nông nghiệp đã được tìm thấy ở các địa điểm Hoabinhian tại Việt Nam. Nguyễn Văn Tuấn tuyên bố rằng tổ tiên của chúng tôi đã phát triển nông nghiệp và đã dạy công nghệ cho người Hán vì thế không phải là một thực tế mà là một ví dụ, Nguyễn Quang Trọng lập luận, về ý thức tự tôn quá mức.

Một điểm quan trọng khác mà Nguyễn Quang Trọng đã đưa ra là thật sai lầm khi nghĩ về những người trong thời kỳ đầu này là một phần của các nhóm được xác định rõ ràng và không thay đổi. Thay vào đó, ông lập luận rằng ngay cả trong thời kỳ đầu này, có rất nhiều sự đan xen của các dân tộc.

Đây chính xác là những gì các nghiên cứu di truyền và khảo cổ gần đây đã tiết lộ. Trong khi luận án Đài Loan không bị lật tẩy, nó đã đạt được sự phức tạp hơn nhiều. Những gì các học giả bây giờ có thể thấy là đó không phải là trường hợp mà những người nói tiếng Austronesian đã mang toàn bộ gói sản phẩm làm sẵn ra thành công vào Đông Nam Á và Thái Bình Dương. Thay vào đó, một số công nghệ liên quan đến những người nói tiếng Austronesian có thể đã xuất hiện trong các lĩnh vực tương tác của người New Guinea và miền đông Indonesia (Anderson và O Connor 2008: 3). Hơn nữa, không phải tất cả các cuộc di cư hoặc liên lạc của người Austronesian đều liên quan đến nông nghiệp. Ví dụ, đồ gốm, một vật phẩm đã được sử dụng để ghi dấu vết di cư của người Austronesian, không nhất thiết phải liên quan đến nông nghiệp (Spriggs 2011: 523). Cuối cùng, khoa học di truyền đang chứng minh rằng thay vì tưởng tượng một làn sóng người di cư vượt qua một khu vực, người Austronesian được trộn lẫn với các quần thể còn tồn tại lâu đời và chiếm ưu thế về số lượng trong khu vực (Soares et al. 2008). Nói cách khác, các học giả vẫn đồng ý rằng có những cuộc di cư vào khu vực từ phía bắc đã mang lại kiến thức nông nghiệp, tuy nhiên những cuộc di cư đó là một phần của quá trình di cư và tương tác vô cùng phức tạp và đa dạng của con người.

Như vậy, Eden in the East đưa ra một số đề xuất là có vấn đề, và những ý tưởng mà cuốn sách đã truyền cảm hứng cho Nguyễn Văn Tuấn tuyên bố đơn giản là sai. Tuy nhiên, Nguyễn Văn Tuấn không đơn độc khi xem cuốn sách này như một sự hỗ trợ mạnh mẽ cho một tầm nhìn nhất định về quá khứ mà anh muốn quảng bá. Năm 2005, một bản dịch tiếng Việt của cuốn sách Oppenheimer đã được xuất bản tại Việt Nam.

Bản dịch tiếng Việt này bao gồm phần giới thiệu của Nguyễn Văn Tuấn, nó đã bị khuất phục hơn nhiều so với phát ngôn trước đó của ông. Có lẽ Nguyễn Văn Tuấn đã nhận ra rằng ông đã phóng đại tầm quan trọng của cuốn sách, nhưng nếu làm như vậy, điều đó không thành vấn đề vì bản dịch này xuất hiện cùng với lúc người Việt ở Việt Nam đã bắt đầu viết về những vấn đề này. Những gì đã bắt đầu như một cuộc thảo luận giữa những người Việt Nam ở nước ngoài bây giờ đã thu hút sự chú ý của độc giả ở Việt Nam, cả trực tuyến và thông qua các phương tiện truyền thông in ấn.

HÀ VĂN THÙY

Trong khi có rất nhiều cá nhân ở Việt Nam bắt đầu thảo luận về vấn đề tiền sử, một nhà văn, một nhà báo trước đây đã đóng một vai trò hàng đầu, tên là Hà Văn Thùy. Sinh năm 1944 tại tỉnh Thái Bình, miền bắc Việt Nam, Hà Văn Thùy có bằng đại học về sinh học năm 1967 tại Hà Nội. Vào những năm 1980, Hà Văn Thùy làm việc với tư cách là một nhà báo ở tỉnh Kiên Giang ở phía tây nam Việt Nam. Vào cuối những năm 1980, ông đã tham gia vào một cuộc tranh chấp với chính quyền trong Hội Nhà báo, tổ chức mà tất cả các nhà báo phải là thành viên để làm việc, và cuối cùng đã bị trục xuất vào năm 1989 (từ Hà Hà Thùy ra n.d.). Tuy nhiên, chấm dứt sự nghiệp báo chí chính thống đã không dẫn đến sự kết thúc việc viết lách của Hà Văn Thùy. Ông tiếp tục xuất bản các bài viết về các chủ đề khác nhau, và năm 2005, ông chuyển sang chủ đề tiền sử. Vào năm đó, Hà Văn Thùy đã xuất bản một bài viết trên một trang web có tên Talawas được điều hành bởi một tác giả Việt Nam bất đồng chính kiến có trụ sở tại Đức, Phạm Thị Hoài. Đầu những năm 2000, Talawas là diễn đàn ra mắt để thảo luận phê bình giữa các trí thức Việt Nam. Nhiều người đóng góp và độc giả là người Việt Nam sống ở nước ngoài, tuy nhiên họ đến từ một phổ rộng của dân số nước ngoài ngày càng đa dạng. Có những người đã rời đi vào cuối Chiến tranh Việt Nam, những người khác đã chạy trốn làm thuyền nhân vào cuối những năm 1970 và 1980, những người đã du hành đến Liên Xô và Đông Âu trong Chiến tranh Lạnh rồi ở lại và có những người Việt Nam đang du học. Cuối cùng, ngày càng nhiều trí thức từ Việt Nam đến đọc và tham gia Talawas khi việc sử dụng Internet được mở rộng ở trong nước và khi mọi người phát hiện ra để điều động xung quanh các nỗ lực của chính phủ chặn truy cập vào một số trang web. Hà Văn Thùy bắt đầu bài viết của mình bằng cách bày tỏ mối quan tâm tương tự như Cung Đình Thanh và Lương Kim Định, đó là nỗi e sợ cho sự tồn tại của văn hóa Việt Nam. Ông lưu ý rằng trong thời đại toàn cầu hóa hiện nay, người ta lo ngại rằng văn hóa Việt Nam sẽ bị xâm chiếm bởi các yếu tố từ các nền văn hóa nước ngoài và chính phủ đã ban hành nhiều chỉ thị về nhu cầu bảo tồn tinh hoa của văn hóa Việt Nam. Tuy nhiên, Hà Văn Thùy lập luận rằng càng nhiều người nói về chủ đề này, các ý tưởng càng trở nên phức tạp đến mức bây giờ cần phải xác định rõ ràng chính xác người Việt Nam là ai và văn hóa Việt Nam là gì? Hà Văn Thùy thừa nhận rằng ông không phải là nhà sử học, nhưng là một người có ý thức trách nhiệm đối với văn hóa quốc gia , ông muốn chia sẻ ý tưởng của mình với độc giả (Hà 2005).

Trong bài viết của mình, Hà Văn Thùy nhắc lại phần lớn những gì Cung Đình Thanh, Nguyễn Đức Hiệp, Nguyễn Văn

Tuấn và Nguyễn Thị Thanh đã viết, và ông cảm ơn các tác giả này và những người khác trong một ghi chú ở cuối bài viết của mình. Đồng thời, ông cũng cố gắng vượt xa công việc của các tác giả này và kết nối chặt chẽ hơn ý tưởng của họ với những ý tưởng mà Lương Kim Định đã đề xuất vào những năm 1960 và đầu những năm 1970, cũng như những ý tưởng về sự hình thành lịch sử của các chủng tộc mà một học giả người Việt tên là Nguyễn Đình Khoa đã đề xuất trong một cuốn sách năm 1983 mang tên Nhân chủng học của Đông Nam Á. Lĩnh vực nhân chủng học (nhân học) chỉ bắt đầu xuất hiện ở Việt Nam vào những năm 1990 sau khi đất nước này mở cửa giao lưu học thuật với các nước phương Tây và Nhật Bản. Trước những năm 1990, kiến thức nhân học được các học giả trình bày trong hai lĩnh vực: dân tộc học và chủng tộc học (nhân loại học). Các học giả trong các lĩnh vực này tập trung vào việc phân loại các nhóm người, có thể là về mặt dân tộc hoặc chủng tộc. Những nỗ lực này bắt đầu với công việc của các học giả Pháp trong thời kỳ thuộc địa nhưng nó cũng phù hợp với các tri thức mà các học giả Liên Xô tham gia. Nguyễn Đình Khoa xây dựng dựa trên công trình của các học giả người Pháp và Liên Xô, cũng như nghiên cứu nhân trắc học của riêng ông, để lập luận rằng ban đầu có hai đại chủng người ở Việt Nam: Austroloid và Mongoloid. Sự hòa huyết của họ đã tạo ra các nhóm chủng tộc là Indonesian, Melanesian, Vedoid và Negritoid, các chủng tộc mà học giả Pháp đã đề xuất đầu tiên trong thời kỳ thuộc địa và đã áp dụng cho các hộp sọ được tìm thấy trong các địa điểm khảo cổ sớm. Sau đó, trong thời đại đồ đồng, các yếu tố Austroloid đã rút đi và các yếu tố Mongoloid trở nên chiếm ưu thế, và đây là những gì chúng ta thấy trong dân số Việt Nam hiện nay (Nguyễn 1983: 106).

Hà Văn Thùy lấy những ý tưởng này và kết hợp chúng với những gì Lương Kim Định và Cung Đình Thanh và các đồng nghiệp của ông đã viết để tạo ra câu chuyện sau đây về tiền sử: Cư dân tiền sử ở Đông Nam Á bao gồm hai đại chủng Mongoloid và Australoid. Một nhóm Mongoloid di cư về phía bắc và trở thành người Mông Cổ phía Bắc. Tại một số thời điểm, người Việt cũng làm như vậy. Những người Việt này, theo Hà Văn Thùy, là người Indonesian, nghĩa là một chủng tộc được hình thành thông qua sự hòa trộn của Austroloid và Mongoloid. Họ cũng là những người sản xuất văn hóa Hoabinhian. Họ đã phát triển lục địa châu Á, nhưng sau đó khoảng 2.500 BCE người Hán bắt đầu đẩy Việt Nam về phía nam. Sự hòa trộn cũng diễn ra, và đó là lý do tại sao khi người Việt cuối cùng trở về nhà của họ ở Việt Nam, yếu tố Mongoloid trong máu của họ đã tăng lên, nhưng yếu tố Indonesian trong dân số người Hán di cư về phía nam sông Dương Tử cũng tăng lên, dẫn đến sự xuất hiện của chủng tộc Nam Mongoloid .

Qua lời kể này, Hà Văn Thùy tìm cách giải thích chính xác người Việt Nam là ai. Anh dành ít thời gian để thảo luận chính xác văn hóa Việt Nam là gì, nhưng thực chất anh đồng ý với Lương Kim Định rằng người ta nghĩ về văn hóa của người Trung Quốc, thực sự được tạo ra bởi tổ tiên người Việt Nam. Trong khi Lương Kim Định đã tìm cách chứng minh điều này thông qua việc sử dụng sáng tạo lý thuyết nhân học cấu trúc và thông qua khái niệm lịch sử mơ hồ của riêng ông, Hà Văn Thùy lưu ý rằng những phát hiện khoa học di truyền của J. Y. Chu và các đồng nghiệp đã chứng minh quan điểm mà Lương Kim Định tìm cách chứng minh: tổ tiên của người Việt sống ở Trung Quốc trước người Hán, và do đó, họ là những người đã tạo ra nền tảng văn hóa cho những gì sau này trở thành Trung Quốc.

Talawas năm 2005, Hà Văn Thùy đã tiếp tục viết về chủ đề này. Hơn thế nữa, bài viết của ông sớm bắt đầu xuất hiện ở Việt Nam, cả in và trên các trang web có trụ sở trong nước. Năm 2006, ông đã xuất bản tại Hà Nội một phiên bản mở rộng của bài báo Talawas của mình có tựa đề ***Tìm lại cội nguồn Văn hóa Việt***. Tiếp theo là ***Hành trình tìm lại cội nguồn***: ***Nghiên cứu và đàm thoại*** năm 2008 và ***Tìm cội nguồn gốc qua di truyền học*** năm 2011. Năm 2014 Hà Văn Thùy đã xuất bản hai tác phẩm ở Mỹ thông qua Amazon, cả hai đều đề cập đến cùng một chủ đề ở một mức độ nào đó: ***Viết lại Lịch sử Trung Hoa*** (2014a), trong đó có phần giới thiệu của Nguyễn Đức Hiệp, và ***Tiến trình lịch sử văn hóa Việt*** (2014b). Cuối cùng, vào năm 2016, nhà xuất bản của Hội Nhà văn, một cơ quan văn hóa chính thức, đã xuất bản ***Khám phá Lịch sử Trung Hoa*** (2016a) và ***Góp phần nhận thức lại lịch sử văn hóa Việt*** (2016b). Ngoài những ấn phẩm này, Hà Văn Thùy đã viết rất nhiều trên Internet, lặp lại ý tưởng của mình tại hầu như mọi cơ hội và thách thức tất cả những ai đưa ra những quan điểm khác về quá khứ, từ cuối thời Phan Huy Lê (2017), nhà sử học hàng đầu ở Việt Nam, đến bản thân tôi (2015), bằng cách tham gia vào các cuộc trao đổi một mặt hoặc các cuộc thảo luận về vấn đề khác (cuộc tranh luận) mà anh đăng trực tuyến.

PHẦN KẾT LUẬN

Hà Văn Thùy là một nhân vật quan trọng trong đó ông tổng hợp các yếu tố từ những ý tưởng khác nhau đã phát triển liên quan đến tiền sử Việt Nam, từ những điều mà Lương Kim Định đã phát triển ở miền Nam Việt Nam trong những năm 1960 và đầu những năm 1970, cho tới những điều được thúc đẩy bởi Cung Đình Thanh và những người khác trong cộng đồng người di cư vào cuối những năm 1990 và đầu những năm 2000, của những học giả ở Việt Nam trong những năm 1980 và 1990. Hơn thế nữa, người ta cũng có thể thấy Hà Văn Thùy như một loại cầu Internet mà ông là một trong những cá nhân đầu tiên ở Việt Nam tham gia với những ý tưởng về tiền sử được phát triển và đăng tải trực tuyến bởi người Việt ở cộng đồng người di cư, và ông đã thực hiện trước tiên trong không gian ảo bên ngoài Việt Nam trước khi có thể chấp nhận thảo luận những ý tưởng như vậy ở Việt Nam. Tuy nhiên, đồng thời, Hà Văn Thùy là một nhân vật gây tranh cãi ở chỗ ông đang tích cực thúc đẩy các ý tưởng là mục đích của các học giả mà không giữ vị trí học giả hay liên kết. Hơn nữa, bất cứ điều gì xảy ra trong quá khứ khiến ông mất đi vị thế một nhà báo chính thức, tạo ra một cách nhìn tiêu cực trong mắt một số người.

Như vậy, tôi cho rằng việc kết hợp giữa sự mơ hồ của tình trạng Hà Văn Thùy và sự hiện diện trực tuyến phổ biến của ông với tư cách là người phát ngôn cho phiên bản tiền sử Việt Nam mới này, khiến nhiều người khó có thể thấy những gì đang xảy ra ngoài thế giới Hà Văn Thùy. Tuy nhiên, nhiều ý tưởng từ lịch sử ngoại vi này hiện đang được thưởng thức như một vị trí của trung tâm. Chẳng hạn, nếu người ta tìm hiểu về nền văn minh lúa nước, thì phiên bản tiếng Việt của Wikipedia hiện nay là quan điểm về quá khứ làm cho Việt Nam trở thành Trung tâm đầu tiên của việc trồng lúa mà nhóm các tác giả trong bài tiểu luận này đã quảng bá, với các tài liệu tham khảo từ Sauer, Solheim, Gorman và Oppenheimer, và liên kết đến các tác phẩm của Cung Đình Thanh và các đồng nghiệp của ông. Hơn nữa, nếu lướt qua trang web của Khoa Nghiên cứu Việt Nam tại Đại học Quốc gia tại Thành phố Hồ Chí Minh, người ta sẽ thấy, bài phê bình khen ngợi của Nguyễn Văn Tuấn về Eden in the East của Oppenheimer được đăng trên trang Tư tưởng năm 2001 đã được đăng lại trên trang web của trường đại học này vào ngày 3 tháng 6. 2019 (Khoa Việt Nam học). Ngoài ra, những phát biểu ở đầu bài viết này mà Hà Văn Thùy đã viết về Lương Kim Định tại Văn Miếu năm 2012 đã được đăng ngay lên trang web của Trung tâm Nghiên cứu Văn hóa Lý thuyết và Ứng dụng, tương tự thuộc Đại học Quốc gia Việt Nam, Thành phố Hồ Chí Minh. Cuối cùng, trong khi các cuốn sách của Kim Kim Định vẫn bị cấm tại thời điểm diễn ra hội nghị năm 2012, thì hiện tại chúng đã được tái bản tại Việt Nam (Phạm 2017). Do đó, nhiều ý tưởng được thảo luận trong bài tiểu luận này, mặc dù có lẽ không quen thuộc với các học giả, rõ ràng rất quan trọng đối với nhiều người Việt Nam.

Hà Văn Thùy (dịch)

Ghi chú:

* Liam C. Kelley là Phó giáo sư nghiên cứu Đông Nam Á tại Viện các nghiên cứu châu Á tại Đại học Brunei Darussalam.

BÀN LẠI VỚI GIÁO SƯ LIAM KELLEY VỀ "SỬ HỌC BÊN LỀ"

Đúng như tác giả khẳng định, bài viết "sử học bên lề" thể hiện cách nhìn rất tích cực về một hiện tượng của sử học Việt Nam đương đại. Trong đó, một số cá nhân đưa ra quan điểm chưa từng có về thời tiền sử của người Việt. Là người nhiều năm nghiên cứu lịch sử Việt Nam và thường viết tiêu cực về sử Việt, chuyên luận của Liam Kelley chắc chắn sẽ nhận được quan tâm của học giả quốc tế và gây tiếng vang đối với người đọc Việt Nam. Tuy nhiên, bài viết của tác giả cũng thể hiện sự hiểu biết chưa thấu đáo về hiện tượng độc đáo này. Vì vậy xin bàn lại đôi điều.

1. Về Hoabinhian.

Đúng như tác giả nhắc lại, học giả quốc tế nhận định về Hoabinhian như sau: *"Vào năm 1932, một cuộc họp của những nhà tiền sử được tổ chức tại Hà Nội, đề xuất thuật ngữ Hoabinhian được dùng để chỉ những khu định cư đầu tiên của con người được phân biệt bằng cách sử dụng các dụng cụ bằng đá đẽo trên toàn hòn cuội (Matthews 1966: 86). Một đặc điểm xác định khác của địa điểm Hòa Bình là không có bằng chứng về nông nghiệp, và do đó, thuật ngữ Hoabinhian sau đó được sử dụng để chỉ các địa điểm Mesolithic. Thời kỳ Mesolithic là giai đoạn trung gian giữa thời đại Cổ sinh và Đá mới và kéo dài từ khoảng 15.000 đến 5.000 BCE, thời điểm mọi người vẫn tham gia săn bắn và hái lượm hơn là nông nghiệp."* Điều này có nghĩa, hoabinhian chỉ là một "phức hệ kỹ thuật" sản sinh những hòn cuội được đẽo trên toàn chu vi, vào thời Mesolithic, phổ biến từ Nam Trung Quốc qua Đông Dương, Thái Lan đến các đảo Đông Nam Á.

Quan niệm như vậy là của 90 năm trước, khi khoa học chưa biết người Hòa Bình là ai, người Vân Nam là ai, người Indonesia là ai? Và cũng chưa hiểu vì sao những hòn cuội "giống như ở Hòa Bình" lại có mặt tại những nơi đó? Nhưng nay, sau gần thế kỷ, khoa học đã xác nhận, 70.000 năm trước, trong Kỷ Băng hà, mực nước biển thấp hơn hôm nay 130 mét, Đông Nam Á là lục địa Sundaland rộng lớn. Người từ châu Phi theo con đường phương Nam di cư tới Việt Nam. Tại đây họ hỗn hòa với nhau sinh ra người Việt cổ. 50.000 năm trước, người từ Việt Nam di cư ra các đảo Đông Nam Á. 40.000 năm trước đi lên chiếm lĩnh Hoa lục để rồi sau đó vượt eo Bering chinh phục châu Mỹ... Như vậy, chỉ có thể là, theo chân người di cư, công cụ đá từ Hòa Bình được đưa tới những nơi mà hôm nay ta tìm thấy. Một điều nữa cũng được khẳng định, các công cụ đó phải được phân tán trước khi nước biển dâng, có nghĩa là trước 15000 năm trước! Không chỉ vậy, năm 2012 khám phá khảo cổ cho thấy, đồ gốm đầu tiên ra đời ở Tiên Nhân Động tỉnh Giang Tây 20.000 năm trước và hạt lúa trồng đầu tiên cũng xuất hiện ở đó 12.400 năm trước. Tiên Nhân Động cách sông Dương Tử hơn 100 km về phía nam, thuộc vùng Đông Nam Á. Khảo cổ học và di truyền học cùng xác nhận, chủ nhân Tiên Nhân Động là người Lạc Việt, chủng Indonesian, là con cháu người Hòa Bình Việt Nam đi lên...(1)

Một câu hỏi nảy sinh: với những khám phá như vậy ở đầu thế kỷ XXI thì quan niệm của 90 năm trước còn phù hợp? Có sự thật là, trong khi sử gia Liam Kelly tầm chương trích cú dẫn ra một Hoabinhian "chết" trên sách vở thì những "sử gia bên lề" như Cung Đình Thanh, Nguyễn Thị Thanh... sinh ra trên đất Hòa Bình hiểu về một văn hóa Hòa Bình sống động. Đó là nơi phát tịch của dân cư châu Á, là nơi đầu tiên trên thế giới, người Việt làm ra công cụ đá mới, đồ gốm và thuần hóa lúa nước! Thời gian và sự thật chứng tỏ họ đã đúng! Và cũng rõ ràng, họ vượt qua tri thức của nhà sử học kinh viện.

2. Đâu là nơi trồng lúa đầu tiên?

Trong bài viết, bằng cách đưa ra những chứng cứ xác thực, Liam Kelley chứng minh rằng, Solheim đã xây dựng thuyết "***Đông Nam Á là trung tâm nông nghiệp sớm nhất***" dựa trên những tư liệu khảo cổ học sai lầm: *"Thật vậy, vào cuối những năm 1970, các học giả khác nhau đã xác định rằng các mẫu lúa mà Gorman và Bayard tìm thấy là lúa hoang, chứ không phải là lúa trồng, (Yen 1980; 1982). Ngày nay, sự đồng thuận về mặt học thuật giữa những người tiền sử trái ngược với những gì Solheim đề xuất, khi các chuyên gia cho rằng các công nghệ như trồng lúa và luyện kim đều di chuyển xuống phía Nam vào Đông Nam Á (Castillo 2011; Higham et al. 2015)."* Với học giới quốc tế và hầu hết người đọc, đó thực sự là đòn Knock out đối với Solheim! Tuy nhiên, buồn thay, việc làm của Phó giáo sư Đại học Brunei Darussalam lại hoàn toàn vô nghĩa! Cũng lại do sự thiếu cập nhật tài liệu. Những dẫn chứng khảo cổ mà ông đưa ra đều thuộc thập kỷ 1970s, nghĩa là của nửa thế kỷ trước! Ôi, 50 năm biết bao vật đổi sao dời! Khoa học của thế kỷ mới không chỉ khám phá cây lúa đầu tiên được người Việt thuần hóa từ 12.400 năm trước tại Tiên Nhân Động mà theo dấu vết cuộc hành trình vạn dặm, tìm thấy tại văn hóa Giả Hồ Nam Hoàng Hà 9000 năm trước, người Lạc Việt chế đồ gốm đen tinh xảo, trồng lúa, trồng kê, thưởng thức rượu vang làm bằng cách ngâm rượu gạo với táo gai dầm mật ong, nghe âm thanh du dương từ sáo chế bằng xương chim hạc rồi chiêm nghiệm chữ Mục, chữ Nhật, chữ Bát, chữ Hỏa... – những con chữ đầu tiên của nhân loại khắc trên yếm rùa... Buồn cho người chậm chân, tám năm trước, ngay sau khi khai quật Tiên Nhân Động được công bố, những "sử gia tay ngang" của sử học bên lề Việt Nam đã khẳng định, ***người Việt trồng lúa đầu tiên và Đông Nam Á là nôi của nông nghiệp!***

Tuy vậy, tôi rất thông cảm với Liam Kelley bởi ông là sử gia, cái nghề buộc phải "ăn theo" khoa học khảo cổ. Không ít nhà khảo cổ còn tệ hơn ông, như Marc Oxenham của Đại học Quốc gia Úc chẳng hạn. Mới đây trong công bố khai quật di chỉ Cồn Cổ Ngựa vẫn tiếp tục sự ngộ nhận đáng tiếc từ 2005, cho rằng, 4000 năm trước, nông dân phía Bắc di cư xuống, trở thành người trồng lúa đầu tiên phía Nam Dương Tử! (2) Vị học giả gắn bó thâm niên với khảo cổ Việt Nam không hề biết rằng, 12.400 năm trước, dân Việt ở Nam Dương Tử thuần hóa thành công cây lúa rồi truyền bá khắp đồng bằng Dương Tử, Hoàng Hà. Người nông dân phía Bắc di cư xuống 4000 năm trước không phải người trồng lúa đầu tiên ở Nam Dương Tử mà là cháu chắt của tổ tiên sống ở Nam Dương Tử mang cây lúa lên Nam Hoàng Hà 9000 năm trước, khi chạy giặc trở về, khai phá những vùng đất còn hoang sơ để trồng lúa! (3)

Như vậy, thực tế cho thấy, dù dựa vào một số chứng cứ khảo cổ sai lầm nhưng trên tổng thể, thuyết của Solheim hoàn toàn chính xác. Do viễn kiến thiên tài mà C. Sauer rồi Solheim nhìn xa thấy rộng trong thời điểm trí tuệ nhân loại còn mù mờ. Công bằng phải nói rằng, công bố của Solheim cực kỳ quan trọng, nó là chỗ dựa tinh thần, là niềm hứng khởi đột phá để những ***con chim gọi đàn*** cùng nhau tìm về nguồn cội, làm nên đội ngũ mà hôm nay Liam Kelley gọi là sử học bên lề. Dân tộc Việt cảm ơn ông vì việc đó.

3. Về cuốn địa đàng ở phương Đông

Phải nói rằng, ban đầu cuốn sách của Oppenheimer tạo nơi chúng tôi ấn tượng sâu sắc. Cùng với tác giả, chúng tôi tin và tiếc nuối cho nền văn minh rực rỡ của Đông Nam Á bị đắm chìm. Nhưng rồi những khám phá mới của di truyền và khảo cổ học giúp chúng tôi nhận ra:

i. Người di cư châu Phi không có mặt trên các hòn đảo Đông Nam Á 70.000 năm trước. Dân cư của các đảo này chỉ từ Việt Nam tới cách nay 50.000 năm.

ii.Ngoài dụng cụ đá mới Hòa Bình từ Việt Nam đưa ra, trên các đảo này trước khi bị nước nhấn chìm 15.000 trước, chỉ có thể có cây kê và một số loại rau củ bán thuần hóa mà chưa phải nền nông nghiệp phát triển.

iii.Không có chuyện người từ Sundaland đi ra làm nên dân cư châu Á. Thay vào đó là người từ Việt Nam đi ra chiếm lĩnh thế giới. Chúng tôi đã trình bày điều này trong chuyên luận Ra khỏi Việt Nam chiếm lĩnh thế giới.(4)

Như vậy là, cuốn sách của Oppenheimer là nhiều khả năng là một sản phẩm hư cấu.

4. Thế nào là bằng chứng?

Điểm nổi cộm trong bài viết là Liam Kelley cho rằng "tiền sử mới của người Việt" thiếu bằng chứng:

"Trong khi lập luận rằng tổ tiên của người Việt Nam là những người sáng lập các khía cạnh khác nhau của nền văn minh Đông Á thực sự vượt xa quan điểm thời thuộc địa khi thấy Việt Nam là một Tiểu Trung Quốc, thì bằng chứng cho lập luận này là vô cùng có vấn đề. Không dựa trên bằng chứng đáng tin." *"không phải là một phần của khóa đào tạo học thuật mà tôi đã nhận được," "không có trong tài liệu của sử gia nhà nước Việt Nam." "Hoặc các tác phẩm của nhà sử học người Mỹ Keith Taylor, người có ý tưởng đã chuyển đổi từ quan điểm dân tộc chủ nghĩa Việt Nam sang cho rằng có quá ít bằng chứng để khẳng định chắc chắn về quá khứ xa xôi, trong đó không có tác phẩm nào được đưa ra rằng tổ tiên của người Việt đã chiếm lĩnh khu vực của Trung Quốc ngày nay và thiết lập nền tảng của những gì cho chúng ta một suy nghĩ như truyền thống văn hóa Đông Á"*

Và

"Đối với bất kỳ ai ở ngoài Việt Nam đã nghiên cứu lịch sử Việt Nam thông qua các kênh học thuật chính thống, các ý tưởng bày tỏ ở đây rằng tổ tiên của người Việt chiếm lĩnh khu vực ngày

nay là Trung Quốc và thiết lập một nền tảng văn hóa mà giờ đây có thể là kim chỉ nam cho loài người, sẽ là không quen."

Loại bằng chứng mà Liam Kelley đòi hỏi thuộc về thế kỷ XX, những tri thức sản sinh quan niệm "Việt Nam là một tiểu Trung Hoa" hay "người Việt Nam là do Homo erectus tiến hóa thành"... Tất cả những thứ đó đã bị thế kỷ XXI bỏ lại sau lưng. Như Carl Sagan từng nói: "Yêu sách phi thường đòi hỏi phải có bằng chứng phi thường." Chính là nhờ kết nối và giải mã một cách tuyệt vời hàng tấn bằng chứng phi thường từ khảo cổ học, di truyền học xuất hiện trong hai thập kỷ đầu của kỷ nguyên mới, *chúng tôi khám phá ra sự phi thường của tiền sử người Việt, đưa khoa học nhân văn Việt Nam đứng vào hàng tiên tiến của nhân loại*, như đánh giá của Tiến sỹ Nguyễn Đức Hiệp trong lời giới thiệu cuốn Viết lại lịch sử Trung Hoa. Thật buồn là phó giáo sư Liam Kelley đã không hiểu điều đó?!

5. Về tiền sử người Việt

Hiện có ba quan niệm khác nhau về tiền sử người Việt: 1. Người từ Nam Trung Quốc bị dồn xuống đồng bằng sông Hồng thành người Việt. 2. Một dòng di cư từ châu Phi tới Bắc Đông Á làm nên người nông dân trồng lúa Trung Quốc. Sau đó người trồng lúa phía Bắc đi xuống hỗn hòa với dòng di cư phương Nam tới Việt Nam làm nên dân cư Việt Nam. 3. Người từ châu Phi di cư theo duy nhất con đường phương Nam đến Việt Nam rồi từ đây người Việt đi ra làm nên dân cư châu Á và nhân loại ngoài châu Phi. Điều này cho thấy, tiền sử người Việt là chuyện đang gây tranh cãi.

Thuyết thứ nhất phổ biến trong các cuốn chính sử phương Đông cho đến thế kỷ XX, xuất phát từ quan niệm Người đứng thẳng Bắc Kinh (Homo pekinensis) là tổ tiên của dân cư châu Á. Nhưng sang thế kỷ XXI, khám phá loài người Homo sapiens xuất hiện ở châu Phi 200.000 năm trước nên thuyết này bị bác bỏ.

Thuyết thứ hai ra đời vào những năm đầu thế kỷ XXI, khi trung tâm di truyền lớn là Hội Địa lý Quốc gia Hoa Kỳ công bố:

45.000 năm trước, một dòng di cư từ châu Phi qua Trung Đông sang Trung Á. Từ đây người tiền sử xâm nhập Đông Á (5). Từ Con đường phương Bắc này ra đời quan niệm: người Trung Quốc phát minh nông nghiệp sau đó mang nông nghiệp xuống phía Nam, hòa huyết với dân bản địa, làm nên dân cư Việt Nam.

Ngay từ năm 2005 khi bắt đầu hành trình tìm lại cội nguồn, tôi đã phải chọn lựa kỹ giữa các tài liệu có quan niệm khác nhau rồi khẳng định *không có con đường phương Bắc đưa người vào Đông Á*. Đây là sai lầm tai hại của Spencer Wells thuộc Hội Địa lý quốc gia Hoa Kỳ. Các nghiên cứu di truyền học sau này cũng cho thấy chỉ duy nhất con đường phương Nam đưa người tới Đông Nam Á mà cụ thể là Việt Nam. (6) Tuy nhiên, một số tác giả do thiếu cập nhật tài liệu, vẫn theo thuyết con đường phương Bắc, dẫn tới sai lầm nghiêm trọng. Trong bài Phản biện kết luận về nguồn gốc người Việt của Dự án "1000 bộ gen người Việt Nam," chúng tôi đã chỉ rõ sai lầm của quan niệm này.(7)

Chúng tôi, tác giả của sử học bên lề kiên trì quan điểm: Theo ven biển Ấn Độ Dương, người châu Phi tới Việt Nam 70.000 năm trước. Tại đây, hai đại chủng Australoid và Mongoloid hòa huyết sinh ra người Việt cổ thuộc nhóm loại hình Australoid. 50.000 năm trước, người từ Việt Nam lan tỏa ra các đảo Đông Nam Á và chiếm lĩnh tiểu lục địa Ấn Độ. 40.000 năm trước, nhờ khí hậu ấm hơn, người Việt đi lên khai phá Hoa lục. Ban đầu hoạt động săn bắn hái lượm, người Việt mang theo rìu đá nên gọi mình là người Việt. Sau khi thuần hóa lúa nước, người Việt mang cây kê, cây lúa, giống gà, giống chó lên xây dựng văn hóa nông nghiệp tại Giả Hồ Hà Nam 9000 năm trước, Hà Mẫu Độ, Ngưỡng Thiều 7000 năm trước. Tại Giả Hồ, người Việt chế chữ viết tượng hình đầu tiên khắc trên mai rùa và xương thú. Tại khu mộ ở Dốc Tây Thủy, trấn Bộc Dương Hà Nam 6500 năm trước, nhiều khả năng là mộ Phục Hy, có bằng chứng cho thấy Kinh Dịch đã trưởng thành.

Chúng tôi cũng lần đầu tiên xác định, 7000 năm trước, tại văn hóa Ngưỡng Thiều miền Trung Hoàng Hà, người Việt cổ

Australoid hòa huyết với người Mongoloid sống trên bờ Bắc, sinh ra chủng người Mongoloid phương Nam (South Mongoloid), được gọi là người Việt hiện đại. Người Việt hiện đại tăng nhân số, trở thành chủ thể dân cư lưu vực Hoàng Hà. Năm 2698 TCN, người Mông Cổ do Hiên Viên dẫn đầu đánh vào Nam Hoàng Hà chiếm đất của người Việt, lập nhà nước Hoàng Đế. Chiến tranh liên miên dẫn tới cuộc di cư của người Việt chủng Mongoloid phương Nam xuống Nam Dương Tử và Đông Nam Á, chuyển hóa di truyền dân cư phía Nam từ Australoid sang Mongoloid phương Nam. Đây là quá trình chuyển hóa di truyền lâu dài mà không phải cuộc xâm lăng thay thế dân cư. Những người Việt ở lại đồng bằng Hán Thủy, sau này được gọi là người Hán. Như vậy, người Hán là cộng đồng do người Việt cổ sinh ra 7000 năm trước và ở lại lưu vực Hoàng Hà. Do lịch sử hình thành như vậy nên tiếng Việt là chủ thể của ngôn ngữ Trung Hoa. Chữ giáp cốt do người Việt sáng tạo là chủ thể của chữ viết Trung Hoa. Người Việt là chủ thể làm nên văn hóa Trung Quốc. Đó là khẳng định của chúng tôi từ kết nối và giải mã những tài liệu khảo cổ học, di truyền học mới nhất, đáng tin cậy nhất của thế giới. Kết luận như vậy trên thực tế, vượt qua sự mò mẫm của học giả quốc tế.

Ngày 14 tháng 7 năm 2012, trong Lễ tưởng niệm 15 năm ngày mất triết gia Kim Định, tại Nhà Thái học, Văn miếu Quốc tử giám Hà Nội, tôi có nói: "Những ai nắm vững thuyết Việt Nho và An vi của Kim Định sẽ có ngày đàng hoàng bước tới dạy tại những đại học danh giá nhất thế giới." Hôm nay cũng xin nói với phó giáo sư Liam Kelly rằng, là người gắn bó sâu với lịch sử Việt Nam, ở tuổi tri thiên mệnh, năng lực làm việc còn dồi dào. Nếu ông thấm nhuần ý tưởng Kim Định và nắm vững tiền sử người Việt theo khám phá của "sử học bên lề" Việt Nam, ông có khả năng trở thành học giả hàng đầu Đông phương học của học giới phương Tây.

Sài Gòn, Tháng Tư, 2020

Tài liệu tham khảo:

1. Xianrendong http://archaeology.about.com/od/xterms/qt/Xianrendong.htm

2.Marc Oxenham et al. *Between foraging and farming: strategicresponses to the Holocene Thermal Maximum in Southeast Asia.*

3. Hà Văn Thùy. *Di chỉ Cồn Cổ Ngựa và vấn đề tiền sử ngừi Việt (Thảo luận với Tiến sỹ Marc Oxenham)*

https://thuyhavan.blogspot.com/h?q=Di+ch%E1%BB%89+C%E1%BB%93n+C%E1%BB%95+Ng%E1%BB%B1a

4. Hà Văn Thùy. *Ra khỏi Việt Nam chiếm lĩnh thế giới.*

https://thuyhavan.blogspot.com/search?q=Ra+kh%E1%BB%8Fi+Vi%E1%BB%87t+Nam

5. Spencer Wells. *The Journey of Man: A Genetic Odyssey.*

https://www.amazon.com/Journey-Man-Genetic.../dp/069111532X

6. Hà Văn Thùy. *Người tiền sử rời châu Phi theo con đường nào?* http://thuyhavan.blogspot.com/search?updated-max=2019-04-11T02:11:00-07:00&max-results=1&start=19&by-date=false

7. Hà Văn Thùy. *Phản biện kết luận về nguồn gốc người Việt của Dự án "1000 Bọ gen người Việt Nam."*

http://thuyhavan.blogspot.com/search?updated-max=2018-11-22T05:51:00-08:00&max-results=1&start=26&by-date=false

TRÌ HẠO ĐIỀN
SẢN PHẨM CỦA MỘT NỀN GIÁO DỤC THẤT BẠI

Ngày 15.4.2009, tạp chí ***Các vấn đề chiến lược*** của Ấn Độ công bố bài phát biểu của tướng Trì Hạo Điền, nguyên Bộ trưởng Bộ Quốc phòng Trung Quốc tại Hội nghị các tướng lĩnh bàn về chiến lược chiến tranh tương lai, tổ chức năm 2005, nhan đề: SỬ DỤNG VŨ KHÍ SINH HỌC, QUÉT SẠCH NƯỚC MỸ.

Bài nói gây chấn động lương tri loài người. Rất nhiều người đã lên án tác giả. Trong lĩnh vực khoa học nhân văn, tôi xin trình bày những ý kiến sau:

Tướng Trì Hạo Điền nói:

"Như mọi người đều biết, theo quan điểm truyền bá của các học giả phương Tây, toàn thể loài người trên Trái Đất có nguồn gốc chung từ một người mẹ duy nhất ở Châu Phi. Như vậy, không một chủng tộc nào có thể tự nhận mình là chủng tộc siêu đẳng nhất. Tuy nhiên, theo các nghiên cứu của đại đa số các học giả Trung Quốc, người Trung Quốc khác với các chủng tộc khác trên thế giới. Chúng ta không có nguồn gốc từ Châu Phi. Trái lại, chúng ta có nguồn gốc độc lập trên đất Trung Quốc. Người Bắc Kinh ở Chu Khẩu Điếm mà tất cả chúng ta đều bắt nguồn từ đó đại diện cho một giai đoạn tiến hoá của tổ tiên chúng ta.

Nguồn gốc nền văn minh Trung Hoa

Trước đây, chúng ta thường nói rằng nền văn minh Trung Quốc có lịch sử 5.000 năm. Nhưng hiện nay, rất nhiều chuyên gia nghiên cứu trong nhiều lĩnh vực khác nhau, trong đó có khảo cổ học, văn hóa sắc tộc, và văn hoá khu vực đã đi tới một sự thống nhất rằng các phát hiện mới như nền văn hoá Hongshan ở vùng Đông Bắc, nền văn hoá Liangzu ở tỉnh Chiết Giang, các phế tích Jinsha ở tỉnh Tứ Xuyên, và khu di tích văn hoá đế chế Yongzhou ở tỉnh Hồ Nam tất cả đều cho thấy bằng chứng về sự tồn tại của nền văn minh tiền Trung Quốc, và chúng khẳng định rằng riêng lịch sử canh tác lúa đã có từ 8.000-10.000 năm trước đây. Điều này bác bỏ quan niệm về lịch sử 5.000 năm của Trung Quốc...

Bởi vậy, chúng ta có thể xác định rằng chúng ta là sản phẩm của nền văn hoá có nguồn gốc từ cách đây hơn 1 triệu năm, nền văn minh và tiến bộ với lịch sử hơn 10.000 năm, một dân tộc có 5.000 năm lịch sử, và một thực tế Trung Quốc với lịch sử hơn 2.000 năm. Đó là dân tộc Trung Quốc tự gọi mình như vậy. Là dòng dõi của Viêm và Hoàng, dân tộc Trung Quốc mà chúng ta tự hào thuộc về dân tộc đó. Nước Đức Hitle đã từng kiêu hãnh tự coi mình là chủng tộc siêu đẳng nhất trên Trái đất, nhưng thực tế là dân tộc chúng ta còn siêu việt hơn người Đức rất nhiều."

Trước hết cần xác định, phát biểu của ông tướng họ Trì có phù hợp với khoa học không? Ở đây cần trả lời hai câu hỏi:

1. Người Trung Quốc có phải là hậu duệ của Người vượn Bắc Kinh không?

Tài liệu khảo cổ học thế giới ghi rằng, năm 1920, kỹ sư mỏ người Thụy Điển Anderson phát hiện cốt sọ người sống 7000 năm trước ở di chỉ Ngưỡng Thiều phía nam Hoàng Hà. Do hình thái sọ rất giống người Trung Quốc hiện đại nên giới khoa học nhận định, người Ngưỡng Thiều là tổ tiên của người Trung Quốc. Sau đó, vị kỹ sư này còn khai quật di chỉ Chu Khẩu Điếm ở phía Bắc Bắc Kinh, khám phá cốt sọ hoá thạch 600.000 năm của người Đứng thẳng Homo erectus, được đặt tên là Người vượn Bắc Kinh Homo pekinensis. Cũng tại đây còn tìm thấy cốt sọ của người hiện đại Homo sapiens 27.000 năm tuổi. Do trong cùng một vùng địa lý, khám phá được người Đứng thẳng, người hiện đại sớm và người hiện đại muộn nên giới khoa học đồng thuận cho rằng, con người đã từ Người vượn Bắc Kinh chuyển hóa thành người hiện đại sớm rồi người hiện đại muộn. Từ đây, thuyết đa vùng của tổ tiên con người (Multigegional hypothesis) được củng cố: từ Người vượn Bắc Kinh tiến hóa thành người Mongoloid, chủ nhân của châu Á. Trong khi đó, ở châu Âu, Người đứng thẳng Neanderthal tiến hóa thành tổ tiên người châu Âu.

Tuy nhiên, vào thập niên 1970, các khai quật khảo cổ cho thấy, 250.000 năm trước, Người đứng thẳng tuyệt diệt trên đất liền châu Á. Vết tích cuối cùng của họ được tìm thấy khoảng 200.000 năm trước tại Ngandong Indonesia. Từ đó dẫn tới hoài nghi: do vắng mặt ở châu Á từ rất lâu trước nên không thể có chuyện người vượn Bắc Kinh chuyển hóa thành người hiện đại. Vào những năm cuối thế kỷ XX, di truyền học khám phá: trong bộ gen người châu Âu hiện đại chỉ có từ 1 đến 2% gen của người Neanderthal, là kết quả của sự giao phối chéo khi hai loài sống chung với nhau khoảng 30.000 năm trước. Điều này khẳng định, Người đứng thẳng chỉ là họ hàng xa mà không phải là tổ tiên của loài chúng ta. Với phát hiện vững chắc này của di truyền học, thuyết đa vùng của nguồn gốc loài người bị bác bỏ. Thuyết ra khỏi châu Phi (Out of Africa) được thừa nhận: người hiện đại Homo sapiens xuất hiện tại châu Phi 200.000 năm trước.

Do không có chuyện Người đứng thẳng chuyển hóa thành người hiện đại nên cũng không có chuyện người vượn Bắc Kinh hóa thành người Trung Quốc. Phát biểu của ông Trì Hạo Điền đưa tới hai hệ quả:

- Một là sai về mặt khoa học.

- Thứ hai, nếu đúng thì người Trung Quốc là hậu duệ của Người vượn, một loài ở bậc tiến hóa thấp hơn loài chúng ta. Cố nhiên, về sinh học, ***người Trung Quốc thuộc loại thấp kém chứ không hề siêu việt!*** Tự nhận là hậu duệ của một loài thấp kém nhưng lại vỗ ngực cho là mình ưu việt là việc làm ngu xuẩn hết phần thiên hạ!

2. Tổ tiên người Trung Quốc là ai?

Năm 2001 người ta phát hiện tại hang Điền Nguyên thành phố Chu Khẩu Điếm những mảnh xương ống chân của con người sống khoảng 40.000 năm trước nhưng không biết đó là ai? Năm 2013 nhờ di truyền học vào cuộc đã khám phá, đó là người đàn ông khoảng 40 tuổi, là tổ tiên các dân tộc Đông Á: Trung Quốc, Triều Tiên, Nhật Bản và cũng là thủy tổ của người bản địa châu Mỹ.

Khi nghiên cứu sâu hơn, khoa học phát hiện, người đàn ông này là người Việt cổ thuộc chủng Australoid đã từ Việt Nam đi lên Nam Hoàng Hà 40.000 năm trước. Từ đó người Việt cổ chiếm lĩnh Hoa lục và làm nên các nền văn hóa rực rỡ như Tiên Nhân Động tỉnh Giang Tây là nơi sáng tạo công cụ gốm đầu tiên của nhân loại 20.000 năm và thuần hóa lúa nước 12.400 năm trước; Giả Hồ 9000 năm trước, Hà Mẫu Độ 7000, Ngưỡng Thiều 7000 năm trước. 7000 năm trước, tại Ngưỡng Thiều, người Việt cổ chủng Australoid tiếp xúc, hòa huyết với người Mongoloid ở phía bờ Bắc (cũng từ Việt Nam đi lên 40.000 năm trước), sinh ra chủng người Nam Mongoloid (South mongoloid), được nhân học gọi là ***người Việt hiện đại,*** chủ nhân văn hóa Ngưỡng Thiều và Long Sơn. Trong quá trình lịch sử, nhất là sau cuộc xâm lăng của Hiên Viên vào Nam Hoàng Hà năm 2698 TCN, người Việt hiện đại di tản về phương Nam, đem nguồn gen Mongoloid chuyển hóa người Việt cổ sang chủng Mongoloid phương Nam, làm nên dân cư Nam Trung Quốc, Việt Nam và Đông Nam Á ngày nay.

Người Việt hiện đại chủng Mongoloid phương Nam ở lại

Nam Hoàng Hà, một phần làm dân cư vương triều Hoàng Đế, một phần thành dân cư nhà nước Dương Việt, Đông Di... sau là người nước Sở. Khi Lưu Bang lập quốc, được gọi là người Hán. Do cùng chủng tộc Mongoloid phương Nam nên khi nhà Hán mở rộng lãnh thổ, dân cư những vùng mới chiếm đều trở thành người Hán. Như vậy, *về mặt sinh học, người Hán chính là người Việt hiện đại chủng Mongoloid phương Nam do hậu duệ của người Việt sinh ra 7000 năm trước ở lưu vực Hoàng Hà.* Còn người Việt Nam, được sinh ra từ tổ tiên 70.000 năm trước nên có chỉ số đa dạng sinh học cao nhất trong dân cư châu Á. Như vậy, về mặt nòi giống, theo cách nói của ông tướng họ Trì, người Việt Nam phải "ưu việt" hơn người Trung Quốc!

3. Một nền giáo dục thất bại.

Khổng Tử, được người Trung Quốc tôn là vạn thế sư biểu có nói: "Tiên học lễ, hậu học văn." Lễ là sự đối xử nhân ái với con người, tôn trọng, yêu thương con người. Nền giáo dục tạo nên những kẻ vô nhân tính như Trì Hạo Điền là nền giáo dục thất bại về LỄ, điều lớn nhất trong phẩm cách con người. Nhưng về VĂN trong ý nghĩa tri thức, cho thấy họ Trì cũng là kẻ dốt nát, thiếu kiến thức sơ đẳng về khoa học nên lầm lẫn lung tung, cũng là sản phẩm của nền giáo dục thất bại. Trong khi từ chối nguồn gốc châu Phi của cộng đồng nhân loại thì lại nhận (vơ) Người vượn làm tổ tiên! Trái ngược với họ Trì, tuy là trưởng lão của dân cư châu Á nhưng người Việt Nam không bao giờ tự nhận là ưu việt về nòi giống. Cho đến nay, người Việt Nam vẫn giữ được phẩm tính mà Khổng Tử từng ngợi ca "Khoan nhu dĩ giáo, bất báo vô đạo" là lấy sự khoan dung mà dạy dỗ, không thù ghét kẻ vô đạo. Không phải nòi giống, chính phẩm tính nhân văn làm nên sự ưu việt của người Việt Nam.

Sài Gòn Xuân Canh Tý.

THƯ NGỎ
GỬI GIÁO SƯ LƯƠNG ĐÌNH VỌNG

Đọc bài ***Trung Quốc nghiên cứu lịch sử phục vụ mưu đồ chính trị*** *trên trang Nghiên cứu quốc tế, phê bình cuốn sách "Phương quốc Lạc Việt nghiên cứu" của Giáo sư Lương Đình Vọng, chúng tôi muốn thưa đôi điều cùng giáo sư.

Thưa Giáo sư,

Chúng tôi là người Lạc Việt, sinh ở Việt Nam. Như vậy, chúng ta cùng dòng tộc, cùng một bọc, là đồng bào. Được biết ông là sử gia tên tuổi, xin được hỏi: ***người Lạc Việt là ai, có nguồn gốc thế nào?***

Có thể ông sẽ giở cổ thư và trưng ra những dòng mà ông được dạy từ tấm bé: *"Tại thời Hạ, Thương, trong quần thể dân tộc Hoa Hạ bao hàm tổ tiên Thủy tộc". "Nhưng sớm nhất là thời kỳ Thương Ân đã có văn tự của tộc Thủy. Kể từ đó, như một kết quả của hai hoạt động đại di cư quốc gia, khiến ngôn ngữ văn hóa của Thủy tộc xuất hiện, do phân hóa từ một nguồn chung, sau đó hấp thụ hội nhập dần dần của hiện tượng này".(1)*

Nhưng đó là sự dối trá tệ hại của sử gia Đại Hán. Hôm nay, chúng tôi xin thưa với ông sự thực về tộc Lạc Việt, không phải lấy từ Sử ký, Hán thư mà do đọc cuốn ***thiên thư DNA*** được tạo hóa ghi trong máu huyết dòng tộc chúng ta.

70.000 năm trước, trong Kỷ Băng hà, hai đại chủng người Khôn ngoan Australoid và Mongoloid từ châu Phi di cư đến Việt Nam. Trên đất Việt, người tiền sử hòa huyết sinh ra bốn chủng người Indonesian, Melanesian, Vedoid và Negritoid, cùng mang mã di truyền Australoid. Trong đó người Indonesian là đa số, giữ vai trò lãnh đạo về xã hội và ngôn ngữ, sau này được gọi là Lạc Việt. 40.000 năm cách nay, do khí hậu ấm lên, người Việt Nam đi lên Quảng Đông rồi từ đây lan tỏa ra chiếm lĩnh Hoa lục. Đất Quảng Đông trở thành nơi phát tích của người Trung Quốc.

Đấy là bức tranh chung của dân cư Đông Á. Còn người Lạc Việt thì sao? Trên Bản đồ phân bố dân cư Trung Quốc, bốn dòng người từ Việt Nam đi lên chiếm 93%, trong đó người Lạc Việt được biểu thị bằng Haplogroup O, chiếm 60% dân số Trung Quốc. (2)

Từ 22.000 năm trước, tại Hòa Bình, người Lạc Việt sáng tạo công cụ đá mới. Tại Tiên Nhân Động tỉnh Giang Tây, 20.000 năm trước, tổ tiên chúng ta chế tác đồ gốm và 12.400 năm cách nay thuần hóa cây lúa nước sớm nhất trên thế giới. 9000 năm trước, tại Giả Hồ, người Việt sáng tạo những ký tự đầu tiên khắc trên yếm rùa, sau này là chữ trên xẻng đá Cảm Tang… Khoảng 7000 năm trước, trên bờ Nam Hoàng Hà, người Lạc Việt sáng tạo văn hóa trồng lúa, trồng kê Ngưỡng Thiều. Tại đây tổ tiên ta gặp gỡ người du mục Mông Cổ bên bờ Bắc để trao đổi hàng hóa. Việc hôn nhân luyến ái diễn ra, lớp con lai Mông-Việt ra đời, được gọi là ***người Việt hiện đại***, mang mã di truyền Mongoloid phương Nam. Người Việt hiện đại tăng số lượng, dần thay thế người Australoid, thành chủ thể dân cư lưu vực Hoàng Hà, sáng tạo văn hóa Long Sơn, xây dựng hai trung tâm văn hóa rực rỡ Thái Sơn và Trong Nguồn (đồng bằng Hán Thủy), sau này là cộng đồng người Hán.

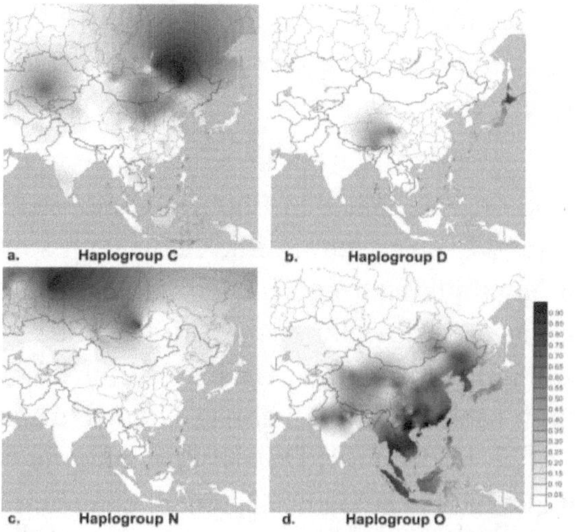

Bản đồ phân bố các nhóm người từ Việt Nam đi lên chiếm lĩnh Hoa lục
(O: Indonesian, C: Melaanesian, N: Mongoloid và D: Negritoid)

(Chuan-Chao Wang, Hui Li. Inferring human history in East Asia from Y chromosomes, https://investigativegenetics.biomedcentral.com/articles/10.1186/2041-2223-4-11)

Trong sách của mình ông viết: *"Người Lạc Việt từng giương buồm đi đến tận châu Mỹ và là chủ lực khai phá 'con đường tơ lụa trên biển' đi về phía tây. Trạm dừng đầu tiên của họ là đông bắc đảo Sumatra (Indonesia). Trạm thứ 2 ở gần Bago (Myanmar). Trạm thứ 3 ở ven sông Ayeyarwady (Myanmar). Trạm thứ 4 và 5 tại Ấn Độ, Malacca, Sri Lanka. Con đường này kéo dài tới Tanzania ở châu Phi."*

Điều này hoàn toàn đúng. Không chỉ có vậy. Khoảng 7500 năm trước, trong đại hồng thủy, người Lạc Việt tổ tiên chúng ta từng mang giống vật nuôi, cây trồng và tư tưởng về nông nghiệp tới Cận Đông và Madagasca, gây mầm cho văn minh nông nghiệp ở phương Tây. (3) Còn sự thật này có lẽ ông chưa bao giờ ngờ tới: *Do người Việt là tổ tiên của người Trung Hoa nên tiếng Việt là chủ thể tạo nên tiếng nói Trung Hoa, chữ Việt là chủ thể làm nên chữ viết Trung Hoa và văn hóa Việt là chủ thể làm nên văn hóa Trung Hoa. Người Trung Hoa là lứa con sinh sau đẻ muộn của người Lạc Việt khoảng 7000 năm trước!*

Điều ông viết: *"Ngay từ thời Thương-Chu (khoảng năm 1300 TCN)... tuân theo lệnh của các vương triều trung ương, 'Phương quốc' này đã khai phá và quản lý vùng Lĩnh Nam và Nam Hải"* thì không phải là sự thật.

Sử cũ không hề nhắc đến Phương Quốc Lạc Việt mà chỉ nói thoáng qua về Việt Thường thị. Cuốn sách sớm nhất nhắc tới Việt Thường thị là Thượng Thư đại truyện được viết đầu thời Hán: "Năm Tân Mão đời Chu Thành Vương (1063 – 1026 TCN) có Việt Thường thị phía nam Giao Chỉ đến kinh đô nhà Chu giao hảo, tặng chim bạch Trĩ." Muộn hơn là Thông chí của Trịnh Tiều thời Tống (1127-1279): "Đời Đào Đường, phương Nam có Việt Thường thị qua hai lần sứ dịch sang chầu, dâng con rùa thần; có lẽ nó được đến nghìn năm, mình nó hơn ba thước, trên lưng có văn Khoa đẩu ghi việc từ khi trời đất mới mở mang trở về sau. Vua Nghiêu sai chép lấy, gọi là quy lịch."

Tuy Việt Thường không phải là Phương quốc nhưng tư liệu trên cũng cho thấy, liên hệ của người Lạc Việt với nhà Chu rất hạn chế, khiến hoàng đế nhà Chu, là người trọng danh dự và sự thật đã nói: "Chính lệnh không tới thì không coi người ta là bề tôi của mình!" Sau lần cống chim trĩ, sử không nhắc gì tới Việt Thường hay quốc gia nào của người Lạc Việt nữa. Do vậy, hoàn toàn không có chuyện *"triều đình trung ương quản lý" một quốc gia của người lạc Việt!*

Có điều chắc chắn rằng, tổ tiên chúng ta cùng là dân của nhà nước có kinh đô Lương Chử, được tổ Thần Nông thành lập 5300 năm trước. Khảo cổ khám phá, người Lương Chử là người Lạc Việt, là *Vũ nhân hay Vũ dân, thờ vật tổ kép chim và thú.* Từ đó ta biết, tổ tiên chúng ta là Hồng Bàng thị và chúng ta thuộc nòi giống Tiên Rồng.

Khi 50 vạn quân Tần xuống Lĩnh Nam, người Lạc Việt trong đó có dân Quảng Tây tổ tiên ông chiến đấu kiên cường, giết tướng Đồ Thư góp phần làm nhà Tần sụp đổ. Nhưng rồi khi những đội quân Hán tàn bạo tràn tới, giang sơn bị chiếm đoạt, người Lạc Việt bị biến thành nô lệ. Năm 39, khi Vua Bà phất cờ khởi nghĩa thì 60 thành trì trên đất Lĩnh Nam hưởng ứng, đập tan ách đô hộ của nhà Hán. Đến nay, khắp Giang Nam còn hàng trăm nơi thờ Vua Bà.

Trong khi Việt Nam bị chiếm đóng thì tổ tiên của ông do không chịu làm tôi mọi cho ngoại bang, đã lui vào sống trong rừng núi. Thế là bi kịch xảy ra: từ cộng đồng đa số làm chủ giang sơn gấm vóc rộng lớn thì bất hạnh thay, đất nước chúng tôi thành thuộc địa, tổ tiên chúng tôi bị biến thành nô lệ. Còn tổ tiên của ông trở thành di, mọi, phải trốn vào rừng sâu, trở thành sắc dân thiểu số… Tuy có như vậy thì gần 2000 năm dưới các triều đại quân chủ, người Lạc Việt trên đất Trung Hoa vẫn giữ được văn hóa cùng tiếng nói của mình. Nhưng chỉ từ khi cộng sản nắm quyền, bằng chính sách đồng hóa khắc nghiệt, tiếng Lạc Việt bị cấm, thế hệ các ông cùng con cháu buộc phải nói quan thoại. Ông có biết rằng, do quan thoại nghèo nàn nên dân Việt ở Nam Dương Tử dần bỏ mất khoảng 30% tiếng nói quý giá của tổ tiên Lạc Việt? Với thời gian, các ông đã thành người Hán, nhưng là Hán hạng hai dưới sự giám sát của những quan chức từ phương Bắc xuống. Họ dùng các ông nhưng không tin vì dòng máu lạc Việt vẫn chảy trong huyết quản các ông… Trong khi đó, bằng sự quật cường của dòng máu Lạc Việt, Việt Nam chúng tôi đã tự giải phóng, giữ được mảnh đất hương hỏa cuối cùng cho nòi giống.

Thưa ông Vương, phẩm chất đầu tiên của con người là trung thực. Là người viết sử, trung thực càng phải đặt lên hàng đầu. Trong cuốn sách của ông, việc một *"Phương quốc Lạc Việt" từ 1300 năm TCN chịu sự "quản lý của vương triều trung ương"* là sự dối trá tệ hại, là sự xúc phạm đối với tổ tiên Lạc Việt, những người từ xa xưa phải bỏ vào sống trong rừng để "bất cộng đái thiên" với kẻ thù. Nay là người Trung Quốc, viết điều gì là quyền của ông. Là người Lạc Việt nên chúng tôi rất trân trọng văn hóa Lạc Việt. Cuối năm 2011, khi đồng bào Lạc Việt Quảng Tây khám phá ra chữ trên xẻng đá Cảm Tang, chúng tôi mừng muốn khóc, vội vã công bố trên các phương tiện truyền thông và sử dụng ngay thành tựu đó cho nghiên cứu. Chúng tôi đã từng nói một cách hình tượng: *Nếu ví con người cùng văn hóa phương Đông như một đại thụ thì gốc rễ của nó ở Việt Nam, còn cành nhánh cùng hoa thơm trái ngọt lại nảy nở trên đất Trung Hoa.* Chúng tôi mong muốn học hỏi, hiểu biết những khám phá về văn hóa Lạc Việt trên đó để hiểu thêm về dòng tộc của mình. Do vậy, những khảo cứu và khám phá của ông về văn hóa Lạc Việt rất quý giá. Nhưng những cái viết ra chỉ thực sự giá trị khi là chân, thiện, mỹ. Mong rằng dòng máu Lạc Việt đang chảy trong huyết quản sẽ luôn nhắc ông nhớ tới cội nguồn.

Chúc ông sức khỏe và gia tăng tuổi thọ.

Kính thư

Nhà văn, nhà nghiên cứu văn hóa Hà Văn Thùy.

Sài Gòn, 25.8.2019

*Nguyễn Hải Hoành:

Lương Đình Vọng (Liang Tingwang 梁庭望) sinh 1937, dân tộc Tráng, nguyên Phó Hiệu trưởng trường Đại học Dân tộc Trung ương, giáo sư, sử gia nổi tiếng chuyên về văn hóa lịch sử các dân tộc thuộc ngữ tộc Tráng-Đồng,[2] tức ngữ tộc của tộc Lạc Việt.

http://nghiencuuquocte.org/2019/08/16/trung-quoc-nghien-cuu-lich-su-phuc-vu-muu-do-chinh-tri/

Tài liệu tham khảo:

1. 水书 http://baike.baidu.com/view/95537.htm

2. Chuan-Chao Wang, Hui Li. Inferring human history in East Asia from Y chromosomes, https://investigativegenetics.biomedcentral.com/articles/10.1186/2041-2223-4-11

3. Stephen Oppenheimer: Địa đàng ở phương Đông-lục địa Đông Nam Á bị chìm. NXB Lao Động. HN, 2004.

TRÍ TUỆ VIỆT Ở ĐÂU?

Công bố "*Người Kinh và người Thái có hệ gien tương đồng cao và quan hệ tiến hóa gần gũi, nhưng lại độc lập với người Hán*" của Viện Nghiên cứu tế bào gốc - công nghệ gien Vinmec (VRISG) đã gây xôn xao công luận, khiến không ít người hoang mang. Để sáng tỏ vụ việc, ngày 17.8.2019 tạp chí Tia sáng - diễn đàn của trí thức Việt Nam - tổ chức Tọa đàm Khoa học *"Nguồn gốc người Việt: Từ khảo cổ học đến khảo cổ học tri thức"* với hai diễn giả là Tiến sỹ Khảo cổ học Nguyễn Việt và Tiến sỹ Hán Nôm, nhà nghiên cứu cổ sử Trần Trọng Dương.

Theo báo Thanh Niên, TS Trần Trọng Dương không nói ai đúng ai sai, mà để ngỏ câu trả lời. Ông nói: "Chúng ta đang trượt giữa những khung khổ tư duy khác nhau. Những tri thức lịch sử đã "găm" vào đầu chúng ta là những sản phẩm đã được kiến tạo qua các thời kỳ khác nhau." Và "Ông Dương ví dụ, trong cuốn Dư địa chí viết năm 1435, Nguyễn Trãi đã để Triệu Đà là người mở ra triều đại đầu tiên ở VN. Nhưng chỉ khoảng hơn 40 năm sau, năm 1479, Ngô Sĩ Liên vâng mệnh vua Lê Thánh Tông nhằm kéo dài và củng cố tính chính thống trong lịch sử của nhà Lê dưới hệ tư tưởng Nho giáo đã mở rộng chiều dài lịch sử vượt qua của triều đại Triệu Đà, Hùng Vương, Kinh Dương Vương tới Thần Nông. Điều này cho thấy việc nhìn nhận "sự thật lịch sử" còn cần đặt trong bối cảnh thời kỳ lịch sử với những hệ tư tưởng, quyền lực... khác nhau. TS Trần Trọng Dương cũng lấy ví dụ về việc nhìn nhân vật lịch sử Triệu Đà: "Qua các thời kỳ khác nhau, dưới các ý thức hệ khác nhau, dưới các quyền lực khác nhau, diễn ngôn khác nhau, dưới các hoàn cảnh, Triệu Đà luôn được kiến tạo, nhận thức, tái nhận thức nhằm cho các khuôn khổ ý thức hệ từng thời kỳ".

Còn theo tạp chí Tia sáng, dưới góc độ nhà khảo cổ, Tiến sỹ Nguyễn Việt phát biểu: *"Không lạm dụng khái niệm người Việt và để tránh "tự làm khó mình" – vướng vào cái nhìn thiển cận, trước tiên cần làm rõ một số khái niệm. Chẳng hạn khái niệm "Việt", hiện nay được dùng rất "dễ dãi" để chỉ chung cho rất nhiều nền văn hóa khảo cổ là chưa chính xác: đào được di vật của Homo erectus (người đứng thẳng) hoặc văn hóa Hòa Bình (khoảng 15000 năm trước) đều khẳng định là "người Việt" trong khi họ chưa hình thành các cộng đồng tộc người mà chỉ mới hình thành nhóm cư trú."*

TS Nguyễn Việt khẳng định rằng, *"Bình tuyến Phùng Nguyên (bắt đầu khoảng 4000 năm trước) với những cư dân trồng lúa đã phát triển theo một "tuyến đường thẳng và rất đẹp" đến văn hóa Đông Sơn và đến Đại Việt sau này (từ Phùng Nguyên cho đến nay, đặc điểm xương cốt khai quật được không thay đổi) - điều này giúp khẳng định tính bản địa của cộng đồng cư dân trồng lúa ở nước ta từ sớm. Nhưng không thể gán người Việt – là chủ nhân duy nhất cho ngay cả văn hóa Đông Sơn, bởi trong nhận thức của các nhà khảo cổ học thế giới, "trong thời kỳ Đông Sơn và tiền Đông Sơn, thì Thái và Việt là một, tất cả khối Lạc Việt, Tây Âu, hay Tày Thái cổ... đều là 'Yue'". Các khái niệm tộc người cụ thể, gắn với một quốc gia cụ thể đều xuất hiện muộn sau này. Nên hơn cả là gọi tên chủ nhân của các nền văn hóa khảo cổ theo tên của nền văn hóa khảo cổ đó. Ví dụ trong phạm vi văn hóa Đông Sơn thì gọi người Đông Sơn, trong phạm vi Âu Lạc thì gọi là người Âu Lạc, bởi vì khái niệm đó có tính bao trùm."*

"Vấn đề nhà nước đầu tiên của người Việt cổ cũng thường

bị hiểu nhầm, khi nhiều người băn khoăn rằng - liệu dưới thời Hùng Vương đã có một nhà nước – với đầy đủ các ban bệ của một triều đình hay chưa. "Đừng nhầm 4000 năm lịch sử với 4000 năm văn hiến, thời điểm có bộ máy, thể chế, thu thuế... phải đến Âu Lạc", TS Nguyễn Việt lưu ý. "Thời kỳ chúng ta gọi là Hùng vương là một thời kỳ có thật, nhưng không phải là một triều đình có vua như cách ta nghĩ, mà chỉ là có ông thủ lĩnh đáng kính thu hút được cư dân trong một nhóm mà thôi".

Như vậy là qua ý kiến của hai vị tiến sỹ, câu hỏi của ban tổ chức chưa được giải đáp! Vì sao vậy? Phải chăng như lời PGS. TS Nông Văn Hải, Nguyên Viện trưởng Viện Nghiên cứu Hệ gene: "Đây là một vấn đề cực kỳ phức tạp", và ngành gene hay các ngành khác cũng "chỉ như thầy bói xem voi"?

Theo chúng tôi, đây là vấn đề phức tạp nhưng không phải không giải quyết được! Nguyên nhân là do những nhà chuyên môn nhìn theo góc độ hẹp mà thiếu cách nhìn toàn diện, tổng thể để thấy được vấn đề.

Trước hết là Tiến sỹ Trần Trọng Dương. Ngay từ đầu ta thấy ông đã hỏng về phương pháp luận khi "khảo cổ học tri thức." Ông nói: *"Chỉ khi nào ta hệ thống hóa được các nguồn sử liệu nguyên ngữ với những niên đại tuyệt đối, thì khi ấy ta mới có thể tiến hành nghiên cứu một cách cẩn thận về một lịch sử tư tưởng về những cộng đồng người mà nay gọi là "người Việt.""* Vâng, dù cuộc "khảo cổ" của ông thành công mỹ mãn, lôi được toàn bộ văn bản cổ đặt trên bàn thì những tư liệu đó cũng không cho ông hiểu về "người Việt." Bởi lẽ chữ là do con người viết ra. Sử gia Hoa Hạ của 1000 hay 2000 năm trước gọi những người sống ngoài cương vực của mình là Man, Miêu, Cửu Lê, là Yue… Nhưng họ làm sao biết "Yue" là ai, có nguồn gốc thế nào? Mặc dù có tới "nhị thập tứ sử" thì những đại công trình ấy cũng chẳng cho người Trung Quốc biết tổ tiên họ là ai, từ đâu ra? Với sử gia người Việt vốn sinh sau đẻ muộn càng không thể! Do vậy, việc "khảo cổ tri thức" (xin lỗi, nói "khảo cổ học tri thức" có lẽ không chuẩn. Chính xác phải là "khảo cổ học văn bản") để tìm ra nguồn gốc người Việt là điều hoang tưởng! Không, để có thể hiểu về người Việt phải cần toàn bộ tri thức nhân loại, không chỉ văn tự mà còn khảo cổ học, nhân chủng học, văn hóa học và tri thức hiện đại nhất là di truyền học. Không chỉ vậy, do thông tin thay đổi hàng ngày, hôm nay đã khác hôm qua nên tài liệu phải liên tục được cập nhật! Trong thế giới thông tin lưu chuyển đến chóng mặt mà ngồi đấy "khảo cổ học tri thức"từ hàng nghìn năm trước để tìm cội nguồn người Việt, khác nào leo cây tìm cá?

Tiến sỹ Nguyễn Việt là nhà khảo cổ có tiếng. Ý kiến trên không phải chỉ là mối bận tâm của riêng ông mà cũng là băn khoăn của nhiều trí thức quan tâm tới lịch sử. Tuy nhiên do khu cứ trong chuyên môn hẹp của mình, ông chưa bao quát được thành tựu của nhân học và văn hóa học. Sự thật là vấn đề ông quan tâm từ lâu đã được giải quyết. Sau một thời cho rằng người Đứng thẳng tiến hóa thành người Khôn ngoan, khoa học đã sửa sai khi xác định, người Đứng thẳng chỉ là họ hàng xa của loài chúng ta. Họ đã hoàn toàn biến mất khỏi châu Á 250.000 năm trước. Vì vậy, việc nhét họ vào chung cái bị "người Việt" là phản khoa hoc, đi ngược với trí tuệ nhân loại. Từ năm 1983, trong cuốn Nhân chủng học Đông Nam Á, Giáo sư Nguyễn Đình Khoa đã viết: *"Thoạt kỳ thủy trên đất Việt Nam xuất hiện hai đại chủng Australoid và Mongoloid. Họ lai giống với nhau và con cháu họ lai giống tiếp sinh ra bốn chủng* ***người Việt cổ*** *Indonesian, Melanesian, Vedoid và Negritoid. Sang thời Kim khí, người Mongoloid phương Nam xuất hiện, trở thành chủ thể dân cư, người Australoid biến mất khỏi đất này không hiểu do di cư hay đồng hóa?"(1)* Với những dòng trên, nhà nhân học hàng đầu Việt Nam chỉ ra: người Hòa Bình, Bắc Sơn, Đa Bút cùng một chủng *người Việt cổ Australoid*. Người từ văn hóa Phùng Nguyên đến chúng ta cùng chủng *người Việt hiện đại Mongoloid phương Nam*. Điều này có nghĩa, *dân cư trên đất Việt Nam từ xưa đến nay là một dòng liên tục, từ người Việt cổ sang người Việt hiện đại*. Do vậy, *gọi dân cư sống từ xa xưa tới* *nay trên đất Việt Nam là người Việt hoàn toàn chính xác.*

Tộc danh Việt cũng từ lâu được xác định. Nửa thế kỷ trước, học giả Kim Định khám phá, sau khi sáng tạo ra những cái búa, cái rìu, cái việt đá mới đầu tiên trên trái đất, người Việt gọi mình là người có búa, người mang búa, mang việt rồi định danh thành *người Việt* (戉). Khoảng 10.000 năm trước, khi làm chủ cây lúa nước, người Việt bên bờ Dương Tử gọi mình là người Việt chủ nhân cây lúa (粵). Và khi làm ra những cây búa đồng, người Việt viết tên mình bằng Việt bộ Tẩu (越). Khi hiểu nguồn gốc người Việt cùng tộc danh Việt như vậy, mọi chuyện sẽ trở nên rõ ràng.

Trong Tọa đàm, hai diễn giả chưa tìm ra nguồn gốc người Việt, chưa chỉ ra công bố của Vinmec đúng hay sai. Không thể trách hai vị tiến sỹ vì chuyên môn của họ chỉ cho họ thấy cây mà không thấy rừng. Trong khi đó, chuyện này từ lâu đã được thế giới giải quyết.

Năm 1992, S.W. Ballinger và cộng sự thuộc Hiệp hội Di truyền học Hoa Kỳ, sau khi giải mã DNA 143 bộ gen của bảy cộng đồng dân cư châu Á, đã công bố: *"Tất cả các quần thể châu* **Á đã được tìm thấy để chia sẻ hai đa hình AluI / DdeI cổ đại ở nps 10394 và 10397 và giống nhau về mặt di truyền chỉ ra rằng chúng có chung một tổ tiên. Sự đa dạng mtDNA lớn nhất và tần số mtDNA cao nhất với HpaI / HincII morph 1 đã được quan sát thấy ở người Việt Nam cho thấy nguồn gốc Mongoloid của người châu Á."**(All Asian populations were found to share two ancient AluI/DdeI polymorphisms at nps 10394 and 10397 and to be genetically similar indicating that they share a common ancestry. The greatest mtDNA diversity and the highest frequency of mtDNAs with HpaI/HincII morph 1 were observed in the Vietnamese suggesting a Southern Mongoloid origin of Asians.) (2). *Một khi người châu Á cùng có nguồn gốc Mongoloid thì không thể di truyền người Việt khác người Hán*

Năm 2009, công trình *Genetic 'map' of Asia's diversity* (Bản đồ gen về sự đa dạng sinh học dân cư châu Á), của Liên minh SNP Pan-Asian thuộc Tổ chức bộ gen người (HUGO), tập hợp 90 nhà di truyền hàng đầu châu Á, giải trình tự 2000 bộ gen châu Á (hơn sáu lần quy mô khảo cứu của Vinmec) đã khẳng định:

"Có vẻ như từ dữ liệu của chúng tôi nói rằng họ đã vào Đông Nam Á trước tiên - làm cho các quần thể nơi này già hơn [và do đó đa dạng hơn]," ông nói tiếp: "Sau đó có lẽ họ đi chậm hơn về phía bắc, với sự đa dạng bị mất trên đường đi trong những dân cư 'trẻ hơn' này. "Vì vậy, mặc dù dân Trung Quốc rất đông, nhưng nó có ít sự đa dạng hơn so với số người sống ở Đông Nam Á nhỏ hơn, bởi vì sự mở rộng của Trung Quốc xảy ra rất gần đây, theo sự phát triển của nông nghiệp lúa nước - chỉ trong vòng 10.000 năm qua."

(It seems likely from our data that they entered South East Asia first - making these populations older [and therefore more diverse]," he said. "[It continued] later and probably more slowly to the north, with diversity being lost along the way in these 'younger' populations. So although the Chinese population is very large, it has less variation than the smaller number of individuals living in South East Asia, because the Chinese expansion occurred very recently, following the development of rice agriculture - within only the last 10,000 years.)

Và:

"Dân cư khắp châu Á giống nhau về mặt di truyền. Kiến thức này sẽ giúp các nghiên cứu di truyền trong tương lai ở lục địa và giúp thiết kế các loại thuốc để điều trị các bệnh mà dân cư châu Á có thể có nguy cơ cao hơn. Và việc phát hiện ra di sản di truyền chung này, ông nói thêm, là một "thông điệp trấn an xã hội ", rằng "đã xóa bỏ sự phân biệt chủng tộc từ những nghiên cứu sinh học"".

(Dr. Liu said that it was "good news" that populations throughout Asia are genetically similar. This knowledge will aid

future genetic studies in the continent and help in the design of medicines to treat diseases that Asian populations might be at a higher risk of. And the discovery of this common genetic heritage, he added, was a "reassuring social message", that "robbed racism of much biological support".) 3

Công bố của HUGO có ý nghĩa lớn, nó "**đã xóa bỏ sự phân biệt chủng tộc từ những hỗ trợ sinh học.**" Không những chỉ ra *dân cư châu Á cùng một chủng tộc, được phát tích từ đất Việt Nam*, nó cũng bác bỏ quan niệm mà các vương triều Trung Hoa áp đặt từ 2000 năm trước: người Trung Hoa là thiên tử, con giời, còn người Việt và các dân tộc châu Á khác là man, mọi. Trong khi đó, *công bố của Vinmec "gen người Việt độc lập với người Hán" không chỉ trái ngược với khoa học thế giới mà có thể tạo điều kiện cho những cái đầu bá quyền Đại Hán lợi dụng để tiếp tục coi người Việt là giống hạ đẳng man, mọi?*

Dựa vào một số công bố khoa học cho rằng, người châu Phi theo con đường phương Bắc tới làm nên dân cư phương Đông, một số học giả Trung Quốc đưa ra chủ trương: "Người từ châu Phi tới Trung Quốc làm nên cộng đồng Bách Việt mà người Hán là trung tâm còn Việt Nam là đám ly khai," Thủ tướng Trung Quốc Lý Khắc Cường ngay giữa Hà Nội dạy người Việt "lãng tử hồi đầu!"Người Việt nín khe không biết cách đáp trả!

Một đất nước có hàng chục viện hàn lâm với hàng nghìn giáo sư, tiến sỹ. Nhưng khi có việc thì tất cả bối rối *"chỉ như thầy bói xem voi"*? Vậy trí tuệ Việt ở đâu?

Sài Gòn, Thu 2019

Tài liệu tham khảo:

1.Nguyễn Đình Khoa. *Di truyền học Đông Nam Á.* (NXB DH&THCN. H. 1983)

2.S.W. Ballinger et al. *Southeast Asian Mitochondrial DNA Analysis Reveals Genetic Continuity of Ancient Mongoloid Migrations.* https://www.ncbi.nlm.nih.gov/pmc/articles/PMC1204787/pdf/ge1301139.pdf

3. Genetic 'map' of Asia's diversity. http://news.bbc.co.uk/2/hi/8406506.stm

SỰ KHỦNG HOẢNG CỦA TRÍ TUỆ PHƯƠNG TÂY

Tương truyền, sau khi Sokrates qua đời, học trò của ông ở thành Athena dựng bức tượng thầy trên một mỏm đá mặt nhìn ra biển Egea, hai tay giơ cao, mỗi tay cầm một bó đuốc. Bó đuốc trên tay phải khắc chữ wisdom. Trên tay trái là bó đuốc có chữ Logos. Hai bó đuốc tỏa sáng như ngọn hải đăng dẫn lối cho người Hy Lạp và cả phương Tây bước đi dưới ánh sáng của Minh triết và Thần ngữ.

Nhưng rồi vào lúc nào đó, bó đuốc trên tay phải tắt ngấm, chỉ còn lại bó đuốc trên tay trái. Tin ở người dẫn lối thông tuệ, 2500 năm phương Tây mải miết theo con đường triết học duy lý. Thơ ca, âm nhạc, hội họa bị khinh rẻ đuổi khỏi diễn đàn, chỉ còn những triết gia kinh viện ngự cao vời trên đỉnh Olimpia, mài sắc lưỡi cùng ngòi bút để triết lý về những điều tưởng chừng cao siêu, nhưng nói như Voltaire: " (Triết học) chỉ là xuyên tạc đời sống, nó chỉ là thức ăn nuôi trí tò mò của con người."

Trong cuốn sách mang tên Đại thiết kế (The Grand Design-2010), Stephen Hawking khẳng định: Triết học đã chết-Philosophy is dead! Điều này không bất ngờ, vì đó chỉ là sự khái quát ở mức cao hơn một nhận định trước đó, có hơi hướng mỉa mai, cũng của chính ông trong cuốn sách rất nổi tiếng khác – Lược sử thời gian (A Brief History of Time - 1988) , rằng: nhiệm vụ còn lại của Triết học chỉ là trò phân tích ngôn ngữ!

Tuy nhiên không phải S. Hawking là người đầu tiên đưa ra ý tưởng này. Hơn trăm năm trước, Nietzsche (1844 – 1900) từng cảnh báo: "Hồn sâu xa của Hy Lạp chịu ảnh hưởng của Đông Phương huyền bí nên cũng có một dòng huyền niệm đi liền với môt dòng tư duy sáng sủa. Huyền niệm tượng trưng bằng thần Dyonisus. Còn thần Apollo có tên là sáng láng, thần của ánh hào quang, của hình thức với những đường cong rõ rệt." "cái hồn ấy bị Socrates bóp chết bằng tuyên dương lý trí: lấy ý thức sáng sủa minh nhiên mà xua đuổi năng lực ẩn tàng nên Socrates chỉ biết phê bình mà không hề kiến thiết và ông thiếu hẳn óc huyền niệm bởi năng khiếu biện lỹ đã được vun tưới đến mức cực đoan nên đã cắt đứt với dòng truyền thống"(1)

Trong thời điểm triết học đang cực thịnh mà nói như vậy quả là chuyện báng bổ. Nhưng Nietzsche không cô độc vì sau ông còn có Karl Jaspes (1883 – 1969): "Thời Trục là thời giàu về tinh thần đến tột bực, còn thời ta tuy có những phát minh về máy móc lớn hơn những phát minh Thời Trục, nhưng về mặt tinh thần không gì có thể so sánh được với những suy tư của một Khổng, một Lão, một Thích Ca." Ông hô hào phải "trở lại những giá trị Thời Trục là thời đã tạo dựng những giá trị truyền thống. Đó là phương thuốc duy nhất để đoàn tụ nhân loại." (2)

Triết gia thứ ba là Martin Heidegger (1889 – 1976) cho rằng "nền móng siêu hình cổ điển đã sai lạc vì hiểu chữ tính thể thành hiện tượng của sự vật thường nghiệm. Do đó thay vì nói về tính thể u linh, thì Triết học Cổ điển chuyển thành hữu thể, là vật thể tầm thường. Do vậy, Heidegger cho rằng Triết Cổ điển là thiếu căn cơ, tức thiếu nền tảng."

"Tóm lại, ba triết gia Nietzsche, Jaspes, Heidegger nhận ra rằng, vì những sai lầm của các bậc tiền bối Socrates, Plato, Aristotle mà Triết cổ điển phương Tây bị cắt đứt với truyền thống tâm linh, tức cội nguồn Minh triết của nhân loại, trở thành duy lý, dưới hình thức một tri thức luận, một lĩnh vực chuyên môn nên không có ảnh hưởng gì nhiều đến đời sống. Bởi lẽ, đời sống có tính cách toàn diện chứ không chỉ giới hạn ở lý trí.

Sống đòi hỏi không chỉ có suy tư mà còn biết cảm xúc cũng như cả hành động tiến tới hiện thực. Sau khi tách rời khỏi Minh triết, Triết học không còn đóng nổi vai trò hướng đạo cuộc sống. Trong khi đó, con người vẫn cần phải sống, cần phải được dẫn dắt. Nhưng vì thiếu Minh triết nên người ta phải tạm "xài đỡ" đạo lý đời thường (common sense). Đó chính là nguyên nhân của tình trạng ngộ nhận giữa Minh triết, Triết học, đạo lý đời thường cùng nhiều thứ khác..."(3) Do vậy, trở về Thời Trục để tìm lại Minh triết trở thành yêu cầu bức thiết.

Tuy nhiên tìm về minh triết lại là bi kịch của trí tuệ phương Tây. Một công việc vô tăm tích như "đi tìm thời gian đã mất" hay như người mất trí nhớ đi tìm lại nguồn cội của mình. Không gì bi hài hơn nếu ta lần theo vết chân của François Jullien, một triết gia hàng đầu đương đại:

"Ở châu Âu hiện nay, từ "sagesse" mà chúng tôi dịch là Minh triết có một nghĩa xấu, tuy vậy người ta có thể hiểu nó theo nghĩa xấu mà cũng có thể hiểu nó theo nghĩa tốt. Về nghĩa xấu thì tiêu biểu là ý kiến của triết gia Wittgenstein (triết gia Anh, gốc Áo), cho rằng "minh triết là một cái gì nguội lạnh và lẩn thẩn". Sau đây là một loại ý kiến đánh giá về Minh triết hiện nay: "Một khi Minh triết là như vậy thì nó thiếu lửa, thiếu sức sống, thiếu sức nóng, thiếu nhiệt, mà khi đã thiếu nhiệt thì nó chỉ che đậy cuộc sống, làm cho người ta không thấy được nó". Đấy là một ý kiến rất coi thường Minh triết. Như vậy, "Minh triết là một thứ tro nguội lạnh, xám xịt, phủ lên lò lửa là sự sống". Trong khi đó Triết học có cái đà của nó, có lửa nhiệt tình của nó. Minh triết khác với Triết học là ở chỗ đấy. Minh triết đi đến chỗ tiêu tan, nguội lạnh. Nhưng ngược lại, Voltaire lại cho rằng Triết học chỉ là xuyên tạc đời sống, nó chỉ là thức ăn nuôi trí tò mò của con người. Voltaire là người đơn độc, ông không có hậu thế để tiếp tục ý kiến của mình. Như vậy vấn đề hiện nay là có hai cách đánh giá về Triết học, về Minh triết: Minh triết che đậy sự sống, còn Triết học thì xuyên tạc sự sống.

Cũng có hai cách đánh giá khác về Minh triết, về Triết

học. Có một ý kiến cho rằng Minh triết là trên Triết học, còn có một ý kiến khác nói Minh triết là dưới Triết học. Cách đánh giá Minh triết trên Triết học có từ trước Plato, tức là người ta cho rằng Minh triết là cái gì đó cao hơn Triết học và nó là trí tuệ của thần thánh. Còn Triết học là sự hiểu biết của con người. Con người không vươn được tới Minh triết cho nên bằng lòng với việc là người bạn của Minh triết, là người yêu chuộng Minh triết... Nhưng đến Plato, bắt đầu có một sự đảo ngược lại. Người ta nhận ra Minh triết tự cho là thần thánh, tức là nắm được tất cả, mà nắm được tất cả là mất, bởi vì nắm tất cả thì anh không còn thiếu, mà không còn thiếu gì nữa thì anh không băn khoăn, không lo lắng, không động não nữa, anh ở trạng thái thoả mãn. Còn với Triết học, đối tượng của nó là cái thiếu, vì nó cảm nhận được cái thiếu nên nó hoạt động tích cực và phát triển.

Minh triết có một nhược điểm là không có lịch sử còn Triết học thì có lịch sử, nhiều lịch sử. Một bậc Hiền giả, một người Minh triết có thể có lịch sử nhưng sự phát triển của Minh triết không có lịch sử. Một khi Minh triết không có lịch sử thì nó đứng tại chỗ, nó trì trệ, do đó, nó chỉ đưa ra những kiến giải tầm thường và nó nói những ý kiến mà lương tri thông thường của con người cảm nhận được, nó chỉ dừng lại ở đấy. Như vậy, Minh triết đã không được kiến tạo một cách lịch sử cho nên người ta đặt vấn đề tìm hiểu vị trí, vị thế chính thức của nó." "Châu Âu chỉ còn giữ lại được của minh triết những đống đổ nát hay đôi mảng lớn cô lập: Pyrrhon, Montaigne, các nhà khắc kỷ chủ nghĩa".

"Tóm lại, về Minh triết thì tôi cho rằng nó là hạ tầng của Triết học. Nhiệm vụ xây dựng Minh triết hiện nay là phải tạo ra những khái niệm cho mình, dùng những khái niệm đó để suy nghĩ những vấn đề mà Triết học bỏ rơi hay Triết học chưa nắm bắt được. Về vấn đề thở thì Minh triết phải tìm ra những khái niệm để diễn đạt, đào sâu hoạt động thở, tìm ra kết cấu của nó và tạo ra những khái niệm. Như vậy, Minh triết phải tạo cho mình những khái niệm.

- Bây giờ, Minh triết cũng phải quan tâm đến mối liên hệ với chính trị, tức là tạo cho nó một cái gì đấy của nó.

- Còn Minh triết ở Trung Quốc trong quan hệ với chính trị thì như thế nào? Trong quan hệ với chính trị, Minh triết ở Trung Hoa cổ không có một lập trường xác định. Tuy bên trong là ngay thẳng nhưng bên ngoài đối với chính quyền thì mềm dẻo, từ mềm dẻo đi đến chỗ luồn cúi, không có lập trường. Do kết cấu không có lập trường nhất định, khi thế này, khi thế nọ nên những nho sĩ Trung Quốc không bao giờ là trí thức, không phải là trí thức. Trí thức phải có lập trường. Lập trường là thế nào? Tức là mình phải có quan điểm của mình. Vấn đề đó rất quan trọng, nhất là để hiểu những nhà Minh triết Trung Quốc cổ như thế nào và nó ảnh hưởng đến trí thức Trung Quốc hiện nay như thế nào.

- Minh triết hiện nay phải khắc phục hai nhược điểm có từ xưa, một là không tư duy bằng khái niệm thì bây giờ Minh triết phải có khái niệm. Thứ hai là về chính trị không rõ ràng thì bây giờ phải rõ ràng đối với chính trị. Minh triết ở giai đoạn này phải đưa tư tưởng vào công trường của mình để làm ra những khái niệm... Đấy là đề nghị của tôi đối với công việc của Minh triết.(5)

Sự đời, muốn tìm cái gì đó thì trước hết phải biết cái mình cần tìm là gì. Nếu không thì chuyện tìm kiếm sẽ là tìm kim đáy bể hay kiếm cá ngọn cây! Từ trích dẫn trên, ta thấy vấn nạn ở phương Tây là sự thay đổi quan niệm về minh triết và triết học xảy ra từ Plato. "Trước Plato người ta cho rằng Minh triết là cái gì đó cao hơn Triết học và nó là trí tuệ của thần thánh. Còn Triết học là sự hiểu biết của con người. Con người không vươn được tới Minh triết cho nên bằng lòng với việc là người bạn của Minh triết, là người *yêu chuộng Minh triết*...Nhưng đến Plato, bắt đầu có một sự đảo ngược lại. Người ta nhận ra Minh triết tự cho là thần thánh, tức là nắm được tất cả, mà nắm được tất cả là mất, bởi vì nắm tất cả thì anh không còn thiếu, mà không còn thiếu gì nữa thì anh không băn khoăn, không lo lắng, không động não nữa, anh ở trạng thái thoả mãn. Còn với Triết học, đối tượng của nó là cái thiếu, vì nó cảm nhận được cái thiếu nên nó hoạt động tích cực và phát triển.” (5)

Câu dẫn trên hoàn toàn tư biện. Minh triết là sản phẩm hình thành từ xa xưa trong hoạt động xã hội của con người rồi bằng cảm nhận của mình, con người thế hệ sau phát hiện ra. Minh triết không là vật thể sống, không biết tư duy nên làm gì có chuyện tự nhận mình là thần thánh, nắm được tất cả, để rồi mất tất cả?! Đấy là lỗi của các triết gia đã gán cho minh triết những “tính nết” nó không hề có để rồi coi thường, kinh rẻ nó. Gán cho minh triết những phẩm tính tiêu cực cũng có nghĩa là rấp bỏ con đường đi tìm lại nó. Để tìm lại minh triết, công việc đáng lẽ phải làm là, tra vấn vì sao con người thời tiền Plato vốn “nhân chi sơ tính bản thiện” lại “cho rằng Minh triết là cái gì đó cao hơn Triết học và là trí tuệ của thần thánh?”Nghĩa là phải trả lời câu hỏi: vì sao minh triết cao hơn triết học? Vì sao minh triết lại là trí tuệ của thần thánh? Từ đó giải mã bí mật của minh triết, ngõ hầu tìm ra bản chất của minh triết, cội nguồn của minh triết để rồi nuôi dưỡng nó, làm giầu thêm sự khôn sáng của con người.

Trái với cách làm đó, học giới phương Tây áp đặt cho minh triết những thuộc tính mà nó vốn không có để rồi đưa ra quan niệm tiêu cực về minh triết: “Minh triết là một cái gì nguội lạnh và lẩn thẩn”. “Một khi Minh triết là như vậy thì nó thiếu lửa, thiếu sức sống, thiếu sức nóng, thiếu nhiệt, mà khi đã thiếu nhiệt thì nó chỉ che đậy cuộc sống, làm cho người ta không thấy được nó”, “Minh triết là một thứ tro nguội lạnh, xám xịt, phủ lên lò lửa là sự sống…”

Một quan niệm như vậy hoàn toàn trái ngược với phương Đông. Trong văn hóa phương Đông, Minh triết (明悊) thì Minh (明) là sáng mà Triết (悊) cũng là sáng, có nghĩa hai lần sáng. Triết (晢) còn nghĩa khác là trí tuệ. Minh triết là trí tuệ sáng láng. Theo cách giải nghĩa khác thì Minh là sáng, còn Triết là triệt, là tận cùng, Minh triết có nghĩa cực sáng, sáng tới tận cùng!

F. Jullien còn cho rằng "Một khi Minh triết không có lịch sử thì nó đứng tại chỗ, nó trì trệ, do đó, nó chỉ đưa ra những kiến giải tầm thường và nó nói những ý kiến mà lương tri thông thường của con người cảm nhận được, nó chỉ dừng lại ở đấy."Quan niệm như thế cũng trái với phương Đông. Thực tế phương Đông cho thấy Minh triết có lịch sử của nó. Lịch sử của minh triết phương Đông bắt đầu muộn nhất khoảng 15.000 năm trước, khi người Hòa Bình Việt Nam thuần hóa được cây lúa nước. Nhà thực vật học người Mỹ Paul C. Mangelsdorf đã nói rất đúng: "Không có nền văn minh nào xứng đáng với tên gọi đó cho tới khi phát hiện ra nông nghiệp trồng ngũ cốc." Khi tự trồng ra cây lúa làm lương thực, con người không còn hoàn toàn phụ thuộc vào thiên nhiên, tự thấy mình tách khỏi sự hoang dã, đứng cao hơn thú vật và bắt đầu có ý thức về bản thân. Minh triết được hình thành bởi những nhà hiền minh cổ xưa nhưng chủ yếu được sản sinh, chọn lọc và tích tụ bởi những người vô danh trong dân gian, được nạp vào bộ nhớ dân gian làm nên văn hóa. Lâu dần, với bề dầy thời gian, nó trở thành yếu tố bền vững, thành phẩm chất di truyền (Phenotype) truyền lại cho con cháu qua hoạt động xã hội. Như vậy, minh triết chẳng những không chỉ là "những kiến giải tầm thường" mà cũng không hề "dừng lại ở đấy", nó luôn tiếp thu trong sự chọn lọc nghiệm sinh những điều minh triết mới, bổ sung vào trầm tích văn hóa. Vì vậy, ở phương Đông, *"Minh triết là những điều khôn ngoan, sáng suốt trầm tích trong chiều sâu nhất của văn hóa, luôn tỏa ánh sáng và sức nóng nuôi dưỡng văn hóa dân tộc."*

Hàng nghìn năm phương Tây đinh ninh cho rằng triết học = tình yêu minh triết (Phylosophia) nhưng đó là trò chơi chữ vô nghĩa. Một sự ngộ nhận chết người. Do quan niệm như thế nên người ta hy vọng rằng, khi đi tới cùng của triết học sẽ gặp minh triết. Sự thực đã không như vậy. Minh triết là minh triết mà triết học là triết học. Hai cái chẳng quan hệ gì với nhau, nếu không muốn nói là kẻ thù của nhau nên chẳng hề có chuyện "yêu đương" gì ở đây! Trong khi trường phái Pythagoras dung hợp ánh sáng mờ ảo tâm hồn, tâm linh của thần Opheus với ánh sáng trí tuệ minh nhiên của thần Apollo thì triết học đuổi thơ ca, hội họa, âm nhạc ra khỏi diễn đàn để duy nhất tôn vinh lý trí. Do vậy, cái cây triết học mọc trên mảnh đất cằn tư biện trở nên tiên thiên bất túc. Hãnh tiến với vai trò độc tôn của mình, nó không hề biết tới minh triết. Suốt 2500 năm phương Tây đã ngộ nhận, đã tự lầm lạc vì trò chơi chữ của mình. Không phải là tình yêu minh triết mà trái lại, triết học là kẻ thù, là kẻ hủy diệt minh triết: Triết học = Antisophia!

F. Jullien nói: "Trong quan hệ với chính trị, minh triết Trung Quốc cổ không có một lập trường xác định" và "Do kết cấu không có lập trường nhất định, khi thế này, khi thế nọ nên những nho sĩ Trung Quốc không bao giờ là trí thức, không phải là trí thức. Trí thức phải có lập trường." Không ngờ một nhà Hán học thời danh mà lại hồ đồ đến thế. Thực tế không phải vậy. Nếu coi Khổng Tử là nho sĩ đầu tiên của Trung Quốc thì rõ ràng ông có lập trường và kiên quyết giữ lập trường của mình. Chính vì chú tâm truyền vương đạo, không chịu bàn đến lợi của các vương hầu mà những cuộc du thuyết của ông thất bại. Mạnh Tử cũng vì lập trường phản đối chiến tranh mà không được dùng. Khuất Nguyên can vua không được mà tự trầm. Tư Mã Thiên kiên định lập trường chép sử vì sự thật. Tiêu biểu nhất là trường hợp bốn anh em nhà Thái Sử thời Chiến Quốc. Sau khi ba người anh là Thái Sử Bá, Thái Sử Trọng và Thái Sử Thúc bị giết vì ghi dòng "Thôi Trữ giết vua" vào sử thì đến lượt mình, người thứ tư là Thái Sử Quý vẫn viết như vậy! Ở Việt Nam có trường hợp Chu Văn An sau khi dâng "Thất trảm sớ" không được chấp nhận thì cáo quan, hồi hưu. Nguyễn Trãi cũng là người giữ lập trường cứu nước kiên định. Rồi Đào Duy Từ, Ngô Thì Nhậm cùng biết bao vị hưu quan vì bất đắc chí... đều là những người có lập trường chính trị kiên định. Ai đó, hình như Voltaire, trong hoàn cảnh nặng nề của phong kiến thế tập châu Âu Trung cổ, đã từng mơ ước về phương Đông dưới sự cai trị của đạo Khổng Tử, khi mà vua hôn ám thì được phép "đuổi nó đi!" Như vậy, nói rằng trí thức phương Đông không có lập trường chính trị là không đúng sự thực. Càng sai hơn khi nói phương Đông không có trí thức!

F. Jullien còn nói: “Minh triết phương Đông né tránh mâu thuẫn để giữ sự hài hòa; để giữ gìn hài hòa, phương Đông đi con đường vòng để tránh mâu thuẫn.“ Không phải vậy. Đúng là phương Đông coi trọng sự hài hòa đến mức coi thái hòa là chủ đạo của minh triết. Nhưng không phải phương Đông không biết giải quyết mâu thuẫn. Dịch lý nói: “Cùng tắc biến, biến tắc thông“. Phương Đông không can thiệp “ngang xương“ vào quá trình diễn biến của sự vật mà theo lẽ biến cùng, tác động một cách minh triết vào sự việc cho mâu thuẫn tự giải quyết một cách tự nhiên, nhi nhiên.

Có thể là triết gia lớn, nhưng trong môi trường văn hóa châu Âu với hàm lượng minh triết thấp cùng quan niệm coi thường minh triết, sự hiểu biết của Giáo sư F. Jullien về minh triết nói chung và nhất là minh triết phương Đông còn hạn chế. Lời khuyên của ông: “Minh triết hiện nay phải khắc phục hai nhược điểm có từ xưa, một là không tư duy bằng khái niệm thì bây giờ Minh triết phải có khái niệm. Thứ hai là về chính trị không rõ ràng thì bây giờ phải rõ ràng đối với chính trị. Minh triết ở giai đoạn này phải đưa tư tưởng vào công trường của mình để làm ra những khái niệm...“ theo tôi là xui dại. Minh triết là... minh triết, có nghĩa là sự khôn ngoan, sáng suốt tồn tại an nhiên trong cuộc sống, dưới dạng vô tư, hồn nhiên, thơ trẻ... Tuy vậy nó có sức mạnh nội tại siêu việt: ủng hộ nền chính trị vương đạo, đả phá chính trị bá đạo. Khi thấy một nền chính trị đi trật đường rầy thì minh triết phản bác nó. Ông Mác nói chí lý: “Giai đoạn cuối của sự vật, đó là sự khôi hài“. Nền chính trị khi trở thành khôi hài trong con mắt của cộng đồng thì đang bước tới hồi cáo chung. Minh triết là hòn đá thử vàng, chỉ cho cộng đồng thấy sự sai lệch chệch hướng của chính thể. Và đó là sự tham gia tích cực của minh triết vào chính trị. Đức Phật dạy: “Sư tử trùng thực sư tử nhục” có biểu hiện thái độ chính trị không? Như vậy, minh triết đứng cao hơn và điều chỉnh nền chính trị. Chính vì vậy mà phương Đông cần minh triết và minh triết được coi trọng. Nếu như minh triết biến thành khái niệm để tư duy theo khái niệm thì nó chỉ là cái bóng mờ của triết học và rồi trở nên tư biện, nghèo nàn, xơ cứng.

Hơn 2000 năm trí tuệ phương Tây bay trên hai cánh: khoa học và triết học. Triết học được tôn xưng là khoa học của khoa học, với những trường phái kế tiếp nhau bằng nhiều tên tuổi lẫy lừng, trở thành niềm tự hào của phương Tây và là vũ khí trí tuệ siêu việt thống trị phần còn lại của thế giới. Nhưng nay Triết học đã chết! Trí tuệ phương Tây chỉ còn phiêu diêu trên đôi cánh duy nhất là khoa học. Nhưng nền khoa học không có minh triết có nghĩa là không có trái tim, không có tâm hồn. Một nền khoa học mù lòa như vậy sẽ đưa nhân loại tới bờ hủy diệt.

Sau 2500 năm, có gã hiếu kỳ tới thăm pho tượng của Socrates bên bờ biển Egea. Gã nhận ra, hai ngọn đuốc trên tay ông được nối vào hai bể dầu nằm sâu trong trầm tích của văn minh Hy Lạp. Bể dầu thông với ngọn đuốc bên trái vừa khô cạn. Trong khi cái bể thông với ngọn đuốc bên phải thì từ lâu cạn khô trơ đáy nông choèn. Rồi gã chép miệng: không phải tại Socrates! Sự lạc đường của Hy Lạp là do nguồn Wisdom trong văn minh của họ quá nghèo!

Sài Gòn, Xuân 2019

Tài liệu tham khảo.

1,2,3. Kim Định, *Triết Lý Giáo Dục*. http://vietnamvanhien.net/trietlygiaoduc.pdf

4.François Jullien. *Bàn Về Minh Triết*. http://viet-studies.info/Jullien_BanVeMinhTriet.htm

CÓ PHẢI NGƯỜI HÁN LÀ "VIÊM HOÀNG TỬ TÔN?"

Truyền thuyết về nguồn gốc của người Hán ghi: "Ban đầu, Viêm Đế và Hoàng Đế cùng trong bộ tộc, do Viêm Đế làm chủ. Nhưng rồi Hoàng Đế mạnh lên, thay quyền Viêm Đế. Viêm Đế chấp nhận nhưng người thân của Viêm Đế là Si Vưu tạo phản, gây ra cuộc chiến khốc liệt. Hoàng Đế đã từng đánh mười trận mà chín trận không thắng. Nhưng rồi cuối cùng Hoàng Đế diệt Si Vưu, lập nhà nước Hoàng Đế. Do vậy, người Hán là con cháu của Viêm Đế và Hoàng Đế." Muốn xem truyền thuyết trên đúng không, ta phải trả lời ba câu hỏi: 1. Viêm Đế là ai? 2. Hoàng đế là ai? Và 3. Người Hán là ai?

1. Viêm Đế là ai?

Ngày nay, từ nhiều tư liệu di truyền và khảo cổ, ta biết, 40.000 năm trước, do khí hậu phía bắc ấm hơn, người Việt cổ chủng Australoid từ Việt Nam đi lên Quảng Đông bắt đầu cuộc khai phá Hoa lục. Cũng thời gian này, cộng đồng người Mongoloid từ lâu sống ở Tây Bắc Việt Nam, theo đường Ba Thục đi lên chiếm lĩnh đất Mông Cổ, sau này được gọi là người Mông Cổ phương Bắc (North Mongoloid). Từ Quảng Đông, người Việt tăng số lượng đồng thời sáng tạo đồ gốm, thuần hóa lúa nước, đưa lên xây dựng kinh tế nông nghiệp Giả Hồ ở lưu vực Hoàng Hà 9000 năm trước, Hà Mẫu Độ ở hạ lưu Dương Tử 7.000 trước. Khoảng 7000 năm trước, người Việt xây dựng văn hóa trồng kê, trồng lúa tại Ngưỡng Thiều miền Trung Hoàng Hà. Tại đây người Việt chủng Australoid tiếp xúc, hòa huyết với người Mông Cổ phương Bắc (North Mongoloid) sống trên bờ Bắc, sinh ra chủng người Mongoloid phương Nam (South Mongoloid), sau này được gọi là *người Việt hiện đại*. Người Việt Mongoloid phương Nam tăng số lượng, trở thành chủ thể dân cư lưu vực Hoàng Hà. Truyền thuyết nói rằng, Phục Hy (4480-4369 TCN) là vị tổ đầu tiên của người Việt ở lưu vực Hoàng Hà, là người làm ra kinh Dịch. Việc phát hiện ngôi mộ 6500 năm trước ở dốc Tây Thủy, trấn Bộc Dương, Hà Nam với những biểu trưng của nhị thập bát tú, thanh long, bạch hổ, 24 tiết khí, chứng tỏ lúc này trình độ thiên văn, phong thủy, Dịch lý của người Việt đã trưởng thành. Nhiều ý kiến cho rằng ngôi mộ đó là của Phục Hy. Truyền thuyết cũng chép, sau khi Phục Hy mất, Thần Nông ra đời (3320 TCN), dạy dân họp chợ, cày cấy. Như vậy, Thần Nông là vị tổ thứ hai của người Việt sau Phục Hy và Nữ Oa. Dù có thêm gen Mông Cổ để thành chủng Mongoloid phương Nam nhưng người Việt hiện đại vẫn mang nước da đen của tổ tiên Việt Cổ. Phục Hy đen. Thần Nông cũng đen nên có tên hiệu Viêm Đế, nghĩa là vua của dân viêm nhiệt phương Nam.

2. Hoàng Đế là ai?

Năm 2698 TCN Hiên Viên thị dẫn các bộ lạc du mục từ bờ Bắc Hoàng Hà đánh vào Trác Lộc ở bờ Nam, chiếm đất của người Việt, lập nhà nước Hoàng Đế. Tuy chiến thắng nhưng do nhân số ít, lại vấp phải sự đánh trả mãnh liệt của người Việt nên Hoàng Đế áp dụng chính sách cai trị khôn khéo là không tiêu diệt và bắt người Việt làm nô lệ mà để họ cày cấy trên đất của mình, chịu đi lính, làm tạp dịch và đóng thuế. Ông cũng dùng văn hóa Việt phủ dụ dân bản địa. Nhờ vậy đã quy phục được người Việt. Do sống chung nên có hôn phối giữa người Mông Cổ và người Việt. Thế hệ con lai ra đời, được gọi là Hoa Hạ. Người Hoa Hạ tiếp thu hai văn hóa Mông-Việt, trở nên lớp người ưu tú, thay thế cha ông Mông Cổ lãnh đạo xã hội, góp phần làm nên thời Hoàng kim trong lịch sử phương Đông. Tuy nhiên, lớp người Hoa Hạ chỉ tồn tại trong thời gian không lâu rồi hòa tan trong khối dân Việt đông đúc. Hoàng Đế cùng quân Mông Cổ theo ông vào Nam Hoàng Hà là người thuộc chủng Mông Cổ phương Bắc (North Mongoloid) nên có da trắng. Để phân biệt với dân bản địa, họ gọi người Việt là Lê dân, dân đen. Đó là ban đầu nhưng rồi về sau, do nhiều lần hòa huyết, tất cả trở thành đen. Đế Khốc đen như con chim cốc. Thành Thang nhà Thương đen như hòn than. Lão Tử có nước da đen bóng. Lưu Bang tổ nhà Hán cũng đen… Do thuộc hai chủng tộc khác nhau, Hoàng Đế da trắng còn Viêm Đế da đen nên không thể được sinh ra trong cùng bộ lạc. Nói "Viêm Đế và Hoàng Đế cùng trong bộ tộc" là do người sau này đặt ra.

Điều đáng để suy ngẫm ở chỗ, vốn là kẻ xâm lăng đất Việt nhưng rồi Hoàng Đế được dân Việt tôn xưng lên địa vị rất cao và dâng tặng ông những công lao lớn, thậm chí tôn làm tổ tiên của người Trung Quốc, cùng với Thần Nông. Người Trung Quốc tự nhận là Viêm-Hoàng tử tôn. Điều này cho thấy công đức của Hoàng Đế rất lớn.

3. Người Hán là ai?

Cho đến nay không chỉ thế giới mà người Hán cũng không biết chính xác họ là ai! Từ những khám phá khảo cổ và di truyền mới nhất cho thấy, 7000 năm trước, người Việt chủng Mongoloid phương Nam được sinh ra tại lưu vực Hoàng Hà. Xâm lăng đất Việt, lập nhà nước Hoàng Đế, vương triều Hoàng Đế gọi dân Việt ở phía đông là Đông di, ở phía nam là Nam man. Do bị chiếm đất, một bộ phận người Việt chạy xuống Nam Dương Tử. Những lớp người di tản nối nhau xuống phía Nam, mang nguồn gen Mongoloid chuyển hóa dân cư Việt Nam sang chủng Mongoloid phương Nam, góp phần làm nên dân cư Việt Nam. Những người ở lại lưu vực Hoàng Hà một phần thành người của nhà nước Hoàng Đế, phần còn độc lập tiếp tục kháng cự cho tới đời Thương. Sau đó giúp nhà Chu đánh nhà Thương, làm chư hầu của nhà Chu, mặc nhiên thành người Trung Quốc.

Sau khi diệt nhà Tần, Lưu Bang người nước Sở xưng vương, lập nhà Hán. Người Việt nước Sở trở thành người Hán rồi được gọi là dân tộc Hán. Tuy nhiên, trên thực tế, *cùng là người Việt chủng Mongoloid phương Nam được sinh ra tại lưu vực Hoàng Hà 7000 năm trước, những người chạy tới đất Việt Nam, thành người Việt Nam. Người ở lại lưu vực Hoàng Hà thành người Hán. Khi nhà Hán mở rộng cương thổ thì cả người và đất Giang Nam bị chiếm trở thành người Hán, đất Hán.*

Từ thực tế trình bày trên, có thể đưa tới nhận định sau:

i. Viêm Đế ra đời 3320 TCN (trước Hoàng Đế 600 năm) nên không thể sống cùng Hoàng Đế trong một bộ tộc ở thời điểm 2698 TCN.

ii. Nếu là con cháu của Hoàng Đế thì người Trung Quốc chỉ ra đời sau 2698 TCN, như vậy là quá trẻ, không phù hợp tư liệu khảo cổ và di truyền học khám phá tổ tiên họ xuất hiện tại văn hóa Ngưỡng Thiều 7000 năm trước.

Tới đây, một câu hỏi cần được trả lời: Vì sao có truyền thuyết "Viêm Hoàng tử tôn?" Có thể lý giải như sau. Người Trung Quốc vẫn ghi nhớ tổ của mình là Thần Nông. Nhưng rồi khi lớp người Hoa Hạ "vang bóng một thời," quá oai phong nên nhiều người cũng tự nhận mình là Hoa Hạ. Nhưng nếu là Hoa Hạ thì tổ phải là Hoàng Đế. Những người "Hoa Hạ tự phong" này vừa muốn có tổ Hoàng Đế nhưng lại không bỏ tổ Thần Nông nên sáng tạo ra tổ kép chưa từng có tiền lệ Viêm - Hoàng. Từ đó, dùng quyền sáng tạo huyền thoại, bỏ qua khoảng cách thời gian giữa hai vị, "thỉnh" Thần Nông từ 600 năm trước về sống cùng Hoàng Đế trong một bộ tộc, vào đúng thời điểm của cuộc chiến Trác Lộc 2698 TCN. Thấy kẻ sang bắt quàng làm họ là chuyện người ta thường tình nên nhiều người hùa theo, đến cả con cháu Hốt Tất Liệt nhà Nguyên hay hậu duệ Ái Tân Giác La nhà Thanh sau này cũng nhận là Hoa Hạ, là Viêm Hoàng tử tôn. Từ đó cả dân tộc lầm lẫn nhận một tổ tiên ảo!

Truyền thuyết không phải là lịch sử mà là ánh xạ của lịch

sử, giống như ngôi sao đã tàn gửi lại ánh sáng để vũ trụ biết về kiếp sống của mình. Vì vậy, con người từng giải mã huyền thoại để tìm lại lịch sử. Nhưng nay, khi tích lũy được tri thức cần thiết, con người dùng tư liệu lịch sử để giải mã huyền thoại, giúp cho nhận thức của của mình về quá khứ sâu sắc hơn. Tuy nhiên huyền thoại muôn đời vẫn là huyền thoại. Việc chối bỏ huyền thoại hay giải thích khiên cưỡng huyền thoại sẽ khiến cho không chỉ trí tuệ mà cả tâm hồn con người trở nên nghèo nàn thô thiển. Việc người Trung Quốc dựng tượng Viêm Đế và Hoàng Đế bên bờ Hoàng Hà là một ví dụ. Khi tước bỏ phần huyền ảo của huyền thoại, bức tượng phô ra sự thật trần trụi về óc nông cạn của con người vô minh chẳng biết tổ tiên là ai!

5.2020

PHÊ BÌNH BÀI "KHẢO SÁT CHUYỆN NGŨ ĐẾ PHÍA NAM VỖ VỀ GIAO CHỈ."*

Dẫn nhiều tư liệu, tác giả Tống Hội Quần cố chứng minh: "Không có địa danh Giao Chỉ mà chỉ có giống người Giao Chỉ man di ở phương Nam, từng được các hoàng đế Trung Hoa vỗ về."

Chúng tôi xin thưa lại đôi điều:

1. Về thuật ngữ "giao chỉ"

Theo chúng tôi hiểu, "giao" có nhiều nghĩa nhưng trong tập hợp này, nó có nghĩa là "giao giới."Trong khi đó, "chỉ" có nghĩa là "chỉ giới."Vậy "giao chỉ"là ranh giới, hẹp là giữa hai mảnh đất còn rộng, là giữa hai quốc gia. Ranh giới Trung Hoa được xác lập bằng bốn điểm xa nhất theo bốn hướng Đông, Tây, Nam, Bắc. Trong đó biên địa phía Nam được gọi là Nam Giao, cũng gọi là Giao Chỉ. Theo thông lệ, sau khi lên ngôi, hoàng đế Trung Hoa sai quan mang bản đồ kinh vĩ tới bốn điểm xa nhất theo bốn phương để kiểm tra, xác định chủ quyền, vẽ lại bản đồ quốc thổ. Ban đầu có thể vị quan đó đóng cột mốc để định vị. Nhưng sau thấy biên giới thường xuyên được nới ra nên các mốc chủ quyền chỉ là tạm thời. Mặt khác, không ít trường hợp dân vùng bị chiếm nổi dậy, dựa vào cột mốc đòi lại đất cũ khiến triều đình khó xử nên sau không đóng cột mốc, không xác định "giao chỉ" nữa mà chủ trương: "Dân tới đâu thì nước tới đó." Do vậy, "giao chỉ"được coi như cột mốc di động dịch chuyển theo sự mở rộng của vương triều. Vào thời Nghiêu, Thuấn, kinh đô ở vùng Bồ Phản Sơn Tây nên có lẽ "giao chỉ" nằm ở Trung bộ Hà Nam. Quốc gia luôn được mở rộng, nên "giao chỉ" là vùng mới chiếm được của người Tam Miêu, Cửu Lê, dân chưa tuân phục, thường nổi lên chống lại. Vì vậy, Nghiêu, Thuấn vừa phải đánh dẹp (*dẹp Tam Miêu, đẩy đi tam phục, ngũ phục* – kinh Thư) vừa vỗ về dân chúng. Có thể trong những cuộc tuần du, Nghiêu Thuấn tới trung bộ Hà Nam, vừa đánh dẹp vừa phủ dụ dân vùng "giao chỉ" biên địa. Phải tới đời Thương, Bàn Canh mới chiếm được đất An Dương của người Việt. Điều này cho thấy, ghi chép trong Thượng thư là thật. Thời Xuân Thu, "giao chỉ" còn ở trong địa vực nước Sở, Bắc Dương Tử. Theo đà bành trướng lãnh thổ, "giao chỉ" ngày càng lui dần xuống phía Nam. Chỉ tới thời Hán Vũ Đế, nhận thấy biên địa đã quá xa, không còn mở thêm được nữa mới đóng cái cột mốc xuống châu thổ sông Hồng, tạo nên địa danh cố định Giao Chỉ duy nhất trong đế quốc. Các sử gia thời sau chỉ thấy địa danh "Giao Chỉ" ở Việt Nam, lại không suy xét kỹ mà máy móc theo sách cổ "Phía Nam Giao chỉ có Việt Thường thị…" nên viết liều "Việt Thương thị miền Cửu Chân."

2. Về giống dân "giao chỉ."

Do vô minh, không biết tổ tiên là ai nên người Hán tự cho mình là tộc người thượng đẳng còn xung quanh là man di. Trong ám ảnh của tư duy bệnh hoạn ấy, lại không hiểu ý nghĩa của "giao chỉ"nên họ tưởng tượng ra "giao chỉ"là giống người quái dị, "nằm quay đầu vào, hai chân chéo nhau…"Cũng có khi cho "giao chỉ" là giống người "có hai ngón chân cái tẽ ra và giao với nhau…"Đó là chuyện ấu trĩ của ngày xưa, chả chấp làm gì! Nhưng hôm nay, giữa thời đại @, thời đại DNA xác định toàn bộ dân cư châu Á cùng một chủng Mongoloid phương Nam, mà còn tin vào chuyện tầm phào nhảm nhí đó thì tác giả họ Tống dù vì bất cứ lý do nào cũng tỏ ra quá coi thường người đọc và trước hết tự xem nhẹ phẩm giá học thuật của mình.

3. Về những dẫn chứng khảo cổ học.

Để tỏ ra "khoa học,"ông Tống Hội Quần dẫn ra khá nhiều bằng chứng khảo cổ học để chứng minh "ảnh hưởng từ Trung Nguyên xuống phía Nam." Tuy nhiên do không hiểu bản chất của những di chỉ khảo cổ đó khiến cho tác giả rơi vào thảm cảnh "gậy ông đập lưng ông."Do kiến thức nửa vời, chắp vá nên ông không hiểu rằng, những di chỉ khảo cổ mình dẫn ra là những nền văn hóa đá mới do người Lạc Việt sản sinh trước khi Hiên Viên, thủy tổ dân Hoa Hạ ra đời. Không những thế, tuổi của các di chỉ cho thấy chiều hướng chuyển dịch văn hóa từ phía Nam lên. Ông cũng không biết rằng, năm 2016, sau 80 năm khai quật và khảo cứu văn hóa Lương Chử, các học giả hàng đầu Trung Quốc tuyên bố thông tin gây chấn động: "Văn hóa Lương Chử là cội nguồn của văn minh Trung Hoa!"Vâng, văn hóa Lương Chử của người Lạc Việt, những người "man mọi," 7000 năm trước sinh ra lứa con bây giờ được gọi là người Hán!

4. Kinh nghiệm cho thấy, hầu hết những văn bản Trung Hoa hiện đại liên quan tới lịch sử văn hóa Việt Nam đều chỉ mượn "nước vỏ lựu, máu mào gà" học thuật để truyền bá chủ nghĩa bá quyền Đại Hán nhằm xuyên tạc lịch sử văn hóa Việt Nam, xúc phạm dân tộc Việt Nam, kìm hãm người Việt trong vòng ngu dân. Do vậy, khi dịch tài liệu Trung cộng phải hết sức cảnh giác. Bên cạnh bản dịch cần có ý kiến phản biện, vô hiệu hóa những ý đồ độc hại được cài cắm trong đó. Nếu không, vô hình trung người dịch trở thành cái loa quảng cáo không công cho nọc độc bá quyền Trung cộng.

Sài Gòn, cuối Thu 2019

*Nguyên tác tiếng Trung: Tống Hội Quần, giảng viên Khoa Du lịch của Học viện Thiều Quan tỉnh Quảng Đông *Dịch và chú thích tiếng Việt: Tích Dã

https://nghiencuulichsu.com/2017/10/02/khao-sat-chuyen-ngu-de-phia-nam-vo-ve-giao-chi/

MỘT HÀNH ĐỘNG XUYÊN TẠC LỊCH SỬ, XÚC PHẠM TỔ TIÊN

Lâu nay nghe dư luận xôn xao: người Trung Quốc khuyên dân Việt "lãng tử hồi đầu!" Nghĩ rằng đó là việc rất nghiêm trọng, vừa xuyên tạc lịch sử vừa xúc phạm tổ tiên, chắc cơ quan chức năng như Tuyên giáo, Hội Sử phải nhanh nhạy ra tay... Nhưng chờ mãi chỉ thấy im ắng, dường như chẳng có vấn đề, không đáng chấp! Trong khi đó dân tình nháo nhác, không hiểu do cơn cớ nào người ta khuyên như vậy và khuyên vậy là có ý gì? Mới đây người bạn chuyển cho bài ***Bác bỏ luận điệu Trung Quốc khuyên Việt Nam 'Lãng tử hồi đầu'*** *trên Nghiên cứu quốc tế, bảo đọc rồi cho ý kiến nên chúng tôi viết bài này.*

*

Vào đầu thế kỷ XXI, di truyền học phát hiện loài người xuất hiện ở châu Phi khoảng 200.000 năm trước rồi từ đó lan tỏa ra thế giới, làm nên nhân loại. Riêng việc con người đến châu Á, giữa các nhà di truyền lại có hai quan điểm khác nhau. Phái ***con đường phương Nam*** cho rằng, từ châu Phi, người tiền sử sang bán đảo A Rập rồi theo ven biển Ấn Độ tới Việt Nam 70.000 năm trước. 40.000 năm cách nay, nhờ khí hậu ấm hơn, người từ Việt Nam đi lên Đông Á. Từ Đông Á có một dòng rẽ sang phía Tây, tới Trung Á rồi vào châu Âu. Tại đây họ gặp người Europid từ Trung Đông tới. Hai dòng người hòa huyết cho ra tổ tiên người châu Âu. 30.000 năm trước, từ Đông Á người tiền sử vượt qua eo Bering chiếm lĩnh châu Mỹ. Dòng di cư này làm nên đại bộ phận loài người ngoài châu Phi. (1)

Đối chọi với nó là phái chủ trương ***con đường phương Bắc***, cho rằng, có chuyến di cư theo con đường phương Nam nhưng chuyến ra đi 45.000 năm trước, người tiền sử từ châu Phi, vào Trung Đông, lên Trung Á rồi sang phương Đông mới quan trọng vì tạo ra đại bộ phận nhân loại ngoài châu Phi. (2)

Nhiều nhà di truyền Trung Quốc theo trường phái con đường phương Bắc, cho rằng, người từ châu Phi vào Trung Quốc tạo nên cộng đồng Bách Việt mà người Hán là trung tâm. Dựa theo cổ thư viết: *" Năm 333 TCN, nước Sở diệt nước Việt, một bộ phận người Việt chạy vào Bắc Việt Nam, trở thành người Việt Nam."* Từ "khám phá lịch sử" đó dẫn tới chủ trương kêu gọi ***đám con đi hoang hãy trở về nhà!***

Tuy nhiên đó là sự lầm lẫn ê chề của giới khoa học. Thực tế khảo cứu cho thấy, có con đường phương Bắc nhưng dòng di cư này không hề làm nên dân cư Đông Á. Ở trên chúng tôi nói, 40.000 năm trước, có dòng người từ Đông Á qua Trung Á vào châu Âu. Khoảng 15.000 năm trước, một dòng người từ châu Âu qua Trung Á, đi ngược lại con đường cũ để tới phương Đông.(1) Nhưng khoảng 10.000 năm trước, người ở phía Tây Hoa lục đã đông và có những bộ tộc du mục dũng mãnh như bộ tộc Tần đã ngăn không cho người di cư phương Tây vào Trung Quốc. Đoàn di cư này buộc phải chia đôi: một bộ phận trượt xuống Tây Nam, trở thành dân thiểu số Uighur sau này. Một nhánh lên phía Bắc rồi tới Đông Bắc Trung Quốc, làm nên các sắc dân thiểu số ở Bắc Trung Quốc hiện nay. Thất bại trong việc xâm nhập Trung Quốc nhưng về mặt di truyền, cuộc di cư vẫn để lại những dấu hiệu (marks) trong bộ gen của dân cư. Do vậy, một số nhà di truyền học khi khảo sát bộ gen con người đã sa vào cái bẫy của cuộc xâm nhập bất thành. Nếu dòng di cư này vào được Hoa lục, sẽ để lại ba hệ quả:

i. Người Trung Quốc phải mang mã di truyền Ấn-Âu mà không phải Mông Cổ phương Nam như hiện nay.

ii. Người Trung Quốc sẽ có chỉ số đa dạng sinh học (Biodiversity) cao nhất châu Á (sinh vật có tuổi sinh học càng già tức càng gần tổ tiên thì chỉ số đa dạng sinh học càng cao.) Trong khi thực tế cho thấy, chỉ số đa dạng sinh học của người Hán gần như thấp nhất châu Á.

iii. Với con đường di cư từ Tây Bắc xuống Đông Nam như vậy, mặc nhiên những di chỉ khảo cổ ở Tây Bắc sẽ có tuổi cao hơn và tiến bộ hơn các di chỉ ở Đông Nam. Tuy nhiên, sự thực ngược lại. Những di chỉ khảo cổ phía Nam không chỉ sớm hơn mà còn tiến bộ hơn so với ở Tây Bắc. Năm 2016, sau 80 năm khai quật và nghiên cứu văn hóa Lương Chử vùng Thái Hồ, học giả Trung Quốc kết luận: "Nhà nước Lương Chử sớm và tiến bộ nhất phương Đông. Triều đại Hạ và Thương trước đây được coi là sớm nhất, nay phải trả lại danh hiệu đó cho Lương Chử."Và "Văn hóa Lương Chử là cội nguồn của văn minh Trung Quốc."(3)

Kết luận được rút ra là ***không có chuyện người châu Phi theo con đường phương Bắc làm nên dân cư Đông Á.***

Trên thực tế, chỉ có duy nhất con đường phương Nam đưa người tiền sử tới Việt Nam 70.000 năm trước làm nên dân cư châu Á. Tại đây hai đại chủng Australoid và Mongoloid hòa huyết sinh ra bốn chủng người Việt cổ Indonesian, Melanesian, Vedoid và Negritoid. Người Indonesian chiếm đa số, giữ vai trò lãnh đạo về xã hội và ngôn ngữ, sau này được gọi là Lạc Việt. Cũng có một số nhóm người Mongoloid do "thiếu tinh thần tập thể" không chịu chơi với ai nên đi tới Tây Bắc Đông Dương và sống cách biệt trong môi trường lạnh giá. 40.000 năm cách nay, do khí hậu ấm lên, người từ Việt Nam đi lên Quảng Đông rồi lan tỏa ra trở thành dân cư Hoa lục. Tại di chỉ Điền Nguyên Động thành phố Chu Khẩu Điếm phát hiện xương chân người đàn ông 40.000 năm tuổi, được xác nhận là tổ tiên người Đông Á và là thủy tổ người châu Mỹ bản địa (4) Riêng nhóm người Mongoloid từ Tây Bắc Đông Dương theo hành lang phía Tây đi lên Tây Bắc Trung Quốc và đất Mông Cổ. Ban đầu họ sống bằng săn bắn hái lượm. Khi kỷ Băng hà kết thúc, họ chuyển sang du mục ở bờ Bắc Hoàng Hà. Do giữ được nguồn gen thuần chủng nên sau này được gọi là chủng Mongoloid phương Bắc (North Mongoloid). Khoảng 9000 năm trước, tại lưu vực Hoàng Hà và Dương Tử, dân Việt đã đông, làm nên nền văn hóa nông nghiệp trồng lúa, trồng kê, nuôi gia súc ở Giả Hồ Hà Nam... Khoảng 7000 năm trước, tại bờ Nam Hoàng Hà, người Việt Australoid gặp gỡ người du mục Mông Cổ bên bờ Bắc để trao đổi hàng hóa. Việc hôn phối luyến ái diễn ra, lớp con lai Mông-Việt ra đời, mang mã di truyền Mongoloid phương Nam. (5) Người Mongoloid phương Nam tăng số lượng, dần thay thế người Australoid, thành chủ thể dân cư lưu vực Hoàng Hà. Họ sáng tạo văn hóa Long Sơn, xây dựng hai trung tâm văn hóa rực rỡ Thái Sơn và Trong Nguồn (đồng bằng Hán Thủy), sau này được gọi là người Hán.

Khoảng giữa thiên niên kỷ III TCN, một bộ phận người Việt từ lưu vực Hoàng Hà di cư về phương Nam, đem nguồn gen Mongoloid chuyển hóa dân cư Nam Dương Tử và Việt Nam sang chủng Mongoloid phương Nam. Từ khoảng 2000 năm TCN, đại bộ phận người Việt Nam mang mã di truyền Mongoloid phương Nam. Như vậy, *người Việt Nam và người Trung Quốc trước đây cùng chủng tộc Australoid thì từ 2000 năm TCN cùng chủng tộc Mongoloid phương Nam.* (6)Tuy nhiên, vì người Việt Nam được sinh ra từ tổ tiên 70.000 năm trước nên có tuổi sinh học già hơn do đó có chỉ số đa dạng sinh học cao nhất trong dân cư châu Á.

Do được hình thành như vậy, nên tiếng Lạc Việt là tiếng nói chung của dân cư phương Đông. Nhưng ở lưu vực Hoàng Hà, do tiếp xúc với người Mông Cổ nên tiếng nói chuyển theo cách nói Mông Cổ (phụ trước chính sau) đồng thời biến âm theo giọng Mông Cổ. Còn chữ viết thì chữ Giáp cốt xuất hiện 9000 năm trước ở văn hóa Giả Hồ. Khoảng 4000 năm trước, tại Cảm Tang, Lương Chử, chữ Giáp cốt đã trưởng thành. Vào đời Thương 1300 năm TCN, Giáp cốt văn được nâng cấp, sau đó được chuẩn hóa thành văn tự chính thức của Trung Quốc. Như vậy, về bản chất, tiếng Việt là chủ thể làm nên ngôn ngữ Trung Hoa, chữ Việt là chủ thể làm nên chữ viết Trung Hoa, văn hóa Việt là chủ thể của văn hóa Trung Quốc.

Bách Việt là gì? Sách đầu tiên nói về Bách Việt là cuốn Lã thị Xuân Thu, cho biết: *năm 333 TCN, nước Sở diệt nước Việt, con cháu vua Việt là đầu lĩnh từng vùng, cùng đứng lên lập quốc, lấy tên đất làm tên nước, như Mân Việt, Đông Việt*... bên cạnh những nước Việt có từ trước như Lạc Việt và những nước Việt trên đất Thái Lan, Miến Điện ngày nay. Cố nhiên, trong chiến tranh con người phải chạy loạn. Nhưng không hề có chuyện dân nước Việt chạy xuống thành người Việt Nam. Bởi lẽ, người Giang Nam và người Việt Nam đều là Lạc Việt, cùng mã di truyền Mongoloid phương Nam từ 2000 năm trước. Dân số Việt Nam lúc này đã đông nên vào đầu thời thuộc Hán, nhiều hơn số dân hai tỉnh Quảng Đông và Quảng Tây. Bách Việt là những nước nhỏ, riêng lẻ chỉ tồn tại 200 năm (333-111 TCN). Sau này, các sử gia nhà Hán căn cứ theo tên Việt, gộp thành Bách Việt. Lạc Việt cũng được gộp vào Bách Việt một cách tự nhiên như vậy. Khi Bách Việt ra đời thì người Tần chưa vượt qua Dương Tử nên nói rằng "người Hán là trung tâm của cộng đồng Bách Việt" là không đúng sự thật.

Dù thừa nhận hay không thừa nhận thì cũng không ai có thể phủ định sự thật này:

1. Đất Việt Nam là nơi phát tích của tất cả các dân tộc châu Á.

2. Ra đời từ 70.000 năm trước nên người Việt Nam gần với Tổ tiên nhất, có tuổi sinh học cao nhất. Sinh ra từ 7000 năm trước, người Hán là lứa con cháu muộn mằn của tộc Việt.

3. Do cội nguồn như vậy nên tiếng Việt là chủ thể làm nên ngôn ngữ Trung Hoa. Chữ Việt là chủ thể làm nên chữ viết Trung Hoa. Văn hóa Việt là chủ thể làm nên văn hóa Trung Hoa.

Từ sự thực trên, việc khuyên người Việt Nam "lãng tử hồi

đầu" là việc làm xuyên tạc lịch sử, đảo lộn tôn ty, xúc phạm Tổ tiên. Những kẻ vô hậu như vậy sẽ bị quả báo.

Sài Gòn, Thu 2019

Tài liệu tham khảo.

1. Stephen Oppenheimer. *Out of Eden: The Peopling of the World.*

https://www.amazon.co.uk/Out...Stephen-Oppenheimer/dp/184119894

2. Spencer Wells. *The Journey of Man: A Genetic Odyssey.*

https://www.amazon.com/Journey-Man-Genetic.../dp/069111532X

3.良渚文化_互动百科 www.baike.com/wiki/

4. Sergio Prostak. *DNA Analysis Reveals Common Origin of Tianyuan Humans and Native Americans, Asians.* Jan 24, 2013

http://www.sci-news.com/othersciences/anthropology/article00842.html

5.15. YANGSHAO CULTURE (5000 B.C. to 3000 B.C.) | Facts and Details

factsanddetails.com/china/cat2/sub1/item32.html

6. Hà Văn Thùy. *Góp phần nhận thức lại lịch sử văn hóa Việt.* NXB Hội Nhà văn, H.2016

7. Chuan-Chao Wang, Hui Li. *Inferring human history in East Asia from Y chromosomes,*

https://investigativegenetics.biomedcentral.com/articles/10.1186/2041-2223-4-11

NHỮNG VẤN ĐỀ CỦA PHẬT GIÁO VIỆT NAM

Có mặt ở Việt Nam 2000 năm, là tôn giáo lớn với hàng triệu tín đồ, hàng chục kinh điển nhưng Phật giáo dường như vẫn hoạt động mò mẫm với những vấn đề cốt lõi chưa được minh định: *Nguồn gốc thực sự của Đức Phật là gì? Nguyên nhân nào khiến Phật giáo bị đánh bật khỏi đất Ấn Độ? Đạo Phật tà tôn giáo ngoại lai hay bản địa? Tam giáo đồng nguyên là gì? Phật giáo Việt Nam quan hệ thế nào với Phật giáo nguyên thủy? Phật giáo Việt Nam quan hệ thế nào với Phật giáo Trung Quốc? Phật Bà Quan Âm có vai trò ra sao trong tín ngưỡng Phật giáo? Linh hồn có không? Tịnh độ phải chăng là mê tín...?* Do những vấn đề sống còn đó chưa được tường minh nên cho đến nay, Phật giáo vẫn hoạt động theo quán tính của quá khứ, trong sự mâu thuẫn nội tại vô phương hóa giải. Những vấn đề trên thuộc về *lịch sử của Phật giáo*; mà lịch sử Phật giáo nằm trong lịch sử nhân loại và lịch sử dân tộc. Cho tới cuối thế kỷ XX, nhân loại nói chung và dân tộc Việt nói riêng chưa có cuốn sử chân thực của mình nên những câu hỏi bức xúc trên chưa có lời giải.

Chỉ sang thế kỷ XXI, với những khám phá chân thực, khoa học về nguồn gốc loài người và quá trình hình thành dân tộc Việt, chúng ta mới có điều kiện trả lời những câu hỏi trên. Dựa vào tri thức mới của nhân loại, chúng tôi xin trình bày bước đầu khảo cứu về những vấn đề quan yếu này.

I. VỀ NGUỒN GỐC CỦA PHẬT THÍCH CA VÀ ĐẠO PHẬT.

Cho đến nay ta chỉ biết về cội nguồn Phật Thích Ca với những dòng vắn tắt: "Dòng Thích ca vốn là vương tộc, cai trị một trong 16 vương quốc của Ấn Độ thời bấy giờ, ngày nay thuộc miền Nam Nepal. Kinh đô thời đó là Ca-tì-la-vệ , là nơi Phật sinh ra và trưởng thành. Vua cha là Tịnh Phạn, trị vì tiểu vương quốc Thích-ca. Thời bấy giờ, tiểu vương quốc dòng Thích-ca có một hội đồng trưởng lão tham gia quốc sự, nhưng vương quốc này bị phụ thuộc vào nước Kiêu-tát-la (sa. kośala). Ngay trong thời Phật còn tại thế, tiểu vương quốc Thích-ca bị một quốc vương của Kiêu-tát-la đem quân xâm chiếm và tiêu diệt gần hết" (Wikipedia-tháng 4. 2010). Sử sách không cho ta biết cội nguồn xa hơn về chủng tộc của Ngài vì vậy không thể biết chiều sâu của nền văn hóa đã sinh ra Ngài.

Theo những khám phá khoa học từ đầu thế kỷ XXI thì người hiện đại Homo sapiens xuất hiện ở Đông Phi 195.000 năm trước. Khoảng 70.000 năm trước, người từ châu Phi theo ven biển Ấn Độ di cư tới đất Việt Nam. Ở đây, người Việt cổ thuộc chủng Indonesian hình thành, sau này được gọi là người Lạc Việt. Khoảng 50.000 năm trước, người Lạc Việt Indonesian từ Đông Dương sang chiếm lĩnh Ấn Độ, trở thành dân cư bản địa, sau này được gọi là người Dravidian. Khoảng 10 - đến 15.000 năm trước, trong những cuộc di cư tiếp theo, người Việt mang công cụ đá mới cùng lúa nước tới, phát triển nông nghiệp ở Ấn Độ, mà đỉnh cao là văn hóa sông Indus từ khoảng 3000 - 1800 năm TCN. Là dân cư gốc Việt, người Dravidian mang bản sắc của văn hóa Việt, với thế giới quan "tham thiên lưỡng địa", nhân sinh quan "nhân chủ thái hòa, tâm linh"… Chính văn hóa Việt đã làm nảy sinh quan niệm về *"sự quân bình giữa các yếu tố của tự nhiên và tập quán tôn trọng phụ nữ"* trên đất Ấn, giống như hiện tượng từng thấy nơi người bản địa Indian ở Caduevo phía Bắc Canada theo phát hiện của Levi Strauss trong cuốn Nhiệt đới buồn. Trong tác phẩm Văn học Phật giáo, tiến sĩ Lê Mạnh Thát cho rằng, ý tưởng "một bọc trăm trứng" là từ kinh

Phật được đưa vào truyền thuyết Việt. Nhưng thực ra, có cơ sở để khẳng định, truyền thuyết "một bọc trăm trứng" xuất hiện ở kinh đô Lương Chử của nhà nước Xích Quỷ khoảng 3000 năm TCN rồi từ đất Việt truyền vào văn hóa Dravidian để sau đó nằm trong kinh Phật.

Khoảng 1.500 năm TCN, người Aryan từ Ba Tư xâm lăng Ấn Độ. Họ là những bộ lạc du mục hùng mạnh và tàn bạo. Tới Ấn Độ, người Aryan cướp đoạt của cải, đất đai, tàn sát và bắt người Dravidian bản xứ làm nô lệ. Họ cũng mang tới Ấn Độ chữ Phạn, xã hội đẳng cấp, kinh Veda cùng đạo Bàlamôn, tôn giáo chứng minh cho sự hợp lí của tình trạng bất bình đẳng giai cấp.

Khoảng 500 năm TCN, Đức Phật ra đời. Hoàn cảnh của Đức Phật có những điều đặc biệt. Là hậu duệ của chủng Dravidian bản địa, nhưng là dòng dõi hoàng tộc danh tiếng và có liên hệ hôn nhân với một hoàng tộc có thế lực người Aryan, dòng họ Thích-ca khôn ngoan vẫn giữ được lãnh địa cùng ngôi vị của mình. Ở thời điểm khi Đức Phật ra đời, kinh Veda mất đi tính thiêng liêng để trở thành những nghi lễ cứng nhắc. Một cải cách tôn giáo đã đưa ra tôn giáo mới Áo nghĩa thư (Upanishad) nhân bản hơn, cởi mở hơn trong phân biệt giai cấp. Là người có tư chất đặc biệt, được giáo dục tốt, thái tử Tâtđạtđa thấm đẫm trong mình văn hóa của dòng giống Dravidian đồng thời hấp thụ tinh túy của Veda và Upanishad, đã tìm cách cứu vớt chúng sinh.

Đức Phật là một nhà cách mạng thực thụ và cuộc thập tự chinh chống lại Bàlamôn của ngài giành được sự ủng hộ hăng hái của các đẳng cấp bị áp bức. Thách thức thiên tính của kinh Veda, nền tảng của Bàlamôn, Ngài cho rằng tất cả mọi người đều bình đẳng và hệ thống đẳng cấp mà kinh Veda và những kinh sách Bàlamôn khác đã cho xử phạt tôn giáo, là hoàn toàn sai. Trong kinh Nikaya, Đức Phật đã hô hào các nô lệ rằng: « … Như những con sông lớn, khi đã hòa mình vào đại dương, thì tên gọi khác nhau không còn và được gọi là đại dương. Chỉ cần như vậy, các anh em varnas-Kshatriya, Bàlamôn, Vaishya và Sudra - khi bắt đầu thực hiện theo các giáo lý và kỷ luật của Như Lai, từ bỏ tên của các đẳng cấp khác nhau, xếp hàng và trở thành thành viên của một và cùng một xã hội... «

Nhờ được hậu thuẫn của hoàng tộc và sự ủng hộ của tầng lớp nghèo khổ chiếm số đông trong xã hội, đạo Phật được phổ biến rộng khắp lục địa Ấn Độ và lan sang các quốc gia Đông Á. Từ cội nguồn của Phật Thích Ca cũng như tính nhân bản của đạo Phật cho thấy, *đạo Phật là sản phẩm của văn hóa nông nghiệp Việt tộc nảy sinh trong điều kiện lịch sử và văn hóa đặc thù của Ấn Độ.*

II. VIỆC ĐẠO PHẬT BỊ TRỤC XUẤT KHỎI ẤN ĐỘ

Một sự kiện lớn của lịch sử mà cho tới nay chưa được làm sáng tỏ: vì lý do gì, sau 18 thế kỷ thống trị, đạo Phật biến mất khỏi Ấn Độ? Có ý kiến cho rằng, do nhiều nhà sư hư hỏng, xuống cấp về đạo đức khiến đạo Phật suy thoái nhưng chủ yếu do cuộc xâm lăng của người Hồi giáo từ Afganistan xảy ra vào thế kỷ XI đã triệt phá chùa chiền và tiêu diệt các nhà sư. Tuy nhiên, những lý do nêu trên không phải nguyên nhân chủ yếu. Theo tác giả Naresh Kumar[1], lý do đưa tới sự diệt vong của đạo Phật ở Ấn Độ chính là cuộc phục thù của Bàlamôn giáo. Là sản phẩm của văn minh du mục, Bàlamôn là tôn giáo chủ trương phân chia giai cấp và bảo vệ lợi ích của tầng lớp trên. Khi bị đạo Phật loại khỏi vũ đài, tầng lớp tăng lữ Bà la môn kiên trì tìm cách khôi phục địa vị vốn có của mình. Họ làm những cải cách tôn giáo, đưa một số giáo lý của đạo Phật vào Bàlamôn và biến Thích Ca thành một trong các vị thần Bàlamôn để tranh thủ tín đồ và vô hiệu hóa đạo Phật. Cũng trong quá trình này, xã hội Ấn có những biến đổi đưa những đặc trưng du mục trở thành chủ đạo. Tầng lớp thống trị vì bảo vệ lợi ích của mình đã câu kết với giới tăng lữ Bàlamôn đàn áp Phật giáo một cách khốc liệt và cuối cùng vào đầu thế kỷ XIII trục xuất Phật giáo khỏi Ấn Độ. Một tấn bi kịch của lịch sử: bị xâm lăng, người Dravidian không chỉ mất đất đai, lịch sử, văn hóa mà còn mất cả tôn giáo của mình!

Chúng tôi cho rằng, có lẽ cách giải thích như vậy gần sự thực hơn cả. Từ cuộc xâm lăng của người Arian, Ấn Độ diễn ra quá trình từ xã hội nông nghiệp nhân bản của Việt tộc chuyển hóa sang văn minh du mục của người Arian. Thời gian 1800 năm tồn tại của Phật giáo là giai đoạn giao thời của quá trình chuyển hóa ấy. Ấn Độ vốn là xã hội nông nghiệp truyền thống với nền văn hóa nông nghiệp phát triển. Cuộc xâm lăng của người Arian từ Ba Tư tràn sang đưa tới sự xáo trộn xã hội lớn, buộc người nông dân Dravidian bị tước đoạt phải kháng cự để bảo vệ quyền sống của mình. Trước sức kháng cự này, giáo điều nghiêm khắc của đạo Bà La môn buộc phải thích ứng, dung dị hóa trở thành Upanishad. Cùng với nó là Phật giáo mang tinh thần nhân bản, bác ái của văn hóa nông nghiệp ra đời, làm dịu mâu thuẫn xã hội, đưa lại hạnh phúc cho công chúng đông đảo. Nhưng rồi, như quy luật tất yếu của lịch sử, nền kinh tế nông nghiệp truyền thống ngày một suy giảm hiệu quả, tầng lớp thương nhân và thủ công nghiệp theo bản năng văn minh du mục phát triển mạnh dần, tạo ra giai tầng ngày một giầu có. Tăng lữ Bà la môn làm cuộc quật khởi đàn áp Phật giáo trong sự tiếp tay mạnh mẽ của các vua chúa, quý tộc. Liên tiếp trong nhiều thế kỷ như vậy, xã hội bị phân tầng khốc liệt. Tầng lớp nghèo khổ mất hết vai trò trong xã hội, tầng lớp trung gian phần bị mua chuộc, phần bị đe dọa nên xa rời đạo Phật. Khi không còn cơ sở xã hội, không còn quần chúng, Phật giáo không còn đất sống ngay trên quê hương mình, buộc phải mang số phận một tôn giáo lưu vong.

III. PHẬT GIÁO DU NHẬP ĐÔNG Á

1. Đạo Phật ở Trung Quốc

Một câu hỏi nảy sinh: vì sao tại Đông Á, đạo Phật lại phát triển rực rỡ vậy? Người ta đưa ra nhiều lý do nhưng theo chúng tôi, *nguyên nhân quan trọng nhất trong các nguyên nhân là đạo Phật trở về nguồn cội của mình, trong môi trường văn hóa nông nghiệp nhân bản của tộc Việt*. Từ đầu Công nguyên, qua các thuyền buôn Ấn Độ, Phật giáo du nhập Việt Nam. Các nhà sư đã dịch kinh Phật sang chữ Hán, lập trung tâm Phật giáo Luy Lâu rồi sang truyền đạo ở Nam Trung Quốc. Khoảng cuối thế kỷ V đầu thế kỷ VI, vào thời Lương, Bồ-đề-đạt-ma vị tổ truyền thừa đời thứ 28 của Đức Phật Thích Ca đưa Phật giáo sang Trung Quốc.

Trong cuốn Nhiệt đới buồn in năm 1954, nhà nhân học lớn Levis Strauss khám phá sự thật quan trọng: *"Tới cuối thời Đá mới, nhân loại đã đạt tới đỉnh cao nhất về văn hóa tinh thần mà các thời đại sau này chỉ là sự lặp lại, không sáng tạo điều gì mới."* Sự tích tụ về tinh thần của toàn nhân loại tới thế kỷ VI-V TCN bừng nở thành hiện tượng đặc biệt trong lịch sử, được gọi là Thời Trục (période axiale) với ý nghĩa là bước chuyển mình của nhân loại trở nên trưởng thành vượt bậc về tư tưởng bằng việc xuất hiện những "con người khổng lồ" như Plato, Socrates ở phương Tây, Phật Thích Ca ở Ấn Độ còn Trung Quốc có Lão Tử và Khổng Tử… Lão Tử người Lạc Việt nước Sở. Khổng Tử người nước Lỗ vốn là bộ tộc Đông Di người Lạc Việt. Cả hai vị thấm nhuần văn hóa nông nghiệp nhân bản Việt tộc đã khai sinh Lão giáo và Nho giáo, hai tôn giáo lớn và ảnh hưởng sâu rộng ở phương Đông.

Hai nghìn năm nay, người ta lầm tưởng rằng, Phật giáo là tôn giáo ngoại lai. Nhưng về bản chất, như trình bày ở trên, Phật giáo là tôn giáo của người Lạc Việt Indonesian được sinh ra trong môi trường văn hóa Ấn Độ. Khi sang Đông Á, "trở về mái nhà xưa,"Phật giáo sống hài hòa trong môi trường văn hóa quen thuộc của cố hương. Sách vở nói rằng, Huệ Năng Tổ thứ sáu, kết hợp giữa thiền Ấn Độ và truyền thống đạo Lão, được xem là một trường phái đặc biệt "nằm ngoài giáo pháp nguyên thuỷ". Không chỉ vậy, với hệ thống kinh tạng được chuyển sang Hán ngữ, nhiều tăng sỹ là nhà thơ, nhà Hán học uyên thâm, Nho giáo cũng giao hòa cùng Phật giáo. Từ đó nảy sinh "tam giáo đồng nguyên." Suốt thời gian dài, Nho, Phật, Lão đồng nguyên vốn được hiểu là đồng nguyên về phương diện triết học: *Đạo của*

Lão là Thái cực của Nho, là Chân như của Phật và cùng là bản thể vũ trụ. Tuy nhiên, có cái đồng nguyên khác mà hôm nay mới khám phá ra: Người Lạc Việt đi lên lưu vực Hoàng Hà, Dương Tử sinh ra Lão Tử, Khổng Tử rồi đạo Lão, đạo Khổng. Sang đất Ấn sinh ra Thích Ca cùng đạo Phật. *Tam giáo đồng nguyên ở đây là cùng gốc con người và văn hóa Lạc Việt.*

2. Đạo Phật ở Việt Nam.

Được truyền thừa từ Ngũ Tổ Hoằng Nhẫn, Lục Tổ Huệ năng vốn là người Giao Chỉ đi về phương Nam khai sinh phái Thiền Nam tông. Thiền Nam tông khi xuống Việt Nam đã hòa hợp với Phật giáo Việt Nam vốn tồn tại từ đầu Công Nguyên. Do có Tổ truyền thừa, lại do mang tới kinh tạng chữ Hán, Phật giáo Đại thừa trở thành dòng chính thống. Tuy nhiên, cũng có sự thật là, trước khi Phật, Nho, Lão xuất hiện, tại Việt Nam có sẵn những ***tôn giáo bản địa là đạo thờ ông bà và đạo Mẫu***. Trong khi thờ ông bà là tín ngưỡng dân gian ở từng gia đình thì đạo Mẫu có hệ thống tổ chức với những đền phủ cùng các Mẫu, từ Mẫu Nữ Oa, Âu Cơ đến Mẫu Liễu Hạnh, Mẫu Thượng Ngàn, Mẫu Thoải… Nhập gia tùy tục, nhiều tín ngưỡng dân gian xâm nhập Phật giáo, biến Phật giáo trở thành Đạo Phật Việt Nam. Từ nguồn gốc của Đức Phật và đạo Phật, ta có đủ lý cứ khẳng định: *với dân tộc Việt Nam, đạo Phật là tôn giáo bản địa.* Đấy là phát hiện mới, có ý nghĩa cách mạng về lịch sử đạo Phật Việt Nam.

Do rào cản ngôn ngữ, trước đây tăng sỹ và Phật tử người Việt hầu như không biết tới kinh tạng nguyên thủy Nikaya. Từ thập kỷ 1970, khi Nikaya được dịch sang tiếng Việt, xuất hiện những nhà tu hành theo Phật giáo nguyên thủy và những học giả khảo cứu Nikaya. Cũng từ đây xuất hiện những phát biểu cho rằng *linh hồn không có, tịnh độ là mê tín, Quán Thế Âm Bồ Tát chỉ là sản phẩm tưởng tượng*… Mỗi vị Thượng tọa hay Giảng sư đều làm chủ những ngôi chùa và tăng đoàn nên quan điểm của họ dần dần lan rộng, gây hoang mang, bối rối trong giới Phật tử. Niềm tin lâu dài của người dân và Phật Tử bị thách thức.

Chúng tôi thấy rằng, trong Nikaya Đức Phật không nói tới vong, hồn nhưng không ít lần nói về việc ác ma nhập vào người này người khác cũng như con của ma vương biến thành con gái chọc phá Đức Phật. Điều này cho thấy, tuy không trực tiếp nói tới vong, hồn nhưng trong thực tế việc Ngài trình bày những hoạt động biến thái của ác ma khiến cho không ít người hiểu rằng đó là hoạt động của hồn, vong trong thực tế. Do vậy việc cho rằng Nikaya không nói tới vong, hồn là chưa thuyết phục. Mặt khác, phải thấy rằng, đạo Phật ở Việt Nam hôm nay là *đạo Phật Việt Nam*, một tín ngưỡng chấp nhận cõi âm, linh hồn. Do vậy, việc dùng giáo điều của Nikaya để cho rằng quan niệm về vong hồn không có trong Phật pháp là sự chấp trước, không phù hợp thực tế Phật giáo Việt Nam. Giáo hội cần nghiên cứu thống nhất quan niệm này để tránh sự chia rẽ không đáng có.

Cũng phải kể đến sự thực là, từ năm 1954, sau khi giành được chính quyền ở miền Bắc, nhà nước Việt Nam áp đặt *chủ nghĩa duy vật vô thần* lên toàn xã hội. Nhiều hoạt động tín ngưỡng truyền thống bị cho là mê tín dị đoan nên bị cấm đoán, trấn áp. Quan niệm như vậy được quán triệt trong Hiến chương của Giáo hội Phật giáo Việt Nam và pháp luật. Từ đó nhiều tín ngưỡng truyền thống như cầu siêu, cầu an, giải oán kết… bị loại bỏ.

Tuy nhiên, cuộc sống cứ kiên nhẫn đi theo con đường của nó. Những người ở tuổi cổ lai hy như chúng tôi nhận ra rằng, cứ sau một thời chiến tranh, khi thanh bình trở lại thì những hoạt động "mê tín dị đoan" lại trở nên sôi động. Sau kháng chiến chống Pháp là vậy mà sau chống Mỹ càng thế. Những người mất chồng mất con lần theo giấy báo tử đi tìm hài cốt thân nhân. Công việc của họ ban đầu phần nào được các ông thày bói dẫn dắt. Không ít vụ bị chính quyền quy tội mê tín dị đoan. Nhưng rồi khi sự việc diễn ra nhiều hơn, lại đụng tới chuyện nhạy cảm máu xương liệt sỹ, người thi hành công vụ đành nương tay. Luật pháp bị ngó lơ kiểu mắt nhắm mắt mở. Khoảng 20 năm lại đây xuất hiện những người có khả năng đặc biệt trong viêc tìm hài cốt liệt sỹ. Những người này trước đây dân gian gọi là thầy bói.

Nhưng nay, vì để tránh cái tiếng mê tín dị đoan, họ được gọi bằng danh xưng có vẻ khoa học và sang trọng là *nhà ngoại cảm*. Bằng khả năng đặc biệt, họ giúp tìm được hàng vạn hài cốt liệt sỹ. Rồi từ đó họ kết hợp với nhà chùa và địa phương tổ chức những lễ cầu siêu cho hàng ngàn liệt sỹ nhà tù Phú Quốc, hàng vạn liệt sỹ ở nghĩa trang Trường Sơn. Việc thỉnh giải oan gia trái chủ được tổ chức thường xuyên, công khai ở nhiều ngôi chùa. Không những vậy, Hòa thượng Thích Giác Hạnh trong những chuyến đi hoằng pháp đã tiến hành giải oan gia trái chủ cho nhiều người ở Úc, Pháp, Canada, Mỹ…, được bà con hoan hỷ. Trong những buổi nói chuyện được chính quyền tổ chức trước đông đảo người nghe, nhà ngoại cảm Phan Thị Bích Hằng kể những câu chuyện rất sinh động hấp dẫn về việc gặp vong, đấu trí với vong và cảm hóa vong… Rõ ràng là, cả trong Phật pháp cả ở ngoài đời, linh hồn là có thật. Trong một ý nghĩa nào đó thì chính quyền cũng thừa nhận sự thật này. Nếu không thì vì lẽ gì mà Ban Bí thư Trung ương Đảng Cộng sản Việt Nam cho phép Tỉnh ủy Hà Tĩnh cử người cùng nhà ngoại cảm đi tìm hài cốt liệt sỹ Hà Huy Tập? Nếu không có linh hồn thì việc nhà nước cho phép tổ chức những lễ cầu siêu tầm vóc quốc gia là việc làm vô nghĩa sao? Điều khó hiểu là, trong khi thực tế cuộc đời "chuyện vong linh"diễn ra rộng rãi công khai như vậy thì tại những chỗ thâm nghiêm như Hiến chương Giáo hội Phật giáo hay Luật hình, do "vòng kim cô"duy vật vô thần xiết bóp, vẫn kiên định "không có ma quỷ" và mặc nhiên tồn tại cái tội danh đáng sợ "mê tín dị đoan" ! Đương nhiên, lưỡi búa Phật pháp cùng lưỡi gươm tư pháp vẫn sẵn sàng bổ xuống!

Chùa Ba Vàng là nạn nhân mới nhất của tình trạng trống đánh xuôi kèn thổi ngược này. Xin hãy bình tâm nhìn vào ngôi chùa. Một khi, cả trong Phật pháp cả ở thực tế cuộc đời đều khẳng định linh hồn là có thật và cầu siêu, thỉnh giải oan gia trái chủ… là hoạt động tôn giáo bình thường thì chùa Ba Vàng cũng hoạt động như nhiều ngôi chùa khác. Điều khác biệt có lẽ là ngôi chùa này làm việc hiệu quả hơn nên người đến chùa đông đảo. Đã có lúc tiếng lành của chùa vang xa, nhiều báo chí nhà nước viết bài khen ngợi ngôi chùa cùng vị Đại đức chủ trì. Nhưng rồi khi báo Lao Động đăng bài cho rằng chùa "thỉnh giải oan gian trái chủ là mê tín dị đoan, lừa đảo Phật Tử lấy rất nhiều tiền" thì bỗng dưng công luận nổi sóng ném đá tới tấp một chỗ vốn là linh thiêng ngay trước thềm Đại hội quốc tế Phật giáo VESAK. Và tiếp đó, toàn bộ hệ thống chuyên chính vô sản vung tay vùi dập ngôi chùa cùng tăng ni, Phật tử. Vị sư trụ trì bị cách chức, bị phạt sám hối, trang mạng, cơ quan thông tin nhà chùa bị đóng, hoạt động thỉnh giải oan gia trái chủ bị cấm! Và mới đây, ngày 6 tháng Sáu, diễn đàn Quốc hội nóng lên về chuyện này! Trong thời gian hừng hực không khí sắt máu của cuộc đấu tố, tôi chỉ nghe được duy nhất tiếng nói của một người tử tế: nguyên Thứ trưởng Ngoại giao Nguyễn Thanh Sơn. Ông Sơn nói rằng, việc nhà báo nói chùa thu nhiều tiền là chưa có cơ sở vì chưa được cơ quan chức năng xác nhận. Mặt khác báo cũng không cho biết tiền được sử dụng cho việc gì? Nếu nhà chùa dùng cho việc riêng, ăn chơi là có tội còn đem xây chùa, tạc tượng, đúc chuông, làm từ thiện là việc nên làm. Cũng chưa có cơ sở nói nhà chùa lừa đảo vì chưa thấy ai kiện! Tiếc là tiếng nói trung thực, phải chăng của người tử tế chẳng được ai nghe!

Điều không bình thường là trong lúc nước sôi lửa bỏng như vậy, không một cơ quan có trách nhiệm nào bình tĩnh xem xét hai vấn đề: Thỉnh giải oan gia trái chủ có phải là mê tín? Việc thu tiền của chùa có vi phạm pháp luật? Câu trả lời vốn đơn giản: Thỉnh giải oan gia trái chủ không trái Phật pháp. Những nhà sư đức cao vọng trọng như thầy Thích Thanh Từ, Thích Giác Hạnh… vẫn tiến hành như một hoạt động tôn giáo bình thường từ trước năm 1975. Mặt khác, với thực trạng xã hội hiện nay, khi đạo Mẫu – tôn giáo của nghi lễ hầu đồng, được UNESCO công nhận là di sản văn hóa nhân loại thì việc phủ định linh hồn, coi lên đồng, thỉnh giải oan gia trái chủ là "mê tín dị đoan" không còn phù hợp thực tế, bộc lộ sự lạc hậu của Hiến chương Phật giáo và pháp luật trước sự thực cuộc đời! Việc chùa Ba Vàng thu tiền bao nhiêu chưa biết vì chưa được cơ quan chức năng kiểm tra nhưng nói lừa đảo là không có cơ sở vì không hề có đơn thưa về hành vi này. Như vậy, nhà chùa không vi phạm pháp luật! Tiếc là những cơ quan rất quan trọng là Ban Trị sự Giáo hội Phật giáo, Ban Tôn giáo chính Phủ, Bộ Văn hóa, Ban Tuyên giáo Trung ương im lặng buông cho dư luận tự phát gây ra cuộc đấu tố mù quáng rồi sau đó xử lý hành chính thô bạo theo đuôi quần chúng, tạo nên cuộc khủng hoảng về tôn giáo và xã hội!

Thực tế Phật giáo Đông Á cho thấy, từ Lục tổ Huệ Năng, kết hợp giữa thiền Ấn Độ và truyền thống đạo Lão, được xem là một trường phái đặc biệt "nằm ngoài giáo pháp nguyên thuỷ". Như vậy là từ Lục Tổ, dòng Phật giáo Đông Á đã hình thành và "nằm ngoài giáo pháp nguyên thủy." Cũng từ Lục Tổ khai sinh dòng Đại thừa Việt Nam. Phật giáo Việt Nam như hiện có là sự sáng tạo lớn của dân tộc Việt Nam. Vẫn theo tiêu chí quy Phật quy Pháp, quy Tăng nhưng văn hóa Việt đã loại bỏ nhiều yếu tố Bà La Môn của kinh điển Nikaya, khế nhập tinh hoa của đạo Nho, đạo Lão, đạo Mẫu, đạo thờ ông bà, sáng tạo Phật giáo Việt Nam.

Trong Phật giáo Việt Nam hiện đại, việc thừa nhận có linh hồn cùng những phương cách giao tiếp với người cõi âm là sự tiếp nối từ nguồn sâu thẳm của văn hóa Việt tộc. Nửa thế kỷ trước, khi nghiên cứu sâu về văn hóa dân tộc, triết gia kim Định đã lần đầu tiên khám phá nhân sinh quan của người Việt là *Nhân chủ, Thái hòa, Tâm linh.* Điều này có nghĩa là, trong tam tài là Trời, Đất và Người thì Người là chủ. Do là chủ của vũ trụ, của cả Trời và Đất nên Người phải sống thái hòa, tức là hòa tới tột cùng không chỉ với con người mà còn với Trời và Đất. Do giữ chức năng như vậy nên Người không phải con người duy vật vô thần mà là con người tâm linh, con người linh cảm, linh ứng với thế giới siêu nhiên. Từ chiều sâu văn hóa ấy, các tôn giáo bản địa Việt Nam đã sáng tạo ra nhiều phương cách liên hệ với người cõi âm như lên đồng, trục vong, bắt ma, vía... Trong những cách giao tiếp với cõi âm như trên, ta thấy thỉnh giải oan gia trái chủ của Phật giáo có ý nghĩa đặc biệt. Thanh đồng, thày pháp có nhiều cách bắt ma, trục vong. Nhưng đó thường là hoạt động cưỡng bức thậm chí cả dùng vũ lực. Trước sức mạnh của pháp sư, vong hồn buộc phải "xuất" khỏi thân xác khổ chủ. Khi quan sát những cuộc "bắt ma" ta thấy nhiều trường hợp thật bất công. Vong có nợ thực và nhập đúng chủ để đòi. Nhưng rồi không những không đòi được nợ mà còn bị tra tấn, đánh đập. Trước sức mạnh bất công, vong buộc phải "xuất" khỏi nạn nhân nhưng mang theo lòng thù hận. Thất bại cay đắng với mối oán thù nặng nề hơn mang theo, ai dám bảo oan hồn ấy không trả thù vào dịp khác hay bắt người vô tội khác trả nợ thay? Rõ ràng ở đây diễn ra dài dài cảnh "oan oan tương báo, oán oán chất chồng." Trong khi đó pháp thỉnh giải oan gia trái chủ của chùa là cuộc "đàm phán hòa bình." Con nợ và vong đến chùa, trong uy lực của Phật và vai trò trung gian hòa giải của nhà sư, vong nêu lên món nợ. Cuộc bàn thảo "mặc cả" diễn ra trong vai trò trọng tài của nhà sư. "Đàm phán" kết thúc, con nợ chấp nhận sám hối tội lỗi, trả nợ vong bằng công đức và làm công quả. Còn vong linh, do đóng góp công đức từ con nợ cúng dường nên cũng được quy y, giải thoát. Sau buổi gặp, mọi thù oán được hóa giải. Những kẻ thù truyền kiếp cùng trở thành Phật tử. Ở cõi dương, khổ chủ thoát khỏi tai nạn, bệnh tật còn cõi âm bớt một linh hồn trong thù oán. Sự tốt đẹp được tạo ra cả dưới cõi âm, cả trên trần thế. Trong thế giới ta bà, biết bao oan nghiệp. Cách làm nào văn minh hơn, nhân bản hơn? Trong một lần kể câu chuyện vong đòi nợ, nhà ngoại cảm Phan Thị Bích Hằng nói: "Ngoài Tây y, Đông y còn có Âm y chữa bệnh cứu người." Đấy là phát hiện có giá trị. Nên chăng, xin gọi khoa chữa bệnh này là *Linh y*?

IV. KẾT LUẬN

1. Là dân cư nông nghiệp lúa nước, từ xa xưa xã hội Việt đã hình thành nền văn hóa nhân bản, minh triết với nhân sinh quan *Nhân chủ, Thái hòa, Tâm linh*. Từ rất sớm, người Việt nhận thức rằng, con người ngoài thân xác còn có linh hồn. Khi

thân xác tan vào cát bụi thì linh hồn tùy theo quả nghiệp, gia nhập thế giới cõi âm hay cõi trời, không hoàn toàn mất đi mà vẫn gắn bó với người đang sống. Do vậy, con người Việt Nam là con người tâm linh, luôn linh cảm, linh ứng với cõi siêu nhiên. Cũng từ xa xưa, người Việt bằng nhiều cách, đã thiết lập "đường dây" liên lạc với người cõi âm qua bói rùa, bói cỏ thi, qua thày mo, thày pháp, cô đồng... Kinh Dịch, một thành tựu văn hóa tinh thần tuyệt vời của người Việt thoạt kỳ thủy cũng là công cụ bói toán. Nhờ tin vào cõi tâm linh, tin vào quả nghiệp, con người Việt Nam truyền thống có nếp sống đạo đức, nhân hậu.

Nhưng từ khi áp dụng chủ thuyết duy vật vô thần với quan niệm: chết là hết, thân cát bụi trở về cát bụi, trời không có thiên thần, đất không có thánh nhân… nhiều nếp sống văn hóa truyền thống bị cho là mê tín dị đoan, bị cấm đoán, bài trừ. Khi "khoa học" khẳng định không có cõi âm, không có linh hồn, con người trở nên trần tục thực dụng. Nhiều tính xấu, sự độc ác không còn bị nỗi sợ vô hình đè nén, con người trở nên hung tợn, ác độc. Qua những cuộc chiến tranh tàn khốc đồng bào sát hai lẫn nhau khiến cho con người trở nên chai sạn, mất dần sự thiện lương. Để đáp ứng nhu cầu bức thiết của người dân và cũng là phản ứng bảo vệ sự tồn vong của dân tộc, nhiều hình thức tín ngưỡng tự phát hoạt động trở lại. Bói toán, xem phong thủy cất nhà, đặt mộ, hầu đồng, bắt ma, cầu siêu, giải oan gia trái chủ… từ cách làm vụng trộm dần trở nên hoạt động bình thường. Tiếc rằng trong khi đó, luật pháp vẫn tồn tại tội danh "mê tín dị đoan," một tội danh rất mơ hồ, gây khó khăn trong hoạt động tín ngưỡng bình thường của người dân.

2. Sau hơn 2000 năm tồn tại và phát triển trên đất nước Việt Nam, đạo Phật đã tiếp thu nhiều yếu tố của tín ngưỡng dân gian Việt Nam để trở thành *tôn giáo dân tộc*. Từ Huệ Năng Tổ thứ sáu, Đạo Phật ở phương Đông hình thành phái Nam truyền, được xem là một trường phái đặc biệt "nằm ngoài giáo pháp nguyên thuỷ." Đạo Phật phương Đông không chỉ phát triển tông phái Tịnh độ mà còn sáng tạo Quán Thế Âm Bồ Tát biểu trưng

cho tinh thần đạo Mẫu. Không chỉ thừa nhận cõi âm với sự tồn tại của linh hồn, Phật giáo Việt Nam đã sáng tạo nghi lễ thỉnh giải oan gia trái chủ có tác dụng lớn trong thực tế cứu giúp chúng sinh trong hoạn nạn đồng thời giúp cho vong hồn trong thế giới cõi âm giải tỏa khỏi oan trái, thù hận, được siêu thoát.

3. Trong những phương cách liên hệ với cõi âm, thỉnh giải oan gia trái chủ là phương cách hữu hiệu và nhân bản nhất. Dưới uy lực của Phật pháp, trong vai trò trọng tài của sư tăng, diễn ra cuộc tiếp xúc, thương lượng giữa vong và con nợ. Nhờ oan gia được hóa giải, người dương thế được giải trừ hoạn nạn và vong hồn cõi âm được siêu thoát. Chúng tôi cho rằng, đây là sáng tạo lớn của Phật giáo Việt Nam. Đề nghị Giáo hội Phật giáo nghiên cứu tổng kết nghi lễ thỉnh giải oan gia trái chủ rồi phổ biến ra thế giới tại những Đại hội VESAK sau này, chắc chắn sẽ giúp hóa giải quan niệm duy lý cực đoan cho các nước phương Tây.

Sài Gòn, tháng Sáu, 2019

Tài liệu tham khảo:

1. Naresh Kumar. Disappearance of Buddhism From India: An Untold Story (Sự biến mất của đạo Phật khỏi Ấn Độ: một câu chuyện chưa được kể)

http://www.lankaweb.com/news/items/2015/10/03/disappearance-of-buddhism-from-india-an-untold-story/

GIẢI MÃ DI NGÔN CỦA TRẠNG TRÌNH TRÊN HAI TẤM BIA TIÊN LÃNG

"Nhóm nghiên cứu khoa học xã hội độc lập" được tổ chức trên cơ sở tự nguyện gồm những người hoạt động ở nhiều lĩnh vực khác nhau, trên nguyên tắc không vụ lợi, nhằm nghiên cứu, trao đổi, hợp tác và chia sẻ thông tin trong các lĩnh vực khoa học xã hội nói chung, đặc biệt quan tâm những vấn đề thuộc Lịch sử, Dịch học, Phong thủy... Nhóm gồm các nhà nghiên cứu trong nước kết hợp với "Ngũ độn tẩu" (Năm người già ở ẩn, toàn những Cụ ngoài tám mươi và gần chín mươi tuổi), người Việt tại Pháp, những học giả có nhiều năm nghiên cứu, giảng dạy tại Viễn Đông Bác cổ Paris và các đại học tại Pháp về Hán ngữ cổ và Phương Đông học. Từ năm năm nay nhóm tập trung vào giải mã các dự ngôn của Á Đông. Qua đó tìm ra các phương pháp cổ nhân trước tác các dự ngôn, sấm thư, vĩ thư.

Bằng nhiều phương pháp khác nhau, từ khảo cứu các bản chính văn (*Cự ngao đới sơn, Ngụ hứng (cận thủy...), Ngụ hứng (thập nhị phong), Quy lão ký Lại bộ Thượng thư Kế khê bá, Trừ tịch tức sự, Xuân đán cảm tác, Lô hương ký...*), sấm ký và những câu đồng dao, thơ ca lưu truyền trong dân gian; kết hợp với rất nhiều lần đi nghiên cứu thực địa tại hai huyện Vĩnh Bảo và Tiên Lãng, tới các nơi như: Ba Đa, Ba Đồng, Chùa Đót, Thanh Trì, thôn Hà Dương, chùa Hoa Am...

Ngày 6/5/2018, nhóm nghiên cứu trong nước do Tiến sỹ Nguyễn Văn Vịnh dẫn đầu khảo sát tại khu vực Cống Cá thôn Thanh Trì, xã Kiến thiết *(Giờ bắt đầu khảo sát là giờ Bính Thìn, Ngày Mậu Tuất của Tháng Bính Thìn Năm Mậu Tuất).* Sau hơn hai giờ đã tìm được hai bia đá. Một cụ ông trong thôn được mời ra đọc. Cụ cho biết đây là bia liên quan tới mộ phần Trạng Trình và các vua nhà Mạc. Để làm việc này, Tiến sỹ Vịnh đã thông qua lãnh đạo cấp cao nhất của thành phố và báo cáo công an huyện Tiên Lãng, lãnh đạo xã Kiến Thiết. Sau khi chụp ảnh các chi tiết cần thiết phục vụ cho nghiên cứu, bia được niêm phong và giao cho Ủy ban xã Kiến Thiết bảo quản.

Qua đánh giá ban đầu cho thấy: đây không phải loại bia thường đặt trước mộ hay đình chùa, mà là hai tấm bia được làm để chôn xuống đất nhằm bí mật chuyển tải di ngôn của người làm bia cho hậu thế. Ảnh hai tấm bia được Tiến sỹ Nguyễn Văn Vịnh công bố trên mạng và chia sẻ với bạn bè. Chữ trên bia là chữ cổ, có lẽ do làm bí mật, phải dùng thợ khắc yếu tay nghề nên chữ xấu, rất khó đọc. Một Tiến sỹ Hán Nộm đọc không nổi, phải nhờ vị túc nho đọc giúp. Khi thấy câu *Mậu Tuất Tân quân Việt kiến vinh* trong bài Di ngôn chí, nghĩa là *năm Mậu Tuất (2018) vua mới xuất hiện,* Tiến sỹ Hán Nôm giật mình, liền báo ngay cho quan thày để nhận món thưởng lớn. Biết mối nguy có tân quân, mình sẽ thành cựu, không chết thì cũng bị thương, vị này lệnh cho thuộc cấp dấu nhẹm hai tấm bia. Tiến sỹ Hán Nôm tỏ ra hung hăng hơn thầy, vu cho là bia giả nên yêu cầu niêm phong vĩnh viễn hay tiêu hủy! Vị túc nho nói với người viết bài này: "Bia giả nhưng tiền thì thật, bác ạ!" Sự ứng nghiệm của câu sấm trên bia đá được chứng minh sau gần năm tháng tiếp theo. Cụ Nguyễn Trinh kể, vào sáng Rằm tháng Tám Âm lịch năm 20118, cụ gieo một quẻ, thấy bên nhà có biến. Khoảng 9 giờ, đứa cháu đưa cho cụ tờ báo, đăng tin Chủ tịch Trần Đại Quang qua đời. Cụ nghĩ thầm, người tính không bằng trời tính!

Có được tư liệu bằng hiện vật, cụ Nguyễn Trinh cùng bạn bè tập trung trí lực để đọc và giải nghĩa. Với phương pháp

"Chuyển chú, giả tá", các nội dung văn khắc trong hai bia đã được tường minh. Có thể nói đây là sự kiện rất kỳ lạ trong khoa học, pha chút " bí ẩn" tâm linh, phải chăng thời điểm để bia đá phát lộ và những người trong nhóm nghiên cứu đã được sự xắp xếp "linh diệu" của Cụ Trạng Trình từ hơn 400 năm trước (?)

Là người cẩn trọng, Cụ Trạng giấu ý tưởng của mình bằng hai bài dự ngôn. Một khắc trên bia, một ghi trên 02 lư hương gốm Cụ cúng cho bàn thờ tiên tổ hai họ nội ngoại. Văn khắc trên lư hương được TP Hải Phòng phục hồi vào năm 2005. Sau đây, chúng tôi công bố nội dung đã đươc giải nghĩa của hai bài dự ngôn:

Bài thứ nhất: 爐香記 **Lô hương ký**

Xem xét ghi chép trên lư hương thấy dấu hiệu (để tìm) phần mộ mà triều đình gửi gắm, ký thác ở quê nhà

孝思以奉先

Hiếu tư dĩ phụng tiên

Phải hoàn thành việc chiêu tập mồ mả của 4 vị Tiên đế để cúng tế mới là hiếu nghĩa với tổ tiên họ Mạc.

未圓願復園

Vị viên nguyện phục viên

Lăng mộ của các Vua nhà Mạc chưa trọn vẹn, ý nguyện phải tìm và khôi phục lại như ban đầu.

生三三世後

Sinh tam tam thế hậu

Sau khi thay thế triều đại cộng sản của vua họ Hồ, triều đại thứ 9 ra đời mới được tốt lành, có hậu.

歷數數百年

Lịch số sổ bách niên

Khí vận của nước Việt tính ra sẽ trải qua hơn 400 năm nữa (tính từ thời của Trạng Trình, thế kỷ 16)

世缽逢闕裂

Thế bát phùng khuyết liệt

Đến triều đại thứ 8 (triều họ Hồ) thì tìm gặp được mộ các Vua, chia ra thành 2 khu mộ.

周五復園全

Chu ngũ phục viên toàn

Đến hết năm Mậu Tuất mới xong việc thăm dò/ tìm kiếm tất cả mộ của các Vua để hoàn nguyên trở lại.

有昌乎人十

Hữu xương hồ nhân thập

Có người đề xướng, thu xếp việc tìm kiếm mộ Vua ở tuổi Đinh Dậu.

有幟乎雙天

Hữu xí hồ song thiên

Có dấu hiệu để tìm kiếm ở cả 2 khu mộ Vua được chuyển đến nơi đồng ruộng, vùng thôn dã.

内外交邸拱

Nội ngoại giao để củng

Quê vợ và quê mẹ của ta cùng nhau được giao việc chầu về khu mộ của Vua

終始如一藩

Chung thủy như nhất phiên

Chung thủy như nhất, một lòng một dạ che chở bảo vệ (cho mộ của Vua)

龍蛇安所悟

Long xà an sở ngộ

"Từ năm Quý Tị (2013) thì sẽ thức ngộ được vị trí nơi ta đặt mộ phần của ta và các Vua Mạc

挺出子孫賢

Đĩnh xuất tử tôn hiền

Đến năm Mậu Tuất (2018), người thày giáo làm phát lộ,

đưa lên tấm bia đá ở quê ngoại là con cháu hiền tài (của ta)

時露玄微址

Thời lộ huyền vi chỉ

"Thời điểm phát lộ dấu tích ở chỗ mộ của vua Mạc tại đồng ruộng là chuyện huyền vi của trời (còn gọi là Thiên cơ)

不得即言安

Bất đắc tức ngôn yên

(Thiên cơ) không thể được nói ra với cách nói thông thường (mà phải dùng dự ngôn/ mật ngữ...)

爐香供于祖

Lô hương cung vu tổ

Sau này, khi con cháu xem xét cái lư hương tự ta cung tiến với tổ tiên ở quê nhà.

見龍飛在天

Kiến long phi tại thiên.

Thấy hiện ra hai vị trí mộ các vua Mạc ở trên đồng ruộng.

Ảnh của TS Nguyễn Văn Vịnh

VĂN BIA PHẦN "DI NGÔN CHÍ"

(Luận giải mặt trước của một bia tìm được tại Tiên Lãng)

貽言志

DI NGÔN CHÍ

白雲還始四百年
Bạch vân hoàn thủy tứ bách niên
雪江墳 嶼 化左田
Tuyết giang phần dữ hóa tả điền
適時來生尋的穴
Thích thời lai sinh tầm đích huyệt
清持皇族墓復原
Thanh trì hoàng tộc mộ phục nguyên
傘神選 諦為心梵
Tản thần tuyển đế vi tâm phạn
沱靈南替伯聖明
Đà linh Nam thế bá thánh minh
北狂西怒東海變
Bắc cuồng Tây nộ Đông hải biến
戊戌新君越建榮
Mậu Tuất tân quân Việt kiến vinh.

Nhận xét: Đây là thể thơ thất ngôn bát cú, làm theo lối "cổ phong", không quá câu nệ, gò bó vào niêm luật, chỉ cốt chuyển tải ý tứ, với ngôn từ hàm súc, đa nghĩa, có tính dự ngôn; buộc phải giải nghĩa bằng các phép "đồng âm thông giả" và " đồng nghĩa/ chuyển chú".

Trước tiên, với nghĩa thực (nghĩa "đen"), tiêu đề "DI NGÔN CHÍ" nghĩa là "Để lại chí hướng bằng di ngôn"; nhưng hàm nghĩa của nó đầy đủ hơn nhiều.

Vậy, tiêu đề hàm nghĩa là: "Ta báo cho biết dấu hiệu vị trí mộ của ta và mộ vua Mạc chuyển đến."

Giải nghĩa là:

Bạch Vân (cư sỹ), sau 400 năm lại trở về như ban đầu.

Bãi bồi, nơi có phần mộ của Tuyết Giang (phu tử) trở thành thửa ruộng bên tả sông Hàn.

Đến đúng lúc thì có người học giả, họ hàng xa (của ta) tìm được đích xác bia đá chỉ mộ nhà Mạc ở gò đất bên bờ sông.

Xong việc cai quản (nước Việt), tuy muộn thì mộ của vua Mạc và hoàng tộc lại phục hồi như ban đầu (ở thôn) Thanh Trì.

Thần Tản Viên nhiệm màu nhập vào, sai bậc hào kiệt ở phương Đông là Mạc Đăng Dung làm hoàng đế vì có đạo nghĩa và tấm lòng hướng Phật.

Linh khí thần sông Đà che chở nước Nam, cứ triều đại nào suy bại (thần) lại trừ bỏ kẻ vương bá, thay bằng bậc thánh minh.

Trung Quốc ngông cuồng (làm cho) Mỹ và Tây Âu giận dữ, (vì thế) biển Đông có biến loạn

Năm Mậu Tuất (2018), tháng Tân Dậu vua cũ họ Trần chết, vua mới làm thay đổi, kiến lập sự vẻ vang cho nước Việt.

Vẫn biết, thiên cơ bất khả lậu. Tuy nhiên, thiên cơ đã rõ ra từ hai năm trước, nhiều điều dự ngôn đã ứng hiện. Nhưng nỗi mong muốn của Cụ Trạng vẫn chưa thành, mộ Vua Mạc và mộ Cụ vẫn chưa được hoàn táng như ý Cụ. Lo rằng việc làm không phải của con cháu khiến các cụ buồn lòng và ảnh hưởng tới vận nước. Hôm nay tôi viết bài này công bố với dân nước. Mong những người có trách nhiêm ráng làm tròn việc tâm đức này. Đây cũng là nén tâm nhang tưởng nhớ cụ Nguyễn Trinh, người bằng trái tim và trí tuệ đã để lại cống hiến vô giá trước khi về thế giới Cực Lạc.

Sài Gòn, 1.6.2020

DI VẬT VĂN HÓA LƯƠNG CHỬ TẠI VIỆT NAM

Trong phiên họp từ ngày 6 đến ngày 10 tháng Bảy năm 2019 tại Thủ đô Baku Cộng hòa Azerbaizan, Hội đồng Di sản thế giới đã công nhận 7 di sản văn hóa thế giới mới trong đó có Archaeological Ruins of Liangzhu City (China) và Cánh đồng Chum (Lao People's Democratic Republic).

Phần nói về Lương Chử như sau:

Nằm trong lưu vực sông Dương Tử trên bờ biển phía đông nam của đất nước, những tàn tích khảo cổ của Lương Chử (khoảng 3.300-2.300 TCN) cho thấy một quốc gia sớm nhất với một hệ thống tín ngưỡng thống nhất dựa trên canh tác lúa ở Trung Quốc thời kỳ đồ đá mới. Khu di chỉ bao gồm bốn khu vực – Khu vực Yaoshan, Khu vực đập cao ở cửa Thung lũng, Khu vực đập thấp trên Đồng bằng và Khu vực Thành phố. Những di tích này là một ví dụ nổi bật của nền văn minh đô thị sơ khai được thể hiện trong các di chỉ bằng đất, quy hoạch đô thị, hệ thống trữ nước và hệ thống phân cấp xã hội được thể hiện trong các chôn cất khác biệt trong các nghĩa trang .

Giá trị thế giới vượt trội

Di tích khảo cổ của thành phố Lương Chử là trung tâm quyền lực và tín ngưỡng của quốc gia đầu tiên ở Khu vực Thái Hồ. Nó nằm trên một đồng bằng cắt ngang bởi các mạng lưới sông ở chân đồi phía đông của dãy núi Tianmu trong lưu vực sông Dương Tử trên bờ biển phía đông nam của Trung Quốc. Di tích bao gồm bốn khu vực: Khu vực Yaoshan; Khu vực đập cao ở cửa Thung lũng; Khu vực đập thấp trên đồng bằng – Đường đắp phía trước dãy núi; và Khu vực thành phố.

Di tích khảo cổ của thành phố Lương Chử cho thấy một quốc gia hình thành sớm với cơ sở kinh tế nông nghiệp trồng lúa, sự khác biệt xã hội và một hệ thống tín ngưỡng thống nhất, tồn tại trong thời kỳ đồ đá mới ở Trung Quốc. Với một loạt các di chỉ, bao gồm Di chỉ Thành phố được xây dựng trong khoảng 3300-2300 TCN, Hệ thống trữ nước ngoại vi với các chức năng phức tạp và nghĩa trang được phân cấp xã hội (bao gồm cả bàn thờ) và các vật thể được khai quật đại diện bởi một loạt các đồ tạo tác bằng ngọc tượng trưng cho tín ngưỡng, cũng như thời kỳ đầu của nó, tài sản đại diện cho những đóng góp đáng chú ý của lưu vực sông Dương Tử cho nguồn gốc của nền văn minh Trung Quốc. Ngoài ra, mô hình và phân vùng chức năng của thủ đô, cùng với các đặc điểm của các khu định cư của văn hóa Lương Chử và của Thành phố bên ngoài với các sân thượng, hỗ trợ mạnh mẽ giá trị của di sản.

Tiêu chí (ii): Di tích khảo cổ của thành phố Lương Chử, là trung tâm quyền lực và tín ngưỡng của văn hóa Lương Chử, là một bằng chứng nổi bật của một quốc gia đầu tiên ở khu vực với nông nghiệp trồng lúa làm cơ sở kinh tế, và sự khác biệt xã hội và hệ thống tín ngưỡng thống nhất, tồn tại ở vùng hạ lưu của sông Dương Tử trong thời kỳ đồ đá mới ở Trung Quốc. Nó cung cấp bằng chứng tuyệt vời cho các khái niệm về bản sắc văn hóa, tổ chức chính trị xã hội và sự phát triển của xã hội và văn hóa trong thời kỳ đồ đá mới và thời kỳ đồ đồng sớm ở Trung Quốc và khu vực.

Tiêu chí (iv): Di tích khảo cổ của Lương Chử minh họa sự chuyển đổi từ các xã hội thời kỳ đồ đá mới quy mô sang một đơn vị chính trị tích hợp lớn với hệ thống phân cấp, nghi lễ và nghề thủ công. Nó bao gồm các ví dụ nổi bật về đô thị hóa sớm được thể hiện trong các di tích bằng đất, quy hoạch thành phố và cảnh quan, hệ thống phân cấp xã hội thể hiện ở sự khác biệt về chôn cất trong các nghĩa trang, trong tài sản, các chiến lược văn hóa xã hội để tổ chức không gian và thực hiện quyền lực. Nó đại diện cho thành tựu to lớn của nền văn minh trồng lúa thời tiền sử của Trung Quốc hơn 5000 năm trước và là một ví dụ nổi bật của nền văn minh đô thị sớm.

Chính trực

Bốn phần cấu thành của Di tích khảo cổ của thành phố Lương Chử bao gồm tất cả các thuộc tính được xác định cần thiết để thể hiện tầm quan trọng của nó như là một đại diện nổi bật của một nền văn minh đô thị và tiền sử sớm ở lưu vực sông Dương Tử.

Di chỉ chứa tất cả các yếu tố vật chất của di tích khảo cổ học, bốn yếu tố nhân tạo chính, đó là Khu vực thành phố, Hệ thống trữ nước ngoại vi, nghĩa trang được phân cấp xã hội (bao gồm cả bàn thờ) và các vật thể được khai quật đại diện bởi các đồ tạo tác bằng ngọc bích, cũng như địa hình tự nhiên được liên kết trực tiếp đến chức năng của các di tích.

Vùng đệm bao gồm các yếu tố môi trường lịch sử liên quan đến giá trị của di sản, như núi, gò cô lập, vùng nước và vùng đất ngập nước, nhưng cũng bao gồm các di tích khảo cổ đương thời rải rác xung quanh thành phố cổ, cũng như sự liên kết nội tại của giá trị giữa các di chỉ khác nhau và bố trí không gian và mô hình của chúng.

Tác động của phát triển và xây dựng đô thị và các yếu tố tự nhiên đe dọa di tích được giải quyết đúng đắn.

Xác thực

Các địa điểm trong bốn khu vực, bao gồm Khu vực thành phố, Hệ thống trữ nước ngoại vi, nghĩa trang được phân loại xã hội (bao gồm một bàn thờ), được bảo tồn như các địa điểm khảo cổ, mang thông tin lịch sử xác thực về di sản của thời kỳ 3300-

2300 TCN, bao gồm các đặc điểm trong lựa chọn địa điểm, không gian và môi trường, vị trí và bố cục, đường viền của hài cốt, vật liệu và công nghệ và chức năng lịch sử của các di chỉ, cũng như kết nối nội bộ giữa bố cục tổng thể của di sản và các yếu tố riêng lẻ và môi trường tự nhiên lịch sử của khu vực phân phối của các địa điểm. Các vật thể được khai quật từ bốn khu vực được đại diện bởi các đồ tạo tác ngọc bích bảo tồn chính xác hình dạng, chủng loại, hoa văn trang trí, chức năng, vật liệu và các công nghệ xử lý phức tạp và sự khéo léo tinh xảo của các đồ tạo tác. Cùng với các địa điểm khảo cổ, họ chứng minh một cách xác thực và đáng tin cậy mức độ phát triển của nền văn minh trồng lúa ở hạ lưu sông Dương Tử trong thời kỳ đồ đá mới và cung cấp một bức tranh toàn cảnh về Di tích khảo cổ của thành phố Lương Chử… (https://whc.unesco.org/en/list/1592/)

*

Năm 2017, dựa trên tài liệu được công bố sau 80 năm phát hiện và khảo cứu Văn hóa Lương Chử (1936-2016), chúng tôi viết và cho in cuốn ***Nhà nước Xích Quỷ từ huyền thoại tới hiện thực*** tại Nhà xuất bản Hội Nhà văn. Nội dung cơ bản của cuốn sách dành cho việc chứng minh nhà nước Lương Chử chính là nhà nước Xích Quỷ tồn tại dai dẳng trong truyền thuyết của người Việt với bốn tiêu chí sau:

1. Về thời điểm.

Khảo cổ học xác định văn hóa Lương Chử xuất hiện từ 3300 năm TCN. Trong khi đó truyền thuyết nói Thần Nông sống khoảng 3320-3080 năm TCN. Điều này cho thấy sự trùng hợp phải nói là kỳ diệu giữa truyền thuyết và tài liệu khảo cổ. Chu dịch ghi "Bào Hy thị một, Thần Nông thị xuất." Như vậy, Thần Nông không phải là vị vua đầu tiên của người Việt. Nhà nước Thần Nông hình thành trên cương vực của nhà nước Bào Hy và từ đó phát triển lên. Việc truyền thuyết ghi Kinh Dương Vương lên ngôi, lập nhà nước Xích Quỷ năm 2879 TCN - hơn 400 năm sau khi nhà nước Lương Chử hình thành - cho thấy, Xích Quỷ ra đời đúng vào thời kỳ sung mãn của Lương Chử.

2. Về cương vực:

Khảo cổ học cho thấy lãnh thổ nhà nước Lương Chử chiếm trọn vẹn lưu vực sông Dương Tử. Phía tây bắc vươn tới Sơn Tây. Phía Đông Bắc chạm tới vùng Sơn Đông, có bộ phận vượt sông Dương Tử lên bờ Bắc.

Trong khi đó truyền thuyết nói nước Xích Quỷ: bắc tới Hồ Động Đình, đông tới Biển Đông, tây giáp Ba Thục, nam tới nước Hồ Tôn. Như vậy ranh giới của Xích Quỷ gần như trùng với ranh giới của nhà nước Lương Chử. Cố nhiên, ranh giới quốc gia theo truyền thuyết và ranh giới quốc gia theo khảo cổ chỉ là tương đối bởi lẽ thường có sự chồng lấn văn hóa nên ranh gới văn hóa thường không phải là ranh giới quốc gia. Dù có như vậy thì ta cũng thấy một thực tế là về đại thể, ranh giới của nhà nước Lương Chử trong khảo cổ học gần khớp với ranh giới của Xích Quỷ truyền thuyết.

3. Kinh đô

Trong khi khảo cổ học phát hiện kinh đô Lương Chử vùng Thái Hồ thì truyền thuyết nước Xích Quỷ hầu như không nói tới Thái Hồ mà chỉ nhắc tới hồ Động Đình là nơi mà Kinh Dương Vương đi chơi thuyền rồi gặp Long nữ con gái Động Đình Quân. Cũng ở đây còn có sông Tương với cánh Đồng Tương là nơi các người con của Lạc Long Quân gặp lại nhau. Nhưng câu hát ru dân gian nhắc tới *trăng Tiền Đường:*

Gió Động Đình mẹ ru con ngủ
Trăng Tiền Đường thức đủ năm canh.

Sông Tiền Đường là dòng sông lớn nhất của tỉnh Chiết Giang, bắt nguồn từ vùng ranh giới giữa hai tỉnh An Huy và Giang Tây, chảy theo hướng Tây nam-Đông bắc qua Hàng Châu, thủ phủ tỉnh Chiết Giang, đổ ra vịnh Hàng Châu.

Những điều trên phải chăng là chút ánh sáng từ ngôi sao đã tắt gửi tới chúng ta dấu vết hiếm hoi của tổ tiên từng sống bên sông Tiền Đường?

4. Về chủ nhân Lương Chử

Từ vật chứng ADN lấy trực tiếp trên di cốt Lương Chử, khoa học xác nhận, dân cư Lương Chử là người Lạc Việt. Khoảng 2300 năm TCN, do nước biển dâng, kinh đô Lương Chử bị nhấn chìm, người Lương Chử phải dời đi nơi khác. Chủng người Indonesian đi lên vùng đất cao xung quanh còn chủng Melanesian di tản sang đảo Đài Loan rồi xuống Philippines, góp phần làm nên dân cư Polynesian, chiếm lĩnh các đảo Nam Thái Bình Dương. Phải chăng điều này là gợi ý cho "50 con trai của Mẹ Âu Cơ lên rừng và 50 con trai xuống biển?"

Từ vật chứng khảo cổ, các học giả Trung Quốc thừa nhận, *chủ nhân nền văn hóa Lương Chử là người Lạc Việt!* Từ những hình thao thiết "thần nhân thú diện" khắc trên ngọc thờ, các học giả Trung Quốc xác nhận: người Lương Chử là "Vũ nhân" hay "Vũ dân" (羽人或羽民) thờ vật tổ chim và thú. Đấy là một phát hiện đặc biệt. Các tộc người thời cổ đều thờ vật tổ. Vật tổ của người Nga là con gấu, của người Pháp là con gà trống. Còn người Mông Cổ du mục thờ con sói trắng. Nhìn chung, với loài người, vật tổ chỉ đơn nguyên, hoặc là chim hoặc là thú. Riêng có người Lạc Việt nhận *vật tổ kép chim và thú*, được hình tượng hóa thành Tiên và Rồng. Quan niệm này được phản ánh trong truyền thuyết Hồng Bàng thị (鴻龐). Thời đó, do trong tiếng Việt phụ âm chưa phân biệt và thanh điệu chưa xác định nên có thể có những dạng: krong => hồng => sông => long => rồng. Vậy Hồng có nghĩa là Rồng. Nhưng chữ Hồng 鴻 trong Hồng Bàng với bộ Điểu và chữ Giang, ta có thể chắc là chữ để chỉ tên loài chim nước, như là con ngỗng trời, còn gọi là hồng hạc. Do đó *Hồng cũng là chim*. Vậy, trong Hồng Bàng, Hồng là chim, là biểu trưng của Tiên.

Tương tự, chữ Mang (厖) có thể là ký âm của *mạng, mãng, vàng*. Ta quen gọi rắn là mãng xà nhưng với người xưa thì *mãng* và *xà* cùng là rắn. Hãy nhớ tích Lưu Bang chém rắn trắng khởi nghiệp để rồi cuối cùng bị con rắn chúa *Vương Mãng* diệt. Mang là rắn. Rắn cũng là rồng. Trong việc chọn chữ vuông để ký âm tiếng Việt cổ Hồng Bàng sau này, người đầu tiên đã dùng chữ Mang 厖 với nghĩa *mãng*. Nếu liên hệ tới những biến dạng khác của chữ Bàng 龐, ý nghĩa rồng rắn của từ Mang càng rõ hơn. Do vậy, *Hồng Bàng là Chim và Rắn tức là Tiên Rồng*. Có thể chữ Hồng Bàng được khắc trên ngọc hay giáp cốt ngay từ thời Kinh Dương Vương tại kinh đô Lương Chử. Có điều đã bị thất lạc nên người sau không tìm được.

Từ những liên hệ trên, ta có thể nhận định: chủ nhân của văn hóa Lương Chử là thị tộc Hồng Bàng.

Với bốn tiêu chí: *thời điểm, cương vực, kinh đô và dân cư* như phân tích trên, ta thấy, có sự tương đồng rõ ràng giữa nhà nước Lương Chử được khảo cổ học phát hiện và nhà nước Xích Quỷ trong truyến thuyết của người Việt. Giữa những vật chứng câm lặng nằm sâu trong lòng đất hàng nghìn năm và những câu truyện truyền miệng mong manh suốt 5000 năm trong dân gian mà có được sự gần gũi, tương đồng như vậy quả là lý tưởng. Điều này khiến ta có thể mạnh dạn khẳng định:

Nhà nước Lương Chử được khảo cổ học phát hiện chính là nhà nước Xích Quỷ trong truyền thuyết.

Tuy khẳng định một cách vững chắc như vậy nhưng trong lòng chúng tôi vẫn mang nỗi băn khoăn khi nhìn trên bản đồ thấy di chỉ văn hóa Lương Chử rải rác khắp vùng Giang Nam mà sao không có bất cứ dấu vết nào trên đất Việt Nam? Có vấn đề gì ở đây? Phải chăng Việt Nam nằm ngoài "vùng phủ sóng" của văn hóa Lương Chử?

Rồi tin mừng đã tới, bạn chúng tôi, nhà trà học Trịnh Quang Dũng gửi cho một số bức ảnh hiện vật ngọc của nhà sưu tập đồ cổ Vũ Ngọc Tân tại Hà Nội mà ông nói là ngọc Lương Chử. Xem ảnh, tôi nhận ra ngay, đúng là ngọc Lương Chử. Sau đó, nhờ ông Dũng giới thiệu, tôi và nhà nghiên cứu văn hóa Việt cổ Lê An Vi tới thăm sưu tập ngọc Xích Quỷ giữa Thủ đô Hà Nội. Cảm giác của chúng tôi là sung sướng và choáng ngợp trước kho bảo vật vô giá của dân tộc. Tôi hoàn toàn tin đó là di vật Lương Chử mà hiện vật thuyết phục nhất là motype thao thiết "hình người mặt thú" được khắc trên chiếc gối ngọc. Tất cả đều là những sản phẩm được chế tác bởi những nghệ nhân bậc thầy và đều in dấu ấn của thời gian. Rất thân tình, ông Vũ Ngọc Tân bật mí: "Những người đào than ở Uông Bí khi phát hiện hầm ngọc đã giữ nguyên hiện trạng rồi báo cho tôi. Tôi đã cùng họ thu hồi hiện vật."

Cố nhiên là không ít câu hỏi được đặt ra với kho báu này: Ngọc Lương Chử thực hay giả? Chúng có mặt ở Uông Bí thời gian nào? Hoàn cảnh nào dẫn đến việc chúng xuất hiện ở đây? Theo nhận định của chúng tôi, đây chính là hiện vật ngọc Lương Chử điển hình, được chế tác vào thời kỳ hưng thịnh nhất của văn hóa Lương Chử. Ngọc của văn hóa Mã Kiều sau đó thô hơn. Tôi gửi hình cho nhà khảo cổ tên tuổi, ông nói: "Nhìn qua, thấy ngay là ngọc Lương Chử. Nhưng thật hay giả là cả một vấn đề." Sự thận trọng của nhà chuyên môn là hợp lý. Nhưng theo suy nghĩ thông thường, việc đem đồ giả tới khu vực *được cho là không thuộc văn hóa Lương Chử* để "đặt bẫy" là chuyện khó xảy ra. Những mẫu ngọc trong sưu tập này cũng khác với ngọc của Bảo tàng Lương Chử. Không có ngọc Tông và thao thiết, những hiện vật phổ biến của Lương Chử. Chiếc Quy ấn là mẫu vật không thấy ở nơi khác nên chuyện làm giả khó xảy ra.

Tôi cũng tin vào người lính cũ Vũ Ngọc Tân. Là nhà sưu tập đồ cổ có tiếng, ông cũng trang bị cho mình tri thức hàng đầu về đồ cổ của thế giới nên không dễ bị lừa một khối tài sản lớn. Ông cho biết, nhiều chuyên gia cổ vật người Nhật tới thăm, lúc đầu họ khách khí nhưng sau khi tiếp xúc hiện vật, đã tỏ ra kính nể không chỉ kho báu vô giá mà cả chủ nhân của nó.

Câu hỏi về thời gian kho ngọc xuất hiện ở Quảng Ninh có lẽ chẳng bao giờ được trả lời vì hiện vật không được khai quật theo phương pháp khoa học và sau đó hiện trường cũng bị hủy hoại. Còn câu hỏi về hoàn cảnh xuất hiện của kho ngọc, theo chúng tôi, nhiều khả năng như sau. Ngọc nguyên liệu được khai thác từ mỏ ngọc ở Đài Loan, đưa về trung tâm chế tác Lương

Chử. Vùng Quảng Ninh là trung tâm kinh tế văn hóa lớn, có những quan chức hay thủ lĩnh giàu có, đã mua ngọc từ Lương Chử về dùng và quan trọng hơn là để thể hiện đẳng cấp của mình. Dựa vào chiếc Quy ấn (ấn Rùa) trong bộ sưu tập, ta có thể đoán là, vùng Quảng Ninh xưa là một trung tâm kinh tế chính trị quan trọng, người đứng đầu là vị quan cao cấp. Theo truyền thống phương Đông, vua dùng Ấn Rồng, quan to trong triều dùng ấn hình con Ly. Quan đứng đầu khu vực giữ ấn Rùa. Do đó, người đứng đầu vùng Quảng Ninh xưa có thể là một quan Lang? Một khám phá thú vị: trong bộ sưu tập ngọc ở Bảo tàng Lương Chử hay Cố Cung không thấy có ấn ngọc nên chiếc Quy ấn trong bộ sưu tập này có giá trị đặc biệt. Có thể đặt những câu hỏi sau. Phải chăng tại Uông Bí đã có trao đổi văn bản nên phải dùng mộc để xác nhận? Điều này khó xảy ra vì thời đó chưa có giấy để có thể dùng cái ấn khủng như vậy. Nhiều khả năng hơn, đây là một thứ quyền trượng xác nhận vị thế của thủ lĩnh. Dù sao, việc xuất hiện cái mộc sớm nhất trong lịch sử này cũng nói lên trình độ văn hóa của vùng: chữ đã hình thành, được dùng rộng rãi. Khả năng Uông Bí là nơi chế tác ngọc khó xảy ra.

Như vậy Uông Bí chính là địa điểm đầu tiên ở Việt Nam phát hiện di vật ngọc Lương Chử. Phát hiện này là vô giá vì nó cung cấp bằng chứng cứ vật chất rằng đất Việt Nam cũng thuộc về văn hóa Lương Chử. Điều này cũng khẳng định người Việt Nam là hậu duệ của Thần Nông, Đế Minh, Kinh Dương Vương và Xích Quỷ là nhà nước đầu tiên của dân tộc ta. Sưu tập ngọc Lương Chử của ông Vũ Ngọc Tân là kho tàng văn hóa vật thể vô giá. Nhưng khi những con chữ khắc trên ngọc như bốn chữ trên mặt ấn rùa (Quy ấn) và những chữ khắc trên búa ngọc nhìn có vẻ "khôn" gần với giáp cốt văn Ân Khư được giải mã, sẽ cung cấp những thông tin thuộc văn hóa tinh thần soi sáng lịch sử.

Xin giới thiệu một số hình ảnh về bộ sưu tập vô giá này và xin chân thành cảm ơn ông Vũ Ngọc Tân đã cho thưởng lãm kho báu vật.

Quy ấn khắc chữ cổ

Gối ngọc khắc hình Thao thiết

(Hình của Lê Khánh)

VIỆT NAM
CÓ MẤY NGHÌN NĂM VĂN HIẾN?

Ta thường nghe và cũng thường nói: "Việt Nam có bốn ngàn năm văn hiến." Nhưng nếu được hỏi: "Văn hiến là gì? Căn cứ vào đâu để nói 4000 năm?" Có lẽ hầu hết người Việt chỉ biết cười trừ rồi giả lả: "Thì nghe các cụ nói vậy..." Một niềm tin hời hợt không bao giờ vững chắc. Lớp người trẻ càng ngày càng ít nhắc tới. Rồi cũng như Xích Quỷ, họ Hồng Bàng, cha Rồng mẹ Tiên… cái "văn hiến bốn nghìn năm" dần đi vào quên lãng! Vì vậy, chính lúc này xác định Việt Nam có phải là "văn hiến quốc" không, có ý nghĩa vô cùng lớn lao, góp phần cho sự sống còn của dân tộc. Muốn vậy, trước hết phải trả lời hai câu hỏi: 1. Văn hiến là gì? Và 2.Việt Nam có mấy nghìn năm văn hiến?

1. Văn hiến là gì?

Văn hiến thuần túy là khái niệm phương Đông, tồn tại trong môi trường văn hóa Hoa-Việt. Vì vậy, muốn tìm nghĩa của Văn hiến, cần phải tra cứu cổ thư. Nhiều học giả cho rằng, từ Văn hiến xuất hiện sớm nhất trong thiên Bát dật sách Luận ngữ: "Tử viết: Hạ lễ, ngô năng ngôn chi, Kỷ bất túc trưng dã; Ân lễ, ngô năng ngôn chi, Tống bất túc trưng dã; ***văn hiến*** bất túc cố dã" (子曰夏禮吾能言之杞不足徵也殷禮吾能言之宋不足徵也文獻不足故也). Dịch nghĩa: "Lễ nhà Hạ thì ta có thể bàn được, nhưng nước Kỷ chẳng đủ để làm chứng; lễ của nhà Ân, thì ta cũng bàn được, nhưng nước Tống chẳng đủ để làm chứng. Ấy là vì văn hiến hai nước ấy không đủ" (nước Kỷ là dòng dõi nhà Hạ, nước Tống là dòng dõi nhà Ân). Từ câu nói của Khổng tử toát lên hai nghĩa:

i. Khoảng 2500 năm TCN, Văn hiến đã là chữ dùng quen thuộc nên khi nói, Khổng Tử không cần phải thích nghĩa vì người có học đều hiểu.

ii. Trong một câu ngắn, Khổng Tử hai lần nhắc tới chữ ***Lễ***. Rằng ngài có thể bàn về Lễ của nhà Hạ và nhà Ân nhưng không thể lấy hậu duệ của hai nước này ra để chứng minh vì lẽ ***văn hiến*** của hai nước ấy không thể đại diện được! Lễ ở hai nước Kỷ và Tống không còn như xưa chứng tỏ ***văn hiến*** của hai nước này thiếu hụt. Điều đó chứng tỏ Khổng Tử quan niệm ***Lễ là Văn hiến.***

Nhưng gần hai nghìn năm sau, vào đời Tống, khi chú thích lời Khổng Tử, Chu Hy giảng: ***"Văn, điển tịch dã; hiến, hiền dã 文典籍也獻賢也, (văn là điển tịch; hiến là người hiền vậy)".*** Rõ ràng, khi giảng như thế, Chu Hy đã hiểu khác lời của Khổng Tử. Khi nói tới Lễ là Khổng Tử nói tới mối quan hệ nhân luân giữa con người trong xã hội cũng như con người với thiên nhiên trong đó có thần minh. Chính mối quan hệ hài hòa có tôn ty được gọi là Lễ ấy làm nên Văn hiến. Khổng Tử đánh giá rất cao vai trò của Lễ. Trong Ngũ thường *Nhân, Nghĩa, Lễ, Trí, Tín,* ông đặt Lễ ở trung tâm. Bốn yếu tố *Nhân, Nghĩa, Trí, Tín* khi đứng riêng, không được thể hiện, là những điều vô nghĩa. ***Chỉ khi thể hiện ra bằng Lễ, tức là hành động***, nó mới có giá trị. Cũng vì vậy, Ngài soạn riêng kinh Lễ. Khổng Tử không cho văn là điển tịch vì nhà Hạ chưa có chữ, còn nhà Ân chữ cũng mới xuất hiện nên chưa thể thành điển tịch. Hiến cũng chưa mang nghĩa hiền tài. Ta có thể hiểu cách giảng của Chu Hy bởi sống sau Khổng Tử gần 2000 năm, điển tịch đã nhiều, hiền tài cũng lắm. Mặt khác, lúc này chính điển tịch và hiền tài đang làm nên văn hiến vì vậy ông "hiện đại hóa" phát ngôn của Khổng Tử!

Tới đây xin mượn đoạn văn của TS Trần Trọng Dương trong khảo cứu công phu *Nghĩa từ nguyên của từ "Văn hiến" qua bối cảnh tri thức Nho giáo Việt Nam-Trung Hoa* nói về sự chuyển nghĩa của từ Văn hiến:

"Sách Vũ cống đồi chỉ **禹貢錐指** *(quyển 19) của Hồ Vịnh đời Thanh có đoạn: "***自兩漢以降嶺南之風氣漸移犀象毒冒珠璣銀銅果布之湊於是乎在魁奇忠信　材德之民於是乎生一以為脂膏之地一以為文獻之邦***" nghĩa là "từ đời lưỡng Hán về sau, phong khí Lĩnh Nam dần đổi; cho nên sừng tê, ngà voi, đồi mồi, ngọc bích, vàng, đồng, hoa trái tích tụ đã nhiều; mà những bậc khôi kỳ, trung tín, tài đức xuất hiện cũng lắm, có thể coi [Lĩnh Nam] vừa là đất màu mỡ, vừa là nước văn hiến" Đoạn này nhấn mạnh đến nhân vật - yếu tố chủ thể làm nên văn hiến của một đất nước. Nhân vật đó phải là bậc khôi kỳ, có đức trung tín và tài năng theo quan niệm của Nho giáo.*

Từ điển Từ nguyên - cuốn từ điển phổ dụng được soạn vào đầu thế kỷ XX, đã giải thích trên cơ sở định nghĩa của Chu Hy, nên đã viết: "văn trỏ những tư liệu văn tự liên quan đến điển chương chế độ, hiến trỏ những người nghe rộng biết nhiều" [tr.737]. Cách định nghĩa trên đây của từ điển Từ nguyên là tiếp thu tinh thần của Chu Hy...

Từ điển Từ hải sau khi giải thích về từ nguyên, đã ghi nhận nghĩa của chữ văn hiến trong tiếng Hoa hiện nay chỉ còn một nghĩa mở rộng là "những tư liệu văn vật có giá trị lịch sử như: lịch sử văn hiến, đồng thời cũng chỉ những tư liệu sách vở quan trọng liên quan đến một ngành khoa học cụ thể, ví dụ: y học văn hiến. Nay (văn hiến) còn là tên gọi chung cho bất cứ một dạng vật chất nào sử dụng văn tự, tranh ảnh, phù hiệu, để kí tải tri thức, thông tin như: ấn phẩm, băng từ, đĩa CD, băng hình, bản in ốp sét." Tóm lại, có thể nói rằng, từ ***văn hiến*** *trong tiếng Hán đã thu hẹp nét nghĩa ban đầu của Nho học, mà trỏ chung cho các tư liệu lưu trữ thông tin.*

Như vậy ta thấy, ban đầu được Khổng Tử hiểu là Lễ. Nhưng sau đó, do ảnh hưởng của Chu Hy, Văn hiến trở thành "điển tịch và hiền tài." Nghĩa này tồn tại lâu dài, nhưng tới thế kỷ XX, trong các từ điển đã không còn nghĩa ban đầu của Khổng Tử cũng như Chu Hy mà trở thành ***những tư liệu lưu trữ thông tin.***

Một vấn đề được đặt ra: tại Việt Nam, chữ Văn hiến xuất hiện khi nào?

Rất có thể, nó xuất hiện rất sớm, ngay khi Triệu Đà lập nước Nam Việt, đưa chữ Hán vào Việt Nam. Nếu muộn thì cũng có mặt khi Sỹ Nhiếp cai trị nước ta, mở mang việc học cùng với những nho sỹ tỵ nạn từ phương Bắc xuống. Còn trong thư tịch, cũng theo tài liệu dẫn trên của TS Trần Trọng Dương:

"Sách Dư Địa Chí của Nguyễn Trãi do Lý Tử Tấn viết thông luận, có đoạn: "từ khi người Nguyên vào Trung Quốc, về sau thiên hạ biến thành nói tiếng Hồ, mặc áo Hồ. Không thay đổi thì chỉ có nước ta cùng họ Chu ở Kim Lăng, họ triệu ở Kim Sơn mà thôi. Đến khi Thái tổ nhà Minh lên làm vua, sai Dịch Tế Dân sang thông hiếu, vua Dụ Tông sai Doãn Thuấn Thần sang cống nhà Minh. Vua Minh úy lạo, hỏi quốc sứ, khen phong tục, y phục vẫn giống như văn minh TrungHoa, ban cho bài thơ ngự chế rằng":

安南際有陳 / 風俗不元人
衣冠周制度 / 禮樂宋君臣

An Nam tế hữu Trần/ Phong tục bất Nguyên nhân
Y quan Chu chế độ/ Lễ nhạc Tống quân thần.

(Đất An Nam có họ Trần/ Phong tục không theo người Nguyên

Áo mũ vẫn theo chế độ nhà Chu/ Lễ nhạc vẫn hệt như vua tôi nhà Tống)

Rồi cho bốn chữ "Văn Hiến Chi Bang" và thăng địa vị cho sứ thần của Đại Việt lên trên sứ thần Triều Tiên ba cấp" (22, tr.30a-30b).

Đây là đoạn thông luận mà Lý Tử Tấn chua cho phần chính văn của Nguyễn Trãi đang gián tiếp bàn về văn hiến, đoạn ấy cụ thể như sau: "Người trong nước không được bắt chước ngôn ngữ và y phục của các nước Ngô, Chiêm, Lào, Xiêm, Chân Lạp để làm loạn phong tục trong nước". Đoạn văn trên cho chúng ta biết một số dữ kiện như sau: 1) Chữ văn hiến được dùng cho Đại Việt vào cuối đời Trần; 2) Nho sĩ đời Trần mạt ít nhiều tạo dựng được bối cảnh tri thức cũng như bối cảnh văn hóa Nho giáo ở một mức độ nhất định, đến mức vua Minh Thái Tổ làm thơ ngự chế và ban tặng đích danh bốn chữ "văn hiến chi bang **文獻之邦** *" vào năm Đại Trị thứ nhất (1368); 3) Như thế, đây là tư liệu thành văn sớm nhất (trái với quan niệm phổ biến trước đây, coi chữ văn hiến lần đầu xuất hiện trong bài Bình Ngô đại cáo của Nguyễn Trãi). Đoạn văn trên cũng cho biết một số thông tin cụ thể về nội hàm của khái niệm văn hiến trong bối cảnh tri thức Nho giáo. Đó là bốn yếu tố: 1) Phong tục; 2) Chế độ y quan; 3) Chế độ lễ nhạc; 4) Ngôn ngữ. Chữ văn hiến được đưa vào văn chương trong bài Bình Ngô đại cáo của Nguyễn Trãi (1428):* **維我大越之國 / 實為文獻之邦** *Duy ngã Đại Việt chi quốc/ Thực vi văn hiến chi bang Nghĩa là: Như nước Đại Việt ta/ Thực là nước văn hiến."*

Đoạn dẫn trên cho thấy, từ thơ ngự chế của vua nhà Minh cho đến văn của Nguyễn Trãi, từ Văn hiến được dùng với nghĩa ban đầu của Khổng Tử: ***là Lễ.***

Tiếp theo, ta tìm hiểu từ văn hiến trong tiếng Việt lịch sử. Cũng theo TS Trần Trọng Dương: "*Chúng tôi tìm được văn liệu có niên đại sớm nhất là vào thế kỷ XVII trong cuốn Thiên Nam ngữ lục khi viết về Sĩ Nhiếp/ Tiếp* **士燮** ******. Tác phẩm này đã ca ngợi "Nam Giao học tổ" như sau:*

> *Quan quân mà lại thầy ta,*
> *Phủ quân tôn vị hiệu là Sĩ vương*
> *Nước nên "văn hiến chi bang"*
> *Đức giáo chẳng nhường Đậu thị Hà Tây (câu 1930-1933)*

Ca ngợi Sĩ Nhiếp ở các mặt:

> *Tuần này ắt chẳng lo chi*
> *mối giềng đã tỏ, luật lề đã phân*

Đồng niên quý thuế có ngần
Quan quân rõ phép, binh dân rõ đường
Điều hòa chế độ kỷ cương
Mở kho giáo hóa, rỡ ràng nhân luân" (c.1924-1928)

... Như thế, văn hiến ở đây tạm có thể phân suất được những nét nghĩa sau: 1) Cương thường (nhân luân); 2) Luật lệ (cho binh và dân); 3) Giáo hóa.

Ngô Sĩ Liên viết trong Đại Việt sử ký toàn thư: "Vương (Sĩ Nhiếp) độ lượng khoan hậu, khiêm tốn, kính trọng kẻ sĩ, người trong nước yêu mến, đều gọi là vương. Danh sĩ nhà Hán tránh nạn sang nương tựa có hàng trăm người"... Nước ta thông thi thư, học lễ nhạc, làm một nước văn hiến, là bắt đầu từ Sĩ Vương, công đức ấy không những chỉ ở đương thời mà còn truyền mãi đời sau, há chẳng lớn sao? Đoạn trên cho ta hai nét nghĩa nữa của khái niệm văn hiến: 1) Thông thi thư (thông: hiểu; thi: Kinh thi; thư: Kinh thư); 2) Học Lễ và Nhạc."

Khi tìm từ Văn hiến trong từ điển tiếng Việt, ta thấy Văn hiến xuất hiện đầu tiên trong sách Hán-Việt từ điển của Đào Duy Anh (1932) định nghĩa văn hiến là "sách vở và nhân vật tốt trong một đời". Xin đọc tiếp Trần Trọng Dương: "*Đại từ điển tiếng Việt "văn hiến: dt. Truyền thống văn hóa lâu đời, có nhiều nhân tài" (1, tr.1744). Từ điển từ Hán Việt của Lại Cao Nguyện và Phan Văn Các (2, tr.534) và Từ điển tiếng Việt của Trung tâm từ điển (3, tr.1697) ghi: "văn hiến.t.d. truyền thống văn hóa lâu đời và tốt đẹp". Từ điển bách khoa Việt Nam (2003) ghi: "văn hiến. truyền thống văn hoá tốt đẹp và lâu đời... Từ điển tiếng Việt (2000) của Viện Ngôn ngữ học ghi: "văn hiến.d.truyền thống văn hóa lâu đời và tốt đẹp"(5, tr.1100). Từ điển tiếng Việt (tb lần 2, 1977) do Văn Tân và Nguyễn Văn Đạm chỉnh lý bổ sung ghi: "văn hiến.t. Cg. Văn vật. Yêu chuộng văn học, văn hóa: Việt Nam là nước văn hiến" (6, tr.846). Từ điển Hán Việt từ nguyên (1999) của Bửu Kế ghi: "văn hiến. văn: sách sử. Hiến: kẻ hiền tài...Một nước có nhiều hiền tài có sử sách thì gọi là nước văn hiến" (7, tr. 2309).*

Có thể nói, các từ điển tiếng Việt hiện đại chỉ phân suất khái niệm này với một nét nghĩa chung chung mơ hồ. Đặc biệt là sự không phân biệt rạch ròi giữa khái niệm văn hóa và văn hiến, coi văn hiến là nền văn hóa tốt đẹp được kéo dài."

Trình bày ở trên cho thấy, từ nguyên nghĩa ban đầu Khổng Tử dùng ***Văn hiến là Lễ*** thì từ thời Tống, do ảnh hưởng của Chu Hy, Văn hiến trở thành "***điển tịch*** và ***người hiền.***" Tới thời chúng ta chỉ còn nghĩa ***điển tịch, tư liệu.***

2. Việt Nam có mấy nghìn năm Văn hiến?

Trước tiên, có thể khẳng định: Việt Nam là nước Văn hiến. Không chỉ người Việt nói mà còn là nhận xét của vua nhà Minh. Vấn đề cần xem xét: mốc văn hiến tính từ đâu? Dựa vào định nghĩa khác nhau của từ Văn hiến, cái mốc thời gian xác định của Văn hiến quốc cũng khác nhau. Phần nhiều người theo định nghĩa của Chu Hy, Văn hiến là "điển tịch và người hiền" nên cho rằng nước ta hình thành văn hiến khi Sỹ Nhiếp cai trị, tức khoảng 2000 năm trước. Từ đó kết luận Việt Nam chỉ có 2000 năm văn hiến. Nhưng có những người khác, hiểu khái niệm văn hiến theo nguyên nghĩa của Khổng Tử thì lại cho rằng Việt Nam là quốc gia có lễ nghĩa từ thời Hồng Bàng Xích Quỷ nên có ***bốn hay năm nghìn năm văn hiến***.

Bài viết của TS Trần Trọng Dương cũng đề cập tới *văn cảnh tiếng Việt sớm nhất xuất hiện cụm từ "bốn ngàn năm văn hiến."* trong lời giáng bút của Thánh Mẫu năm 1923, có đoạn:

Sông Nhị núi Nùng, nước bốn ngàn năm văn hiến
Còn Hồng cháu Lạc, dân hai mươi triệu đồng bào (13, tr.216-218)."

Nói tới lời giáng bút của Thánh Mẫu là câu chuyện nhạy cảm. Rất dễ bị gán cho tội "mê tín dị đoan." Nhưng bỏ qua, coi như không có thì cũng không xong vì lẽ muốn hay không, trên giấy trắng mực đen, cũng là lần đầu tiên hiện lên dòng chữ ấy! Chúng ta phải giải mã một cách thận trọng.

Theo thiển ý, vào thập kỷ 1920, sau khi khởi nghĩa Yên Thế thất bại, hoạt động yêu nước của dân ta lắng xuống, chuyển sang hình thức những hội khuyến thiện mà trung tâm là những đền, điện thờ Đạo Mẫu. Nhiều bản kinh Đạo Nam ra đời. Kinh là lời của Thánh được thông ngôn qua con người. Người cầu cơ là những người có học, hiểu kinh sách, lịch sử. Do vậy, trong các bản kinh, cùng với nội dung dạy về nhân nghĩa, đạo lý có nhiều bản nói về lịch sử, trong đó nhắc lại truyền thuyết về cội nguồn. Giữa thời vong quốc đen tối đó, lòng người vọng tưởng nhiều về Tổ Lạc Long Quân, Âu Cơ với nòi giống Tiên Rồng và nước Xích Quỷ năm Nhâm Tuất. Do thấm nhuần ý tưởng Văn hiến = Lễ nên có những người tin rằng, khi Xích Quỷ ra đời, dân tộc Việt đã có Lễ cũng tức là có Văn hiến. Tới nay đã có Văn hiến 5000 năm. Tuy nhiên, trước mặt vẫn là nền văn minh Trung Hoa lừng lững 5000 năm, với quan niệm "trứng không thể khôn hơn vịt" nên đành "ăn non" chọn giải pháp an toàn "4000 năm văn hiến". Ý tưởng đó của Con Người được mượn lời Thần Thánh ghi thành Kinh và rất nhanh chóng phổ biến ra toàn dân, thấm vào lòng người đang khát khao. Cũng do vậy mà bên cạnh luồng chính "bốn nghìn năm" thì dai dẳng những ý kiến âm thầm "Năm nghìn năm văn hiến."

3. Khẳng định 5000 năm văn hiến

Ở thế kỷ trước, nước Xích Quỷ, Tổ Kinh Dương Vương… chỉ là ảo ảnh xa vời trong huyền thoại mà người Việt thường tơ tưởng như kẻ mơ ước hái sao trên trời. Nhưng sang thế kỷ này, khoa học đã mở rộng đường cho ta tìm lại cội nguồn. Nhờ đọc được cuốn thiên thư DNA trong máu huyết của người Việt cũng như người châu Á, ta biết rằng khoảng 40.000 năm trước, người Lạc Việt từ Việt Nam đi lên khai phá Hoa lục. Khảo cổ học cho thấy tổ tiên ta sáng tạo những nền văn hóa nông nghiệp kỳ vĩ ở phương Đông. Trong đó nổi bật lên là văn hóa Lương Chử. Được phát hiện năm 1936 tại trấn Lương Chử, huyện Dư, thành phố Hàng Châu, tỉnh Chiết Giang, văn hóa Lương Chử là nền văn hóa khảo cổ Hậu kỳ Đá Mới, tồn tại từ 3300 tới 2200 năm TCN. Thành phố cổ Lương Chử có thể được gọi là "thành phố phương Đông đầu tiên", là "bình minh của nền văn minh" phương Đông, là thánh địa của văn minh phương Đông...(1)

Như vậy, vương quốc Lương Chử là có thực. Trên lãnh thổ của vương quốc, tồn tại dai dẳng duy nhất nhà nước Xích Quỷ huyền thoại. Với nhiều yếu tố trùng hợp giữa thực địa và truyền thuyết, ta có đủ cơ sở để cho rằng, Lương Chử là kinh đô của Xích Qủy. Nhà nước Lương Chử được khảo cổ học phát hiện chính là nhà nước Xích Quỷ trong truyền thuyết. Việt Nam là hậu duệ của nhà nước Xích Quỷ nên có 5000 năm văn hiến.

Việc phát hiện thành phố cổ Lương Chử khiến cho một số người nghĩ rằng thứ thế các triều đại của Trung Quốc nên được viết lại. Hiện nay các triều đại Hạ, Thương, Chu được coi là sớm nhất, nhưng vai trò này cần được trả cho Lương Chử! Sau 80 năm khai quật và khảo cứu văn hóa Lương Chử, giới học giả Trung Quốc thừa nhận: "Văn hóa Lương Chử là cội nguồn của văn minh Trung Quốc."

Trong cuốn sách nổi tiêng Nhiệt đới buồn, Claude-Lévi-Strauss cho rằng "Con người chỉ thực sự sáng tạo những công trình vĩ đại vào buổi đầu. Trong bất cứ lĩnh vực nào, chỉ có bước đầu hoàn toàn có giá trị, những giai đoạn kế tiếp chỉ là sự lặp lại những giai đoạn đã qua." "Một trong những giai đoạn nhiều sáng tạo nhất của lịch sử nhân loại xảy ra vào thời đại đá mới với sự phát minh ra trồng trọt, chăn nuôi... Muốn đạt đến những thành quả vĩ đại này, không phải trong chốc lát là được, mà trái lại, những tập thể loài người bé nhỏ lúc bấy giờ đã phải trải qua hàng mấy nghìn năm quan sát, thí nghiệm và truyền đạt kinh nghiệm từ đời này sang đời khác. Sự nghiệp vĩ đại này đã diễn ra một cách tốt đẹp, liên tục và thành công..." (Tristes tropiques, Paris Plon, 1955, tr.269.) Đúng như nhận định của tác giả Nhiệt đới buồn, Văn hóa Lương Chử là đỉnh cao nhất của văn hóa phương Đông, tích tụ những thành quả của 70.000 năm phấn đấu sáng tạo của người Lạc Việt.

Điều này cũng nói lên rằng Xích Quỷ là một nhà nước văn hiến theo cái nghĩa ban đầu của Khổng Tử. Kế thừa từ Xích Quỷ-Lương Chử nên Việt Nam có 5000 năm văn hiến.

Sài Gòn, tháng 8 năm 2018

1.良渚文化_百度百科
http://baike.baidu.com/view/1556.htm

SỰ KHỐN CÙNG CỦA TRÍ TUỆ

Vẫn nghĩ rằng, trong tình hình hiện nay, Dự thảo Văn kiện trình Đại hội X sẽ chưa có gì đột phá. Nhưng không ngờ nó lại cũ kỹ, bảo thủ đến vậy. Điều này chứng tỏ rằng những người chủ trương soạn thảo quá xa rời cuộc sống, bất chấp tâm lý nguyện vọng của nhân dân, coi nhẹ lợi ích dân tộc, không đại diện cho trí tuệ và nhân cách hàng triệu đảng viên. Vì trách nhiệm chung, chúng tôi xin chân thành góp đôi lời.

1. Chín điều lú lẫn

Chúng tôi nhặt sơ sơ từ bản Dự thảo Báo cáo Chính trị trình Đại hội X ra 9 điều lú lẫn:

Điều lú lẫn thứ nhất: *Tình hình thế giới và khu vực diễn biến hết sức phức tạp.*

Không biết nằm mơ giữa ban ngày hay từ hành tinh khác vừa giáng thế mà người viết Dự thảo dám hạ một câu xanh rờn như vậy? Ai cũng biết rằng, sau cơn bão tài chính năm 97 mà Việt Nam chỉ bị bão rớt thì năm năm qua tình hình khu vực Đông Nam Á là ổn định. Do chính sách đổi mới đáng tin cậy nên uy tín Việt Nam với bạn bè được nâng cao. Tuy đôi lúc có căng với ta về tự do tôn giáo và nhân quyền nhưng các nước cùng các định chế tài chính vẫn áp dụng chính sách khá ưu ái với ta. Vốn đầu tư nước ngoài, viện trợ phát triển ODA tràn vào giải ngân không kịp... **Phải nói là tình hình khu vực và thế**

giới rất thuận lợi cho ta, chưa bao giờ thuận như thế! Thuận như thế mà không biết tranh thủ thời cơ, lỡ nay mai khó thực thì xoay sở thế nào? Sự nhận định không đúng của Dự thảo thể hiện điều gì? Rõ ràng là thuận đà ca sáu câu trình độ thấp, thiên tai, dịch bệnh… từ một nghị quyết trước đó, người viết thiếu tỉnh táo "cóp" lại nguyên xi!

Điều lú lẫn thứ hai: *Hoàn thiện thể chế kinh tế thị trường định hướng xã hội chủ nghĩa.*

Đây là việc làm không khả thi vì phản khoa học. Kinh tế thị trường tuân theo quy luật cung cầu, nó linh động mà đỏng đảnh như gió. Những nước tư bản với 300 năm làm kinh tế thị trường mà có nước nào dám nói đã **hoàn thiện thể chế?** Các nhà kinh tế tài giỏi nhất, lĩnh giải Nobel, nhiều lắm cũng chỉ có thể phát hiện ra 1-2 quy luật hay dự báo tương đối gần việc vận hành của nền kinh tế! Đường đi của kinh tế là con đường từ cuộc sống sinh ra, nó biến chuyển cùng cuộc sống, cực kỳ sinh động, cực kỳ sáng tạo. Nền kinh tế thị trường hoàn toàn tự do đã vậy, còn cái quái thai kinh tế thị trường định hướng xã hội chủ nghĩa mà chưa ai biết mày ngang mũi dọc của nó ra sao liệu có thể áp đặt cho nó một **thể chế,** một khuôn khổ được chăng? Việc gì Đảng phải gồng mình lên làm Thượng đế, tự giao cho mình một công việc không bao giờ làm nổi vậy? Việc gì phải làm cái việc mua dây buộc mình vậy?

Điều lú lẫn thứ ba: *Đảng Cộng sản Việt Nam là đội tiên phong của giai cấp công nhân, đồng thời là đội tiên phong của nhân dân lao động và của dân tộc Việt Nam; đại biểu trung thành lợi ích của giai cấp công nhân, nhân dân lao động và của dân tộc.*

Không kể sự bất thông về ngữ pháp tiếng Việt thì câu trên là một núi mâu thuẫn, chứng tỏ một tư duy không lành mạnh. Trong xã hội có nhiều giai cấp, ngoài sự độc lập thống nhất quốc gia là tài sản chung, thì quyền lợi các giai cấp không đồng nhất. Vì vậy, một khi đã đại diện cho giai cấp này thì không thể đại diện cho giai cấp khác. Lẽ cố nhiên, khi đã đại diện cho giai cấp công nhân thì không thể đại diện cho quyền lợi của giai cấp tư sản. Như vậy cũng không thể đại diện cho cả dân tộc! Xã hội là tổng hoà quan hệ giữa các giai tầng. Các quyền lợi thường mâu thuẫn nhau nên nhà nước sinh ra để điều hoà mối quan hệ này. Do vậy, bất cứ chuyên chế của một giai cấp nào đều phương hại đến giai cấp khác và phá vỡ cơ cấu xã hội. Để điều hoà mâu thuẫn này thì khi đã có đảng của giai cấp công nhân, cũng phải có đảng của giai cấp nông dân, của giai cấp tư sản, của trí thức… bênh vực quyền lợi cho họ. Các đảng này đấu tranh trong nghị trường hay dẫn quần chúng xuống đường để cuối cùng đạt được sự đồng thuận. Nói đảng của giai cấp công nhân lại đại biểu trung thành cho lợi ích nhân dân lao động và của dân tộc là cách nói lấy được, phản khoa học, lừa mị phi đạo lý của người cả vú lấp miệng em không cho ai cãi lại. Không phải người dân Việt dốt nát đến độ không nhận ra sự giả dối của ý tưởng đó. Nhưng do Đảng một mình một chợ nên người dân đành im miệng!

Điều lú lẫn thứ tư: *Bảo đảm vai trò nền tảng và hạt nhân chính trị của tổ chức cơ sở Đảng.*

Khẩu hiệu này không mới, ta đã thấy trong nhiều nghị quyết trước đây. Nhưng thực tế cho thấy đó là chuyện nói cho vui chứ không bao giờ thực hiện được. Trong quá khứ, thời hoạt động bí mật hay chiến tranh, tổ chức cơ sở Đảng với những đồng chí kiên cường, tuyệt đối trung thành với sự nghiệp của Đảng và dân tộc, đã làm nên thắng lợi của cách mạng. Nhưng sự việc đã khác khi xây dựng trong hoà bình. Lúc này, tổ chức cơ sở Đảng biến thành nơi tước đoạt quyền dân chủ của đảng viên, đố kỵ nhân tài, thanh trừng những người trung thực, dung dưỡng kẻ bất tài cơ hội, trở thành nơi tha hoá đảng viên, bắt họ tuân phục những đầu lĩnh quyền lực. Tổ chức cơ sở Đảng ngày càng hư hỏng - hư hỏng một cách có tổ chức. Thống kê có đến 85% tổ chức cơ sở Đảng trong sạch vững mạnh nhưng cũng có đến ngần ấy phần trăm các vụ tham ô xảy ta tại những chi bộ, đảng bộ vững mạnh trong sạch! Cái tệ đoan mang tính nhất quán và hệ thống này nguy hại đến nỗi trên báo *Pháp luật Thành phố Hồ Chí Minh*, số ra ngày 13/2/06, ông Võ Văn Thôn, nguyên giám đốc Sở Tư pháp thành phố đã kiến nghị: chỉ tổ chức chi bộ đảng ở địa phương. Đấy là một sáng kiến nhưng sẽ chẳng bao giờ được áp dụng!

Việc giao quyền quá lớn cho cơ quan Đảng cấp tỉnh là một sai lầm nghiêm trọng. Chính đây là đầu mối nảy sinh tệ địa phương chủ nghĩa, thói cát cứ làm giảm hiệu lực của nhà nước trung ương, là màn chắn thực thi pháp luật, là cái nôi của tham những tập thể… Trước thực tế như vậy mà Dự thảo vẫn: Bảo đảm vai trò nền tảng và hạt nhân chính trị của tổ chức cơ sở Đảng thì chỉ dẫn Đảng lao sâu xuống vực thẳm!

Điều lú lẫn thứ năm: *Thực hiện nghiêm túc nguyên tắc tập trung dân chủ trong Đảng.*

Hình như lối nói lấy được đã trở thành thói quen của các đảng cộng sản. Thói quen này hình thành từ thời Lenin, lên cực thịnh thời Stalin. Nhưng đó là điều cực kỳ dối trá vì đã nhốt hai phạm trù đối kháng với nhau như nước với lửa vào chung một rọ. Đã tập trung thì không thể có dân chủ. Còn dân chủ thực sự thì không chấp nhận tập trung. Nguyên tắc này được Lenin đưa ra trong một mưu toan đánh tráo khái niệm, mị dân và lừa đảo để tước quyền của đảng viên. Năm 1948, trong bản thảo tiểu thuyết *Bác sĩ Zivago*, văn hào Pasternak viết đại ý: "Chuyên chính vô sản có nghĩa là chuyên chính của giai cấp công nhân, nòng cốt của vô sản. Từ đó dẫn tới chuyên chính của đảng cộng sản, đội tiền phong của giai cấp. Chuyên chính của đảng tất dẫn tới chuyên chính của ban chấp hành, bộ chính trị và cuối cùng là của tổng bí thư. Như vậy là sau khi tiêu diệt dòng họ Romanov, Lenin đặt đít mình lên chiếc ngai của các Sa hoàng." Nguyên tắc tập trung dân chủ đã gây bao hệ luỵ cho Đảng Cộng sản Việt Nam và dân tộc Việt Nam. Dưới chiêu bài dân chủ, những người nắm quyền lực thao túng Đảng, biến đại hội thành tiểu hội, thực thi mưu đồ phe nhóm của mình như có lần Đại tướng Võ Nguyên Giáp than phiền. Chính nguyên tắc này làm cho Đảng Cộng sản Việt Nam bị tha hoá mất dần trí tuệ và sức chiến đấu, trở thành vật cản bước phát triển của dân tộc. Vậy mà Dự thảo vẫn theo nếp nhà, xưng tụng nguyên tắc này thì quả là sự lú lẫn hết thuốc chữa!

Điều lú lẫn thứ sáu: *Mở rộng quyền đề cử và tự ứng cử, giới thiệu nhiều phương án nhân sự để lựa chọn.*

Vẫn biết công tác cán bộ quyết định sự nghiệp của Đảng. Nhưng ngoài "sáu câu" chung chung muôn thuở về phẩm chất cán bộ, Dự thảo chỉ đưa ra được phép mầu **mở rộng quyền đề cử và ứng cử, giới thiệu nhiều phương án nhân sự để lự chọn.** Nhưng đó chỉ là bó cỏ buộc vào càng xe trước mõm con ngựa! Anh có quyền ứng cử nhưng người bầu là của tổ chức, của cấp uỷ cũ. Tuân theo cái gậy chỉ huy, ai dám bầu cho anh? Một thời công thức trên cũng được áp dụng trong bầu Hội đồng Nhân dân và Quốc hội, nhưng rồi người ta nhận ra ngay đấy chỉ là trò hề. Chúng tôi từng nghe câu chuyện cười ra nước mắt thế này: Trước Đại hội VI, ông trời con Lê Đức Thọ gọi Uỷ viên Trung ương Nguyễn Văn Linh đến nhà. Nằm duỗi dài người trên ghế đu, hạ cố nhìn thuộc cấp, ông thủng thẳng phán: "Khoá này bố trí đồng chí làm Tổng Bí thư!" Hiện trạng mất dân chủ nghiêm trọng trong Đảng chưa được khắc phục thì cái phép màu kia chỉ là chuyện nói giỡn, sẽ chỉ được thực thi qua loa chiếu lệ tốn thời gian, tiền bạc và chuốc thêm sự nhục mạ con người!

Điều lú lẫn thứ bảy: Củng cố, nâng cao chất lượng các cơ quan chuyên ngành về công tác tư tưởng, lý luận.

Thành tựu nổi bật của Cách mạng Tư sản Pháp là **tách nhà thờ khỏi nhà nước.** Nhưng hơn 200 năm sau cuộc cách mạng đó, những người cộng sản Việt Nam biến đạo cộng sản thành quốc giáo thống lĩnh tư tưởng toàn xã hội với hệ thống trường Đảng dày đặc, dạy đạo cộng sản cho 2 triệu tín đồ và hàng chục triệu người ngoại đạo. Trong các trường Đảng ấy, người ta dạy những tín điều quá chừng sai lầm và lạc hậu, chỉ dẫn tới kết quả duy nhất là ngu dân. Nhận xét về việc này, một vị giáo sư phải lên tiếng: "Đó là môn học thày không muốn dạy mà trò không muốn học.” Cùng với trường Đảng là hệ thống cơ quan tư tưởng văn hoá ngày càng phình to, ngày càng ôm đồm kiềm toả xã hội, cộng với cơ quan **bảo vệ an ninh tư tưởng văn hoá** đã không mở đường cho sáng tạo mà chỉ nhằm bóp nghẹt, đàn áp tư tưởng, nạo thai, trấn nước, bóp mũi tác phẩm văn chương. Giở lại lịch sử lãnh đạo văn hoá của Đảng thì thấy từ những người tù nổi tiếng như Thuỵ An, Nguyễn Hữu Đang, Vũ Thư Hiên, Bùi Ngọc Tấn, Hà Sĩ Phu cho đến những người bị hành hạ sát ván như Trần Dần, Phùng Quán… **không có ai thực sự phản động**. Họ chỉ là trí thức văn nghệ sĩ yêu nước muốn nói lên suy nghĩ xây dựng của mình. Đảng cũng thấy sai nhưng chưa hề có sự tạ lỗi thoả đáng với họ. Sau mỗi kỳ đại hội, cái công thức trên được tăng cường và dẫn đến tệ trạng: **nền văn hoá dân tộc bị liệt kháng,** mất khả năng tự bảo vệ chống lại hoạ xâm lăng văn hoá diễn ra hàng ngày. Vấn đề hôm nay không phải là nâng cao vai trò của các cơ quan tư tưởng, lý luận mà **đời thường hoá, cuộc sống hoá** những công việc vốn rất sống động rất đời thường này để tự cuộc sống sáng tạo ra con đường của mình. Không phải trói buộc mà là cuộc cởi mở thực sự. Hãy tin dân, tin trí thức và trả lại cho dân những công việc vốn dĩ của họ.

Điều lú lẫn thứ tám:

Dự thảo văn kiện cho thấy Đảng rất tự hào về thành tích lãnh đạo đổi mới của mình. Đấy là ngộ nhận tệ hại. Thực chất của đổi mới là gì? Là việc dân tộc bị đẩy tới đáy vực khốn cùng đã vùng dậy tháo gỡ những dây nhợ mà Đảng trói buộc: nông dân phá xiềng tập thể hoá, thương nhân xé rào cấm chợ ngăn sông, nhà sản xuất lỏn lẻn gỡ bỏ những cấm kỵ về chức năng kinh doanh, xin được quyền xuất nhập khẩu, he hé mở cửa với thế giới… Có thể mô tả hiện tình dân tộc Việt hai chục năm nay như sau: Cả dân tộc đi lên từ đáy vực khốn cùng, bước từng bước run rẩy. Trong khi đó, Đảng đối mặt với nhân dân (quay lưng về tiến bộ), một tay tháo gỡ những mắt xích không còn giữ được, một tay cố trì níu những mắt xích khác, miệng niệm thần chú quản tới đâu mở đến đấy! Và ở cuối cái chặng đường giằng co vật lộn, Đảng lui từng phân, dân lấn từng bước ấy; Đảng, theo truyền thống, một lần nữa lại cướp công của dân, tự thưởng huy chương cho mình, bắt dân vỗ tay tung hô sáng suốt!

Điều lú lẫn thứ chín:

Có thể kể ra nhiều nhiều những điều lú lẫn khác trong bản Dự thảo nhưng chúng tôi xin tạm dừng để nói về điều lú lẫn tệ hại nhất: **Kiên định chủ nghĩa Mác-Lênin, tư tưởng Hồ Chí Minh, mục tiêu độc lập dân tộc và chủ nghĩa xã hội.** Trước hết, đây là lầm lẫn lớn. Từ khi thành lập, Đảng Cộng sản Việt Nam đã đề ra mục tiêu độc lập dân tộc. Từ 30/4/75 mục tiêu đó hoàn thành. Tại sao, sau 30 năm sạch bóng quân xâm lược, đất nước thu về một mối mà Dự thảo Báo cáo Chính trị trình Đại hội X vẫn còn ghi mục tiêu độc lập dân tộc? Nếu không phải yếu kém về chính trị thì người viết quá dốt tiếng Việt. **Về tư tưởng Hồ Chí Minh:** Chúng tôi cho rằng thực tế không hề có cái gọi là tư tưởng Hồ Chí Minh. Việc Cụ nhắc lời người xưa trong các bài viết bài nói là nhằm truyền bá tư tưởng của ông bà lại cho đồng bào. Chính Cụ cũng nói mình không hề có tư tưởng gì cao siêu cả. Việc "phát hiện" ra rồi xưng tụng cái gọi là tư tưởng Hồ Chí Minh là không khoa học nên không thuyết phục. Điều ngộ nhận nhuốm màu sắc cơ hội chủ nghĩa này không những không làm vẻ vang cho Hồ Chí Minh mà còn gây phản cảm tai hại. Chúng tôi cũng tin rằng có những người mưu toan núp sau chiêu bài tư tưởng Hồ Chí Minh để chống Hồ Chí Minh, để che đậy những việc làm xấu làm ác của mình. Họ cũng từng làm biết bao nhiêu điều xấu điều ác nhân danh Đảng! Chúng tôi cho rằng, việc nên làm không phải là chế tác ra tư tưởng Hồ Chí Minh hão huyền mà là vạch ra ranh giới giữa chủ nghĩa yêu nước, chủ nghĩa dân tộc của Cụ với những gì Cụ mượn từ chủ nghĩa Mác-Lê nin như phương tiện đấu tranh giải phóng dân tộc. Dù sao hai điều kể trên chỉ là chuyện vặt so với điều lú lẫn lớn nhất: **kiên định chủ nghĩa Mác-Lênin và chủ nghĩa xã hội!** Lịch sử chứng tỏ, những người cộng sản đầu tiên của Việt Nam là người yêu nước, theo chủ nghĩa dân tộc. Họ thấy ở lý thuyết của Marx một công cụ khả dĩ giúp họ giải phóng dân tộc. Quả thật, công cụ đó đã tiếp thêm cho họ sức mạnh. Nhưng cùng với đà thành công của sự nghiệp giải phóng dân tộc, thì học thuyết Marx đã biến dần từ phưng tiện trở thành cứu cánh, thành mục đích chiến đấu của Đảng. Dân tộc thành thứ yếu, thành công cụ phục vụ cho chủ nghĩa! Khi người ta "dâng tất cả để tôn thờ chủ nghĩa" (Tố Hữu) thì lá cờ đỏ sao vàng từ vị trí độc tôn nơi BÀN THỜ TỔ QUỐC với khẩu hiệu TỔ QUỐC TRÊN HẾT bị biến thành lá cờ phụ thuộc, tôi đòi trên kỳ đài! Khẩu hiệu TRUNG VỚI NƯỚC HIẾU VỚI DÂN thời cứu nước bị thay bằng TRUNG VỚI ĐẢNG ngày độc lập! Khi hoàn toàn nắm vận mệnh đất nước trong tay, một bộ phận người cộng sản đã tự cho mình quyền thực nghiệm những công thức cách mạng xã hội ngoại nhập làm tàn dân hại nước mà cả dân tộc từng cay đắng gánh chịu. Nhìn ra ngoài thì chủ nghĩa cộng sản gây vô vàn tội ác cho nhân loại: Để áp đặt ý tưởng tập thể hoá nông nghiệp, Lenin cho lính xả súng giết hàng nghìn Kulak rồi bỏ cho chết đói hàng triệu nông dân. Trong thời của Stalin, 30 triệu người bị giết và 30 triệu người bị lưu đày trong các trại cải tạo. Cuộc cách mạng của Mao Trạch Đông làm cho 75 triệu người chết vì bị giết hoặc vì đói. Pol Pot của Khmer Đỏ giết 2 triệu người. Chủ nghĩa cộng sản cũng gieo rắc sự giết chóc và tàn phá kinh hoàng trên lục địa Đen. Năm 1974 Mengistu Haile Mariam, thủ lĩnh marxist giết hàng triệu người Ethiopia. Mugabe ở Zimbabwe, Gaddafi ở Lybia đang cùm xích nhân dân đất nước họ trong vòng trung cổ. Lịch sử thống kê rằng, trong thế kỷ XX, có đến 150 triệu người bị giết theo lệnh của những người marxist. Simon Sebag Montefiore - "Quái vật mang tên Karl Marx" - Daily Mail 16/7/05. talawas 23/2/06. Chính vì thế mà ở hầu hết các nước từng một thời là đồn luỹ của chủ nghĩa Marx, nhân dân đã vùng lên chối bỏ tà thuyết tà giáo này. Cũng chính vì tội ác mà chủ nghĩa cộng sản gây cho nhân loại nên ngày 25/1/06, Quốc hội châu Âu ra nghị quyết 1481 lên án chủ nghỉa cộng sản phạm tội ác chống loài người! Nhiều đại biểu còn đòi đưa các nước cộng sản ra xét xử trước toà án quốc tế. Trước thực tế lịch sử như vậy, trước tinh thần, tâm linh của nhân loại như vậy mà chúng ta cứ khăng khăng kiên định chủ nghĩa Mác-Lênin thử hỏi chúng ta có còn là Homo sapiens – con người khôn ngoan? Chẳng lẽ trí tuệ của chúng ta không hơn con chuột chui sừng trâu sao?

Với 9 điều lú lẫn ở văn bản siêu quan trọng là Dự thảo Báo cáo Chính trị trình Đại hội X, không thể không nói rằng, đó chính là sự khốn cùng về trí tuệ và nhân cách của Đảng Cộng sản Việt Nam.

2. Nguyên nhân của sự khốn cùng

Vạch ra sự lú lẫn của Dự thảo không khó. Điều khó hơn là chỉ ra nguyên nhân của sự lú lẫn ấy.

Nói Dự thảo Báo cáo Chính trị là sự khốn cùng về trí tuệ và nhân cách của Đảng Cộng sản Việt Nam là chính xác nếu văn kiện đó thực sự tập trung trí tuệ của toàn Đảng. Nhưng trên thực tế **đó chỉ là sản phẩm của một thiểu số chóp bu trong Đảng, hoàn toàn không đại diện cho trí tuệ cũng như nhân cách của 2 triệu đảng viên**. Từ lâu rồi, do cơ chế tổ chức và đường lối cán bộ phản khoa học, phản tiến hoá nên đảng viên bị tước mất quyền dân chủ. Hầu hết người trung thực dám có ý kiến riêng đều bị vô hiệu hoá hoặc thanh trừng. Trong Đảng là sự thắng thế của nhiều phần tử cơ hội xu phụ theo quyền và lợi. Vì vậy việc bầu cử đề bạt chỉ đưa lên hầu hết những phần tử cơ hội bất tài. Cơ quan chóp bu của Đảng là đỉnh cao của vòng xoáy ma quỷ ấy. Kết quả là Đảng khủng hoảng lãnh tụ, không có ngọn cờ đủ tài năng, đức hạnh và uy tín. Những nhân vật chóp bu làm việc theo lối trông chừng nhau, hoàn toàn không thể có sáng kiến cá nhân và không dám chịu trách nhiệm. Điều này tác động đến mọi hoạt động của Đảng. Từ đó dẫn tới cái quy trình chế tác Dự thảo văn kiện được vận hành một cách sai lầm: Vị cai thầu là Gs. Ts. Nguyễn Phú Trọng cho gọi 70 Gs. Ts. tay em đến, giao nhiệm vụ: "Các đồng chí vinh dự được Đảng tin tưởng giao cho công việc cực kỳ quan trọng là dự thảo nghị quyết. Các đồng chí hãy mang hết tài năng của mình ra thực hiện nhiệm vụ. Đảng cho các đồng chí tự do sáng tạo trong 3 khuôn khổ sau: 1) Kiên định chủ nghĩa Mác-Lênin và tư tưởng Hồ Chí Minh; 2) Kinh tế thị trường định hướng xã hội chủ nghĩa và 3) Đảm bảo sự lãnh đạo toàn diện và tuyệt đối của Đảng." Các Gs. Ts. vốn được Đảng tín nhiệm, coi là kẻ ăn người ở trong nhà (lời của ông Hồng Chương đăng trên báo *Nhân dân* năm 1988), cắn quản bút trước giấy trắng, trên đầu gờn gợn vết xiết của 3 vòng kim cô. Những kẻ "học giả" bất tài thì yên tâm với sự chỉ đạo, cóp lại những điều tưởng còn xài được từ những nghị quyêt cũ đem xào xáo. Những người thực sự có tài có tâm thì tủi phận và đau đớn nhức nhối với vòng kim cô trên đầu. Nhưng vốn là kẻ ăn người ở, ăn cơm Chúa múa tối ngày nên cũng đành buông xuôi viết ra những điều mà chính mình không tin, chính mình cho là lú lẫn! Đó là kết cục tất yếu của cách ép buộc cuộc sống vận hành theo kiểu đặt chiếc cày trước con trâu! Quy trình như vậy được lặp lại một cách hệ thống hết đại hội này đến đại hội khác. Và sự lú lẫn cứ tăng dần theo vòng xoắn ốc. Nhưng chúng tôi xin nhắc lại, đó hoàn toàn không phải là trí tuệ của đại đa số đảng viên. Trong họ nhiều người rất có tài rất có tâm đang ngày ngày cống hiến cho dân cho nước tại những vị trí nguy hiểm, gian nan nhất với mức hưởng thụ thấp nhất! Bất hạnh là họ bị tước mất quyền dân chủ trong vòng quay nghiệt ngã của Đảng.

Sự việc sẽ hoàn toàn khác nếu việc dự thảo nghị quyết được vận hành theo quy trình tự do, dân chủ. Nếu thực thi quy trình này thì Giáo sư Nguyễn Phú Trọng phải là người đủ bản lĩnh nói với cộng sự: "Là trí tuệ và lương tâm của Đảng, Đảng hoàn toàn tin tưởng ở phẩm chất, trình độ của các đồng chí nên không có bất cứ hạn chế nào với các đồng chí cả. Các đồng chí có quyền và có trách nhiệm soạn thảo một cương lĩnh chính trị với mục tiêu tối thượng là đảm bảo độc lập cho dân tộc, tự do, hạnh phúc cao nhất cho nhân dân. Để làm tốt công việc, tôi xin gợi ý: các đồng chí chia làm 3 nhóm theo tinh thần tự nguyện, chúng tôi không chỉ định mà các đồng chí tự cử ra nhóm trưởng của mình. Khi hoàn thành, chúng ta mở hội thảo để phân tích đánh giá công trình của từng nhóm. Sau đó chúng tôi sẽ công bố rộng rãi toàn văn ba bản dự thảo cùng những nhận xét chính của hội thảo để cho đảng viên cùng toàn dân góp ý rồi trưng cầu ý dân bằng bỏ phiếu kín. Phương án nào được đa số chấp nhận sẽ trở thành văn kiện chính thức trình Đại hội." Tôi tin rằng, với cách làm này, trí tuệ của 2 triệu đảng viên cùng hơn 80 triệu dân Việt cả trong và ngoài nước sẽ tạo ra một bản cương lĩnh tuyệt vời. Chắc rằng trong bản cương lĩnh được dân tộc chấp nhận, ngoài chủ nghĩa yêu nước sẽ không có bất cứ chủ nghĩa nào được kiên trì và cũng không có bất cứ đảng phái nào được độc quyền lãnh đạo đất nước.

3. Kết luận

Thoạt kỳ thuỷ, người yêu nước Việt Nam sử dụng chủ nghĩa Marx như một công cụ giúp họ giải phóng dân tộc. Nhưng do ma dẫn lối quỷ đưa đường, càng ngày cái phương tiện càng phình ra biến thành mục đích. Khi đất nước được độc lập thì cái chủ nghĩa ngoại lai nhập từ trời Tây xa lắc trở thành con quái vật cưỡi lên đầu lên cổ dân tộc. Với phương cách toàn trị, nó thu hút vào mình phần lớn trí tuệ của dân tộc Việt để huỷ hoại. Đồng thời nó cũng nuốt vào bụng toàn bộ năng lực vật chất của đất nước để tiêu phí và tham nhũng. Với những nanh vuốt siêu mạnh là quân đội, công an, là cảnh sát tư tưởng hùng hậu… nó cho mình vô địch.

Có người ngỏ điều lo lắng này cùng vị sư già. Với giọng trầm như gió thoảng, nhà sư nói:

"Trong kinh Đại Niết bàn, Đức Phật dạy: Sư tử trùng thực sư tử nhục. Chúa sơn lâm bá chủ núi rừng, không con vật nào cự nổi. Nhưng ăn thịt chúa sơn lâm lại chính là loài sán loài giun sinh ra trong bụng chúa sơn lâm!"

Sài Gòn Xuân Bính Tuất

LẦM LẪN ĐÁNG TIẾC VỀ SỬ VIỆT CỦA ÔNG PHẠM TRẦN ANH

Nhiều năm nay, ở hải ngoại, ông Phạm Trần Anh bỏ công sức viết về sử Việt. Do tiếp thu thành tựu mới của thế kỷ XXI, ông đã trình bày một phiên bản lịch sử Việt Nam khác với quan niệm truyền thống. Không như sự hiểu lầm xưa nay là con người cũng như văn hóa Việt Nam đều bắt nguồn từ Trung Quốc, ông xác định, người Việt là một đại tộc, làm nên dân cư cùng văn hóa phương Đông. Những trang sử đầy nhiệt tâm của vị lão thành từng bị tù đày nhiều năm tháng vì nạn nước đã mở mang hiểu biết và truyền lòng tự hào dân tộc đến đồng bào. Do vậy nhiều vị học giả tên tuổi biểu tỏ sự khen ngợi chân thành.

Đáng tiếc là do những hạn chế chủ quan cũng như khách quan, sử của ông còn một số việc chưa chính xác. E rằng nhiều điều lộng giả thành chân ảnh hưởng tiêu cực đến đồng bào và nhất là thế hệ trẻ đang khát khao tìm hiểu sử Việt nên chúng tôi xin thưa lại đôi điều.

1. Ông Phạm Trần Anh viết: "Tôi gọi người Hòa Bình là Tiền Việt." Xin hỏi, dựa trên tiêu chí nào mà nói như vậy? Nói vậy có nghĩa là *người Hòa Bình chưa phải người Việt mà đang trong quá trình tiến hóa để trở thành người Việt?* Hoàn toàn không phải như vậy. Sau khi khảo sát 35 cốt sọ Thời đồ đá và 35 cốt sọ Thời kim khí trên đất Việt Nam, Giáo sư Nhân học

Nguyễn Đình Khoa nhận định: "Thời đồ đá, dân cư Việt Nam là ***người Việt cổ*** thuộc loại hình Australoid. Sang thời kim khí, người Mongoloid phương Nam xuất hiện và trở thành chủ thể đất này, không hiểu do nhập cư hay đồng hóa." (1) Như vậy, Nhân học xác nhận, người Hòa Bình là ***người Việt cổ.*** Đưa ra thuật ngữ khoa học là công việc của nhà chuyên môn hẹp. Các sử gia chuyên nghiệp cũng ít ai mạo hiểm làm chuyện này!

2. Ông Phạm Trần Anh cho rằng, "Có ba lần đại hồng thủy 14.500 năm, 11.500 năm và 8.000 năm trước, nước dâng lên tới Việt Trì. Đai hồng thủy khiến người Hòa Bình bị dồn lên tới tận Hymalaya. 5000 năm trước khi nước rút, người Việt trở về, vừa đi vừa xây dựng văn hóa nông nghiệp." Theo chúng tôi được biết, không hề có chuyện như vậy. Những lời trên có tới ba điều sai.

i. Đại hồng thủy 8.000 năm trước không hề dâng nước tới Việt Trì. Đó là ngấn nước do nước biển hàng triệu năm trước để lại mà không phải ở thời văn hóa Bắc Sơn.

ii. Người Việt cổ đi lên Hymalaya không phải do thúc đẩy của đại hồng thủy mà là di cư chiếm lĩnh Hoa lục từ 40.000 năm trước, khi mực nước biển thấp hơn hôm nay 130 mét, nghĩa là khi chưa có biển nên cũng chẳng làm gì có hồng thủy.

iii. Đại hồng thủy 8.000 năm trước chỉ tàn phá vùng bờ biển Đông mà không ảnh hưởng tới đất liền Việt Nam. Chứng cứ là các văn hóa khảo cổ trên đất Việt Nam phát triển liên tục, từ Hòa Bình tới Bắc Sơn. Ở phía bắc, tại Tiên Nhân Động tỉnh Giang Tây, cách Việt Nam khoảng 100 cây số, người Việt sinh sống liên tục từ 25.000 năm trước. 20.000 năm trước chế ra đồ gốm đầu tiên, 12.400 năm trước thuần hóa thành công lúa nước và duy trì văn hóa nông nghiệp mãi tới sau này, không hề bị đứt đoạn vì đại hồng thủy. Do vậy cũng không có chuyện người Hòa Bình bị dồn lên Hymalaya.

3. Ông Phạm Trần Anh cho rằng, người tiền sử rời châu Phi 800.000 năm trước. Ở đây có điều chưa rõ ràng do không rõ

"người tiền sử" là ai? Nếu hiểu "người tiền sử" là người đứng thẳng Homo erectus thì không phải họ rời châu Phi 800.000 năm trước mà là hai triệu năm trước. Nếu hiểu "người tiền sử" theo quan niệm khoa học là loài Homo sapiens thời chưa có sử thì 800.000 năm trước chưa ra đời!

4. Ông Phạm Trần Anh cho rằng *những nước Tề, Lỗ, Sở, Việt... thời Xuân Thu là Bách Việt, là trăm chi tộc Việt.* Hoàn toàn không phải vậy. Danh xưng Bách Việt xuất hiện đầu tiên trong thiên Thị quân, sách Lã Thị Xuân Thu đời Tần: "Năm 333 TCN, nước Sở diệt nước Việt của Vô Cương. Con cháu Vô Cương chia nhau, người làm vua, người làm quân trưởng, đều thần phục Sở, gọi chung là Bách Việt." Như vậy, Bách Việt chỉ là hơn chục tiểu quốc bị chia tách từ nước Việt ở Nam Dương Tử và chấm dứt năm 222 TCN nên không thể là cội nguồn của Lạc Việt và cũng không phải là trăm chi tộc Việt.

5. Ông Phạm Trần Anh nói: "Người ta tìm thấy chữ "Việt" 20.000 năm trước tại Sơn Đông." Hoàn toàn không có chuyện này. 11 chữ được tìm thấy sớm nhất cho đến nay là ở văn hóa Giả Hồ Hà Nam 9000 năm trước mà không có chữ Việt. Ký tự sớm nhất có thể thấy ở Bãi đá Đồng Văn còn rất mơ hồ cũng chỉ có tuổi khoảng 10.000 năm. Không thể có chữ "Việt" 20.000 năm trước.

6. Một lầm lẫn khác không chỉ của ông Phạm Trần Anh mà còn của nhiều người khác là cho rằng người Hán là dân du mục. Không phải vậy. Sống ở đồng bằng miền Trung Hoàng Hà, người Hán là dân nông nghiệp thực thụ vì đất đồng bằng không thể du mục. Chỉ ở miền Tây Bắc, trên cao nguyên Thanh Hải, dân cư mới du mục. Bộ tộc Thương, Chu khi bị Hạ Vũ đánh đuổi thì dạt về phía Tây sống du mục. Sau khi giành được nước, họ trở về trồng kê trên cao nguyên Hoàng Thổ.

7. Ông Phạm Trần Anh cho rằng "Lạc Long Quân bảo Âu Cơ đưa 50 con về Thủy Phủ ở Hồ Nam." Thực sự, nếu có thì địa danh "Thủy Phủ" chỉ xuất hiện từ thời Đường. Thời Lạc Long

Quân gần 5000 năm trước trong tiếng Việt chưa thể có từ "Thủy Phủ." Đó là do truyện lưu truyền trong dân gian nên người sau thêm thắt. Nên trả lại nguyên văn câu chuyện "Năm mươi con xuống biển và năm mươi con lên núi."

8. Ông Phạm Trần Anh nói: "Hoàng Đế người Việt vì ở Sơn Đông có ngôi miếu thờ thành hoàng là Hoàng Đế." Rõ ràng, ở chỗ này ông đã lầm lẫn giữa lịch sử và truyền thuyết. Hoàng Đế là nhân vật lịch sử có thật, năm 2698 TCN lãnh đạo bộ tộc du mục Hiên Viên tấn công vào Trác Lộc chiếm đất của người Việt. Sau thắng lợi, ông lên ngôi vua, lập vương triều Hoàng Đế. Có thể ở Sơn Đông có miếu thờ Hoàng Đế làm thành hoàng nhưng đó là chuyện thờ tự về sau theo tín ngưỡng dân gian.

9. Do không nắm được phả hệ ngũ đế nên ông Phạm Trần Anh lầm lẫn cho rằng nhà Thương người Tàu chiếm nước của Hạ Vũ người Việt. Sự thực là, khi vào Nam Hoàng Hà, Hoàng Đế và người của ông là tộc Mông Cổ. Con ông Chuyên Húc, rồi cháu ông Thiếu Hạo vẫn là Mông Cổ. Nhưng đời thứ tư, chắt ông là Đế Khốc do hòa huyết nhiều đời, đã thành người Việt với tước đế đứng trước tên riêng và nước da đen (đen như cốc → khốc) của người Việt. Từ phả hệ Hoàng Đế suy rộng ra, xã hội cũng biến hóa tương tự. Lớp con lai Mông-Việt được gọi là Hoa Hạ, một lớp người ưu tú dần thay cha ông Mông Cổ lãnh đạo đất nước, làm nên thời Hoàng kim trong lịch sử phương Đông. Nhưng theo thời gian, người Hoa Hạ bị đồng hóa về máu huyết và văn hóa trở thành người Việt. Các con của Đế Khốc là Nghiêu, Tiết, Tắc càng Việt hơn. Nghiêu truyền ngôi cho Thuấn, Thuấn truyền cho Vũ, cũng người Việt nhưng *không thuộc hoàng tộc*. Con cháu ông Tiết ông Tắc tranh ngôi với Vũ nên bị đánh đuổi về cao nguyên phía Tây, chuyển sang lối sống du mục. Khi nhà Hạ suy đồi, hậu duệ ông Tiết lấy danh nghĩa dòng họ Hoàng Đế, tập hợp dân chúng diệt nhà Hạ lập nhà Thương. Thành Thang được gọi là Đế Ất, có nước da đen như than của dân Việt (Thang là cách gọi trại của than). Như vậy, nhà Thương, cả vua và dân đều là người Việt. Nhà Chu cũng Việt. Chỉ có điều, sống trong

quốc gia riêng, họ tự nhận là Hoa Hạ văn minh rồi kỳ thị đồng bào của mình.

10. Ông Phạm Trần Anh nói: "Nước của Kinh Dương Vương lập ra là Xích Quy do vùng đó đất bazal có màu đỏ. Xích Quỷ là do người Hán đặt ra để nói xấu người Việt." Điều này không phù hợp thực tế vì đất vùng kinh đô Lương Chử là cửa sông Chiết Giang, đất phù sa ven biển. Xích Quỷ được đặt theo tên sao Quỷ là ngôi sao phương Nam trong Nhị thập bát tú. Thời đó "quỷ" không có nghĩa xấu vì ở Nam Hà Nam cũng có nước Quỷ Phương của người Việt đánh nhau dài đài với vua Thuấn.

11. Lầm lẫn tai hại nhất của ông Phạm Trần Anh là cho rằng người Hán và người Việt thuộc hai chủng tộc khác nhau. Tuy nhiên, đây cũng là lầm lẫn của nhiều người khác. Năm 2019, viện di truyền Vinmec sau khi giải trình tự 305 bộ gen người Kinh cũng tuyên bố: "Gen người Việt khác người Hán" (!) Về mặt khoa học, muốn biết hai cộng đồng cùng một chủng hay khác chủng tộc thì trước hết phải xem khoa nhân học đặt tên họ ra sao? Học giả Trung Quốc Ho Ping-Ti (何平钛) viết: "Theo trường phái nhân học Xô Viết, người Hán bao gồm 93% dân cư Trung Quốc thuộc chủng Mongoloid phương Nam." (2) Trong khi đó, di truyền và khảo cổ học xác nhận: "Từ 2000 năm TCN, dân cư Việt Nam thuộc chủng tộc Mongoloid phương Nam." (1) Cùng Mongoloid phương Nam thì làm sao Hoa, Việt lại là hai chủng tộc khác nhau? Năm 1992, S.W. Ballinger et al. thuộc Hiệp hội Di truyền học Hoa Kỳ công bố: "Đại bộ phận dân cư châu Á cùng một chủng Mongoloid phương Nam. Trong đó người Việt Nam có đa dạng sinh học cao nhất, có nghĩa là người Việt Nam già nhất trong dân cư châu Á." (3) Thực tế đó cho thấy, trong quan niệm từ xưa cho rằng "Hoa Việt đồng văn đồng chủng" là chính xác. Cha ông ta chỉ sai ở chỗ do chưa hiểu đúng sự thật lịch sử nên "nói ngược", coi ***con người và văn hóa Việt bắt nguồn từ Trung Quốc***. Nay sự thật được xác định lại: ***Việt Nam là cội nguồn của dân cư và văn hóa phương Đông.*** Điều xót xa là tuy đồng văn đồng chủng nhưng vì mưu đồ riêng

mà người Hoa cho người Việt là man di rồi phát động những cuộc chiến tranh xâm lăng tàn bạo gây hận thù dân tộc. Nay việc phải làm là nhìn nhận đúng sự thật lịch sử để nối lại tình máu huyết, đồng bào, hóa giải oán thù xưa, tạo dựng hòa bình hữu nghị giữa hai anh em cùng chủng tộc. Việc hiểu sai khoa học rồi khẳng định Việt Hoa là hai dân tộc khác nhau có thể gây sâu sắc thêm thù hận là điều đáng tiếc.

Việc bỏ tâm huyết viết sách trình bày những phát hiện mới về lịch sử dân tộc là điều đáng trân trọng. Tuy nhiên, do những hạn chế trong nghiên cứu, sử của ông Phạm Trần Anh mắc những sai lầm đáng tiếc, gây hiểu lầm cho bạn đọc. Mong rằng, những góp ý này sẽ giúp tác giả chỉnh sửa lại cho lần xuất bản sau.

Sài Gòn, Lập Xuân Tân Sửu
Hà Văn Thùy

Tài liệu tham khảo:

1. Nguyễn Đình Khoa. *Nhân chủng học Đông Nam Á*. NXB DH&THCN. HN, 1983.

2. Ho Ping-Ti (何平钛). *The Cradle of the East: An Inquiry into the Indigenous Origins of Techniques and Ideas of Neolithic and Early Historic China, 5000-3000 BC*

https://www.amazon.com/Cradle-East-Indigenous-Techniques-Neolithic/dp/0226345246

3. S.W. Ballinger. *Southeast Asian Mitochondrial DNA Analysis Reveals Genetic Continuity of Ancient Mongoloid Migration*. https://www.genetics.org/content/genetics/130/1/139.full.pdf

MỤC LỤC

Liên lạc Tác giả
Hà Văn Thùy
thuyhavan@gmail.com

Liên lạc Nhà xuất bản
Nhân Ảnh
han.le3359@gmail.com
(408) 722-5626

www.ingramcontent.com/pod-product-compliance
Lightning Source LLC
LaVergne TN
LVHW040604061026
849523LV00001B/67
* 9 7 8 1 9 8 9 9 9 3 5 0 7 *